प्रकाशनविषयक माहिती

पुस्तकाचे नाव :

महाराष्ट्र : राजकीय, सामाजिक आणि सांस्कृतिक इतिहास

लेखक : शिवम चारोळे

प्रथम आवृत्ती :

२०२६

मुखपृष्ठ रचना :

शिवम चारोळे

अंतर्गत मांडणी :

शिवम चारोळे

प्रस्तावना

महाराष्ट्र हा समृद्ध इतिहास, वैभवशाली संस्कृती, शौर्य, ज्ञान, कला आणि सामाजिक परंपरांचा वारसा लाभलेला प्रदेश आहे. या भूमीवर प्राचीन काळापासून अनेक राजवंश उदयास आले, त्यांनी राज्यकारभार केला आणि समाजजीवनाच्या विविध क्षेत्रांत मोलाचे योगदान दिले. सातवाहन, वाकाटक, चालुक्य, राष्ट्रकूट, शिलाहार, यादव, बहामनी, मराठा साम्राज्य आणि आधुनिक महाराष्ट्राच्या निर्मितीपर्यंतचा इतिहास हा केवळ राजे आणि युद्धांचा इतिहास नसून समाज, संस्कृती, अर्थव्यवस्था, धर्म, साहित्य, कला आणि सामान्य जनतेच्या जीवनप्रवासाचाही इतिहास आहे.इतिहास हा भूतकाळातील घटनांचा केवळ संग्रह नसतो; तो वर्तमानाला दिशा देणारा आणि भविष्य घडविण्यास प्रेरणा देणारा असतो. इतिहासाच्या अभ्यासातून समाजातील परिवर्तन, प्रशासनातील बदल, सांस्कृतिक विकास आणि मानवी मूल्यांची जपणूक यांचा सखोल परिचय होतो. त्यामुळे इतिहासाचा अभ्यास हा प्रत्येक विद्यार्थ्याने, संशोधकाने आणि जागरूक नागरिकाने करणे आवश्यक आहे.या

ग्रंथात महाराष्ट्राच्या इतिहासाचा अभ्यास प्राचीन काळापासून क्रमशः सादर करण्याचा प्रयत्न केला आहे. प्रत्येक विषय शक्य तितक्या सोप्या, स्पष्ट आणि अभ्यासपूर्ण भाषेत मांडला असून राजकीय घटनांसोबतच सामाजिक, आर्थिक, धार्मिक, सांस्कृतिक, शैक्षणिक आणि कलाविषयक माहितीचाही समावेश करण्यात आला आहे. विविध राजवंशांची प्रशासन व्यवस्था, समाजजीवन, व्यापार, स्थापत्यकला, साहित्य, धर्म आणि महाराष्ट्रावरील त्यांचा प्रभाव यांचा सविस्तर आढावा या ग्रंथात देण्यात आला आहे.हा ग्रंथ विद्यार्थी, स्पर्धा परीक्षा देणारे उमेदवार, संशोधक, शिक्षक तसेच इतिहासप्रेमी वाचक यांच्यासाठी उपयुक्त ठरेल, असा विश्वास आहे. अभ्यासकांना विश्वसनीय, सुबोध आणि क्रमबद्ध माहिती उपलब्ध करून देणे हा या ग्रंथाचा मुख्य उद्देश आहे.हा ग्रंथ तयार करताना उपलब्ध ऐतिहासिक साधने, संशोधनग्रंथ, शिलालेख, ताम्रपट, पुरातत्त्वीय पुरावे आणि विविध विद्वानांच्या संशोधनाचा आधार घेण्यात आला आहे. इतिहासातील तथ्यांना प्राधान्य देत वस्तुनिष्ठ दृष्टीकोन ठेवण्याचा प्रयत्न करण्यात आला आहे. तरीही

काही त्रुटी राहिल्यास अभ्यासक, संशोधक आणि वाचक यांनी त्या निदर्शनास आणून दिल्यास पुढील आवृत्तीत आवश्यक सुधारणा करण्यात येतील.हा ग्रंथ महाराष्ट्राच्या समृद्ध इतिहासाचा अभ्यास अधिक व्यापक, सुलभ आणि प्रेरणादायी करण्याच्या उद्देशाने सादर करत आहे. या ग्रंथातून वाचकांना महाराष्ट्राच्या ऐतिहासिक, सामाजिक आणि सांस्कृतिक वारशाचे महत्त्व अधिक चांगल्या प्रकारे समजेल, अशी अपेक्षा आहे.

अनुक्रमणिका

प्रकरण १० : वाकाटक साम्राज्य

प्रकरण ११ : चालुक्य साम्राज्य

प्रकरण १२ : राष्ट्रकूट साम्राज्य

प्रकरण १३ : यादव साम्राज्य

प्रकरण १४ : दिल्ली सल्तनत आणि महाराष्ट्र

अश्मयुगीन महाराष्ट्र

प्रागैतिहासिक काळाची संकल्पना

मानवजातीचा इतिहास हा पृथ्वीच्या दीर्घ उत्क्रांती प्रक्रियेचा एक भाग आहे. आज उपलब्ध असलेल्या वैज्ञानिक पुराव्यांनुसार पृथ्वीची निर्मिती सुमारे **4.5** अब्ज वर्षांपूर्वी झाली. मानवाचा उदय मात्र त्यानंतर खूप उशिरा झाला. मानवाने लेखनकला विकसित करण्यापूर्वीचा कालखंड इतिहासशास्त्रात "प्रागैतिहासिक काळ" म्हणून ओळखला जातो. या काळातील घटनांची माहिती लिखित दस्तऐवजांमधून उपलब्ध नसल्यामुळे इतिहासकार आणि पुरातत्त्वज्ञ भौतिक पुराव्यांच्या आधारे त्या काळाचा अभ्यास करतात.प्रागैतिहासिक काळाचा अभ्यास हा इतिहास, पुरातत्त्वशास्त्र, भूविज्ञान, मानववंशशास्त्र आणि जीवाश्मशास्त्र या विविध शाखांच्या साहाय्याने केला जातो. दगडी हत्यारे, प्राण्यांची हाडे, जीवाश्म, गुहा, वस्तींचे

अवशेष, मातीची भांडी आणि इतर सांस्कृतिक अवशेष हे या अभ्यासाचे मुख्य स्रोत आहेत. अशा पुराव्यांमधून मानवाचे जीवन, त्याची तंत्रज्ञान क्षमता, अन्नसंकलन पद्धती आणि सामाजिक रचना यांचा अंदाज बांधला जातो.

महाराष्ट्रातील प्रागैतिहासिक अभ्यासाला विशेष महत्त्व आहे. गोदावरी, प्रवरा, भीमा, कृष्णा, तापी आणि वैनगंगा या नदीखोऱ्यांमध्ये झालेल्या संशोधनांमधून प्रागैतिहासिक मानवाच्या वस्तींचे पुरावे आढळले आहेत. विशेषतः दायमाबाद, इनामगाव, नेवासा, जोर्वे आणि इतर स्थळांनी महाराष्ट्राच्या प्राचीन इतिहासाच्या अभ्यासाला नवे परिमाण दिले आहे. या शोधांमुळे महाराष्ट्राचा इतिहास केवळ राजवंशांपासून सुरू होत नाही, तर तो हजारो वर्षांपूर्वीच्या मानवी अस्तित्वापर्यंत मागे जातो.

इतिहासकार प्रागैतिहासिक काळाचे वर्गीकरण मानवाने वापरलेल्या साधनांच्या आधारे करतात. सुरुवातीच्या काळात मानव दगडी साधनांवर अवलंबून होता. त्यामुळे हा कालखंड "अश्मयुग" किंवा "पाषाणयुग" म्हणून ओळखला जातो. पुढे या युगाचे पुरापाषाण, मध्यपाषाण आणि नवपाषाण असे

विभाग करण्यात आले. या प्रत्येक टप्प्यात मानवाच्या जीवनपद्धतीत महत्त्वपूर्ण बदल घडून आले.

शिकार आणि अन्नसंकलन करणाऱ्या भटक्या जीवनशैलीपासून स्थिर वसाहती, शेती आणि पशुपालनाकडे झालेला प्रवास हा मानवी इतिहासातील अत्यंत महत्त्वाचा टप्पा मानला जातो.

महाराष्ट्रातील अश्मयुगीन संस्कृतीचा अभ्यास केवळ स्थानिक इतिहास समजून घेण्यासाठीच नव्हे तर संपूर्ण भारतीय उपखंडातील सांस्कृतिक विकास समजण्यासाठीही महत्त्वाचा आहे. दख्खनच्या पठारावरील पर्यावरणीय परिस्थिती, नदीखोऱ्यांचा विकास आणि उपलब्ध नैसर्गिक साधनसंपत्ती यांनी येथे राहणाऱ्या मानवाच्या जीवनावर मोठा प्रभाव टाकला. त्यामुळे महाराष्ट्रातील प्रागैतिहासिक संस्कृतीचा अभ्यास हा भारतीय इतिहासाच्या व्यापक चौकटीत विशेष स्थान राखतो.

२ पुरापाषाण युग (Palaeolithic Age)

पुरापाषाण युग हा मानवाच्या सांस्कृतिक विकासातील सर्वात प्राचीन आणि सर्वाधिक दीर्घ कालखंड मानला जातो. "पुरापाषाण" हा शब्द ग्रीक भाषेतील **Palaeo** (प्राचीन) आणि **Lithos** (दगड) या शब्दांपासून तयार झाला आहे. या कालखंडात मानवाने मुख्यतः दगडापासून तयार केलेल्या साधनांचा वापर केला. धातूंचे ज्ञान नसल्यामुळे दगड हेच त्याचे प्रमुख साधन होते.भारतीय उपखंडात पुरापाषाण युगाचा प्रारंभ साधारणपणे लाखो वर्षांपूर्वी झाला असे मानले जाते. महाराष्ट्रातील नदीखोरे, पठारी प्रदेश आणि दगडी संसाधनांनी समृद्ध भागांमध्ये या काळातील अनेक पुरावे सापडले आहेत. गोदावरी, भीमा, कृष्णा, तापी आणि प्रवरा नदीच्या खोऱ्यांतून सापडलेली दगडी हत्यारे मानवाच्या प्रारंभिक जीवनाची साक्ष देतात.पुरापाषाण युगातील मानव

भटक्या स्वरूपाचे जीवन जगत होता. तो एका ठिकाणी कायमस्वरूपी राहत नव्हता. अन्नाच्या शोधात, पाण्याच्या उपलब्धतेनुसार आणि वन्य प्राण्यांच्या हालचालींनुसार तो सतत स्थलांतर करीत असे. त्याचे जीवन पूर्णपणे निसर्गावर अवलंबून होते. शिकार करणे, फळे, कंदमुळे आणि वनस्पती गोळा करणे ही त्याच्या उदरनिर्वाहाची प्रमुख साधने होती.

पुरापाषाण युगाचे तीन प्रमुख टप्पे मानले जातात:

(अ) निम्न पुरापाषाण युग

या टप्प्यात मानवाने मोठ्या आकाराची दगडी साधने तयार केली. हातकुऱ्हाड **(Handaxe)**, क्लीव्हर **(Cleaver)** आणि चॉपर **(Chopper)** यांसारखी साधने वापरात होती. ही साधने शिकार, मांस कापणे, हाडे फोडणे आणि लाकूड तोडणे यासाठी वापरली जात असावीत.महाराष्ट्रातील अनेक नदीकाठांवर अशा प्रकारची साधने सापडली आहेत. या साधनांवरून त्या काळातील मानवाला दगडावर नियंत्रित आघात करून उपयुक्त आकार देण्याचे कौशल्य प्राप्त झाले होते असे दिसते.

(ब) मध्य पुरापाषाण युग

या कालखंडात साधननिर्मिती अधिक प्रगत झाली. मोठ्या दगडांऐवजी लहान आणि अधिक धारदार तुकड्यांचा वापर होऊ लागला. स्क्रेपर, पॉइंट्स आणि ब्लेड्स यांसारखी साधने विकसित झाली. यामुळे शिकार आणि दैनंदिन कामे अधिक कार्यक्षमपणे करता येऊ लागली. या काळात मानवाने पर्यावरणाशी जुळवून घेण्याची क्षमता वाढवली. विविध प्रकारच्या प्राण्यांची शिकार, अन्नसंकलन आणि साधननिर्मिती यामध्ये प्रगती झाली.

(क) उच्च पुरापाषाण युग

उच्च पुरापाषाण युगात मानवाच्या बौद्धिक विकासाला अधिक वेग मिळाला. साधने अधिक सूक्ष्म, हलकी आणि प्रभावी बनली. शिकारीच्या तंत्रात सुधारणा झाली. काही ठिकाणी कला आणि प्रतीकात्मक विचारांचे प्रारंभिक पुरावेही आढळतात.जरी महाराष्ट्रात युरोपप्रमाणे गुहाचित्रांची मोठी परंपरा आढळत नसली तरी या काळातील साधनांवरून मानवाची तांत्रिक क्षमता आणि अनुभव लक्षणीयरीत्या वाढल्याचे स्पष्ट होते.

महाराष्ट्रातील पुरापाषाणीय पुरावे

महाराष्ट्रातील गोदावरी, प्रवरा, भीमा आणि तापी नदीच्या परिसरात पुरापाषाण काळातील अनेक दगडी अवशेष सापडले आहेत. या शोधांमुळे महाराष्ट्र हा भारतीय प्रागैतिहासिक संशोधनातील एक महत्त्वाचा प्रदेश मानला जातो. नदीकाठच्या गोट्यांपासून साधने तयार करण्याची परंपरा येथे प्रचलित होती.पुरातत्त्वीय संशोधनातून असे दिसून येते की दख्खनच्या पठारावरील पर्यावरणीय परिस्थितीने मानवाच्या जीवनपद्धतीवर महत्त्वपूर्ण प्रभाव टाकला. पाण्याचे स्रोत, वनसंपदा आणि वन्यजीवांची उपलब्धता यांमुळे नदीखोरे मानवी वस्तींसाठी आकर्षक ठरली.

3 मध्यपाषाण युग (Mesolithic Age)

प्रस्तावना

पुरापाषाण युग आणि नवपाषाण युग यांमधील संक्रमणकालीन अवस्थेला मध्यपाषाण युग असे म्हणतात. हा कालखंड मानवी इतिहासातील अत्यंत महत्त्वाचा टप्पा मानला जातो. या काळात मानवाच्या जीवनपद्धतीत, साधननिर्मितीत आणि पर्यावरणाशी असलेल्या संबंधांत लक्षणीय बदल घडून आले. शिकारी व अन्नसंकलनावर आधारित जीवनशैली कायम असली तरी त्यामध्ये अधिक नियोजन, कौशल्य आणि विविधता दिसून येते.जागतिक स्तरावर मध्यपाषाण युगाचा कालावधी प्रदेशानुसार बदलतो. भारतीय उपखंडात साधारणपणे इ.स.पूर्व **12000** ते इ.स.पूर्व **4000** या कालखंडात मध्यपाषाण संस्कृती विकसित झाली असे मानले जाते. महाराष्ट्रातील विविध

पुरातत्त्वीय संशोधनांतून या युगाचे अनेक पुरावे समोर आले आहेत.

पर्यावरणीय बदल आणि मानवजीवन

पुरापाषाण युगाच्या अखेरीस पृथ्वीवरील हवामानात महत्त्वपूर्ण बदल घडले. हिमयुगाचा प्रभाव कमी होऊ लागला आणि वातावरण अधिक उबदार बनले. जंगलांची वाढ झाली, नवीन वनस्पती आणि प्राण्यांच्या प्रजाती विकसित झाल्या. या बदलांचा मानवी जीवनावर थेट परिणाम झाला.महाराष्ट्रातील नदीखोरे, जंगलांनी व्यापलेले पठारी भाग आणि पाणवठ्यांच्या आसपासचे प्रदेश मानवी वास्तव्यास अधिक अनुकूल बनले. मानवाने स्थानिक संसाधनांचा अधिक प्रभावी उपयोग करण्यास सुरुवात केली. त्यामुळे त्याच्या दैनंदिन जीवनात स्थैर्याची प्रक्रिया सुरू झाली.

सूक्ष्म दगडी साधनांची निर्मिती

मध्यपाषाण युगाचे सर्वात महत्त्वाचे वैशिष्ट्य म्हणजे सूक्ष्म दगडी साधने **(Microliths)**. ही साधने आकाराने लहान परंतु अत्यंत धारदार आणि कार्यक्षम होती. चकमक दगड,

क्वार्ट्झ, जॅस्पर आणि इतर कठीण खडकांपासून ती तयार केली जात.या साधनांमध्ये: बाणांची टोके ,भाल्यांची टोके, कापणीची साधने, खरवडणी, छिद्र पाडण्याची साधने यांचा समावेश होता. या साधनांमुळे शिकार अधिक प्रभावी झाली आणि विविध प्रकारची कामे सुलभ झाली.

अन्नसंकलन आणि शिकार

मध्यपाषाण मानवाचे जीवन अजूनही मोठ्या प्रमाणावर निसर्गावर अवलंबून होते. तो फळे, कंदमुळे, मध, बिया आणि वनस्पती गोळा करीत असे. त्याचबरोबर हरीण, ससा, रानडुक्कर, पक्षी आणि मासे यांची शिकार केली जात असे.नदीकाठच्या प्रदेशांमध्ये मासेमारीचे महत्त्व वाढल्याचे पुरावे आढळतात. जलस्रोतांच्या जवळील वस्तीमुळे अन्नाची उपलब्धता अधिक स्थिर झाली. त्यामुळे मानवी जीवनात काही प्रमाणात स्थैर्य निर्माण झाले.

वस्ती आणि निवारा

पुरापाषाण युगातील पूर्ण भटक्या जीवनशैलीच्या तुलनेत मध्यपाषाण काळात काही ठिकाणी हंगामी वस्ती निर्माण होऊ लागल्या. नदीकाठ, टेकड्यांच्या पायथ्याशी असलेले प्रदेश आणि नैसर्गिक आश्रयस्थाने यांना विशेष महत्त्व प्राप्त झाले.मानवाने झाडांच्या फांद्या, गवत, पाने आणि इतर नैसर्गिक साधनांचा उपयोग करून तात्पुरते निवारे तयार केले असावेत. काही भागांत गुहा आणि खडकांच्या आडोशाचाही वापर केला जात होता.

सामाजिक जीवन

मध्यपाषाण युगात मानवी समूह अधिक संघटित होत गेले. लहान कुटुंबगट आणि शिकारी समूह तयार झाले. सहकार्य, सामूहिक शिकार आणि संसाधनांचे वाटप यांना महत्त्व प्राप्त झाले.या काळात सामाजिक संबंध अधिक मजबूत झाले असावेत. सामूहिक जीवनामुळे अनुभवांचे आदानप्रदान, कौशल्यांचा विकास आणि सांस्कृतिक परंपरांची निर्मिती यांना चालना मिळाली.

महाराष्ट्रातील मध्यपाषाणीय पुरावे

महाराष्ट्रातील अनेक नदीखोऱ्यांमध्ये आणि पठारी भागांमध्ये मध्यपाषाण काळातील सूक्ष्म दगडी साधने आढळली आहेत. गोदावरी, भीमा, कृष्णा आणि तापी खोऱ्यांतील संशोधनातून या संस्कृतीच्या अस्तित्वाची पुष्टी होते.या साधनांच्या अभ्यासातून असे दिसून येते की महाराष्ट्रातील मानवाने स्थानिक भौगोलिक परिस्थितीनुसार आपली जीवनपद्धती विकसित केली होती. सूक्ष्म दगडी तंत्रज्ञानाचा विकास हा पुढील नवपाषाण संस्कृतीच्या उदयासाठी महत्त्वाचा पाया ठरला.

४ नवपाषाण युग (Neolithic Age)

प्रस्तावना

मानवाच्या सांस्कृतिक इतिहासातील सर्वात महत्त्वाच्या परिवर्तनांपैकी एक म्हणजे नवपाषाण क्रांती. पुरापाषाण आणि मध्यपाषाण युगांमध्ये मानवाचे जीवन मुख्यतः शिकार आणि अन्नसंकलनावर आधारित होते. परंतु नवपाषाण युगात मानवाने प्रथमच अन्न उत्पादन करण्यास सुरुवात केली. शेती, पशुपालन, स्थिर वसाहती आणि सुधारित तंत्रज्ञान यांच्या उदयामुळे मानवी समाजाच्या विकासाला नवे वळण मिळाले.

"नवपाषाण" या संज्ञेचा अर्थ "नवीन दगडी युग" असा होतो. या काळात दगडी साधनांचा वापर सुरूच होता, परंतु ती अधिक गुळगुळीत, धारदार आणि कार्यक्षम बनविली जात होती. त्यामुळे या युगाला पूर्वीच्या पाषाण संस्कृतींपेक्षा वेगळे स्थान प्राप्त झाले.

नवपाषाण क्रांतीची संकल्पना

इतिहासकार नवपाषाण युगाला मानवी संस्कृतीच्या विकासातील एक क्रांतिकारी टप्पा मानतात. कारण या काळात मानवाने प्रथमच निसर्गावर पूर्ण अवलंबित्व कमी करून अन्न उत्पादन सुरू केले. वन्य धान्ये गोळा करण्याऐवजी त्यांची लागवड करण्याची प्रक्रिया विकसित झाली. त्याचबरोबर काही प्राण्यांना पाळीव बनवून पशुपालनाची सुरुवात झाली.या बदलांमुळे मानवाचे जीवन अधिक स्थिर झाले. भटक्या जीवनपद्धतीऐवजी कायमस्वरूपी वसाहती निर्माण होऊ लागल्या. त्यामुळे सामाजिक संघटना, आर्थिक व्यवहार आणि सांस्कृतिक परंपरांच्या विकासाला चालना मिळाली.

महाराष्ट्रातील नवपाषाण संस्कृती

महाराष्ट्रात नवपाषाण संस्कृतीचा विकास दख्खनच्या पठारी प्रदेशात आणि नदीखोऱ्यांमध्ये झाला असावा. जरी दक्षिण भारतातील काही प्रदेशांप्रमाणे नवपाषाण संस्कृतीचे मोठ्या प्रमाणावर पुरावे महाराष्ट्रात आढळत नसले, तरी पुढील

ताम्रपाषाण संस्कृतींच्या विकासातून नवपाषाण परंपरांचा प्रभाव स्पष्टपणे दिसून येतो.

गोदावरी, भीमा, कृष्णा आणि प्रवरा नदीच्या खोऱ्यांमध्ये मानवी वसाहतींच्या विकासासाठी अनुकूल परिस्थिती होती. सुपीक जमीन, पाण्याची उपलब्धता आणि वनसंपत्ती यांमुळे शेती आणि पशुपालनासाठी आवश्यक आधार उपलब्ध झाला.

शेतीचा उदय

नवपाषाण युगातील सर्वात महत्त्वाचा बदल म्हणजे शेतीची सुरुवात. मानवाने प्रथमच अन्न उत्पादन करण्याची क्षमता प्राप्त केली. धान्यांची लागवड, बियाण्यांची निवड आणि पीक व्यवस्थापन या प्रक्रियांचा विकास झाला.शेतीमुळे अन्नसाठा निर्माण होऊ लागला. यामुळे दुष्काळ किंवा अन्नटंचाईच्या काळातही जगण्याची शक्यता वाढली. अन्न उत्पादनामुळे लोकसंख्येत वाढ झाली आणि अधिक मोठ्या वसाहती निर्माण होऊ लागल्या.

पशुपालनाचा विकास

शेतीबरोबरच पशुपालनालाही महत्त्व प्राप्त झाले. कुत्रा, मेंढी, शेळी आणि गुरे यांसारख्या प्राण्यांना पाळीव बनविण्यात आले. हे प्राणी अन्न, श्रम आणि संरक्षणासाठी उपयोगी पडत होते.पशुपालनामुळे मानवाला अन्नाचा अतिरिक्त स्रोत उपलब्ध झाला. तसेच शेती आणि वाहतूक व्यवस्थेतही प्राण्यांचा उपयोग होऊ लागला.

स्थिर वसाहतींची निर्मिती

नवपाषाण युगापूर्वी मानव मुख्यतः भटक्या स्वरूपात राहत होता. परंतु शेती आणि पशुपालनामुळे एकाच ठिकाणी दीर्घकाळ राहणे शक्य झाले. परिणामी स्थिर वसाहती निर्माण झाल्या.घरांच्या बांधकामासाठी माती, लाकूड, गवत आणि दगडांचा वापर केला जाऊ लागला. लहान वस्त्यांचे रूपांतर हळूहळू संघटित ग्रामसमूहांमध्ये होऊ लागले.

साधनांमधील सुधारणा

या काळातील दगडी साधने अधिक परिष्कृत होती. दगड घासून गुळगुळीत केले जात. कुऱ्हाडी, कोयते, कापणीची साधने आणि शेतीसाठी आवश्यक उपकरणे तयार केली

जात.या साधनांमुळे शेती, लाकूडतोड आणि बांधकाम यांसारखी कामे अधिक प्रभावीपणे करता येऊ लागली.

सामाजिक आणि सांस्कृतिक जीवन

स्थिर वसाहती निर्माण झाल्यानंतर सामाजिक संघटनांचा विकास झाला. कुटुंबसंस्था अधिक मजबूत झाली. श्रमविभाजनाची सुरुवात झाली. काही लोक शेती, काही पशुपालन आणि काही साधननिर्मिती यामध्ये विशेष कौशल्य प्राप्त करू लागले.

धार्मिक कल्पना, निसर्गपूजा आणि पूर्वजांविषयी आदर यांसारख्या सांस्कृतिक संकल्पनाही विकसित होऊ लागल्या असाव्यात. मृतांच्या अंत्यसंस्कारांच्या पद्धतींमधून या विश्वासांचा अंदाज येतो.

नवपाषाण युगाचे ऐतिहासिक महत्त्व

नवपाषाण युग हे मानवी इतिहासातील एका नव्या युगाची सुरुवात दर्शविते. शेती, पशुपालन, स्थिर वसाहती आणि तांत्रिक प्रगती यांमुळे पुढील ताम्रपाषाण आणि कांस्ययुगीन संस्कृतींचा पाया घातला गेला.महाराष्ट्राच्या संदर्भात

नवपाषाण परंपरांचा प्रभाव पुढे जोर्वे, दायमाबाद आणि इनामगाव यांसारख्या ताम्रपाषाण संस्कृतींमध्ये दिसून येतो. त्यामुळे नवपाषाण युग हा महाराष्ट्राच्या सांस्कृतिक विकासातील एक अत्यंत महत्त्वाचा टप्पा मानला जातो.

५ ताम्रपाषाण युग (Chalcolithic Age)

मानवाच्या सांस्कृतिक विकासाच्या इतिहासात ताम्रपाषाण युगाला विशेष महत्त्वाचे स्थान आहे. या कालखंडात मानवाने दगडी साधनांचा वापर सुरू ठेवत तांब्याचा वापरही आरंभ केला. त्यामुळे या संस्कृतीला "ताम्रपाषाण संस्कृती" असे संबोधले जाते. "ताम्र" म्हणजे तांबे आणि "पाषाण" म्हणजे दगड. या दोन तंत्रज्ञानांचा एकत्रित वापर हा या युगाचा मुख्य आधार होता.महाराष्ट्रातील प्रागैतिहासिक आणि आद्यऐतिहासिक संस्कृतींच्या अभ्यासात ताम्रपाषाण संस्कृतीला अत्यंत महत्त्व आहे. कारण या कालखंडातील अनेक वस्तीस्थळे, घरे, मातीची भांडी, तांब्याची साधने, धान्याचे अवशेष आणि मानवी सांगाडे संशोधकांना सापडले आहेत. त्यामुळे महाराष्ट्रातील प्राचीन समाजजीवनाचे तुलनेने स्पष्ट चित्र या काळातून समोर येते.महाराष्ट्रात

ताम्रपाषाण संस्कृतीचा विकास साधारणपणे इ.स.पूर्व दुसऱ्या सहस्रकापासून ते इ.स.पूर्व पहिल्या सहस्रकाच्या प्रारंभापर्यंत झाला असे मानले जाते. विविध प्रदेशांमध्ये या संस्कृतीचे स्वरूप काही प्रमाणात भिन्न असले तरी तिची मूलभूत वैशिष्ट्ये समान होती.या काळात कृषी, पशुपालन, स्थिर वसाहती, मातीची भांडी, धातूंचा मर्यादित वापर आणि सामाजिक संघटनांचा विकास यांमध्ये लक्षणीय प्रगती झाली.

महाराष्ट्रात अनेक महत्त्वाची ताम्रपाषाण स्थळे सापडली आहेत. त्यांपैकी काही पुढीलप्रमाणे आहेत: नेवासा, इनामगाव, जोर्वे, चांदोली, सोनगाव ,प्रकाशे या स्थळांवरील उत्खननांमधून प्राचीन महाराष्ट्रातील समाजजीवन, अर्थव्यवस्था आणि सांस्कृतिक विकासाबाबत महत्त्वपूर्ण माहिती मिळाली आहे.

वसाहती आणि घरांची रचना

ताम्रपाषाण काळातील लोक कायमस्वरूपी वस्त्यांमध्ये राहत होते. त्यांची घरे प्रामुख्याने माती, लाकूड, बांबू आणि गवत यांच्या साहाय्याने बांधली जात. काही ठिकाणी आयताकृती

आणि गोलाकार घरांचे अवशेष आढळले आहेत.वस्तींची रचना पाहता समाजात काही प्रमाणात नियोजन होते असे दिसून येते. घरांच्या समूहांमधून संघटित ग्रामजीवनाचे संकेत मिळतात.

ताम्रपाषाण समाजाची अर्थव्यवस्था मुख्यतः शेतीवर आधारित होती. गहू, बार्ली, बाजरी, कडधान्ये आणि इतर पिकांची लागवड केली जात होती. नदीखोऱ्यांतील सुपीक जमिनीमुळे कृषी उत्पादनाला चालना मिळाली. पशुपालनही अर्थव्यवस्थेचा महत्त्वाचा भाग होता. गायी, बैल, मेंढ्या, शेळ्या आणि डुकरे पाळली जात असत. कृषी आणि पशुपालन यांच्या संयोगामुळे आर्थिक स्थैर्य निर्माण झाले.या युगातील सर्वात महत्त्वाचे वैशिष्ट्य म्हणजे तांब्याचा वापर. तांब्यापासून सु-या, भाले, बाणांची टोके आणि इतर लहान साधने तयार केली जात. तथापि, तांबे महाग आणि मर्यादित प्रमाणात उपलब्ध असल्यामुळे दगडी साधनांचा वापर पूर्णपणे बंद झाला नव्हता.याच कारणामुळे या संस्कृतीला "ताम्रपाषाण" असे नाव देण्यात आले आहे.

मातीची भांडी

ताम्रपाषाण संस्कृतीतील मातीची भांडी ही अत्यंत महत्त्वाची पुरातत्त्वीय साधने मानली जातात. लाल, काळी आणि रंगीत नक्षीकाम असलेली भांडी विविध स्थळांवर सापडली आहेत.या भांड्यांवरून त्या काळातील कलात्मक अभिरुची, तांत्रिक कौशल्य आणि दैनंदिन जीवनाचा अभ्यास करता येतो.

धार्मिक आणि सांस्कृतिक जीवन

ताम्रपाषाण समाजात निसर्गपूजा आणि फलप्रजननाशी संबंधित धार्मिक कल्पना अस्तित्वात असाव्यात. काही स्थळांवर सापडलेल्या मूर्ती आणि प्रतीकांवरून धार्मिक श्रद्धांचा अंदाज लावला जातो.मृतांच्या अंत्यसंस्कारासाठी विशिष्ट पद्धतींचा अवलंब केला जात होता. काही ठिकाणी घरांच्या परिसरातच दफनविधीचे पुरावे सापडले आहेत.

जोर्वे संस्कृतीचे महत्त्व

महाराष्ट्रातील ताम्रपाषाण संस्कृतींमध्ये जोर्वे संस्कृतीला विशेष महत्त्व प्राप्त झाले आहे. अहमदनगर जिल्ह्यातील जोर्वे येथील उत्खननांमधून या संस्कृतीचे स्वरूप प्रथम स्पष्ट झाले.जोर्वे संस्कृतीचा प्रभाव महाराष्ट्राच्या मोठ्या

भागात पसरलेला होता. कृषी, वस्ती नियोजन आणि मातीच्या भांड्यांच्या परंपरेत तिचे महत्त्वपूर्ण स्थान होते. इनामगाव ही महाराष्ट्रातील सर्वात महत्त्वाची ताम्रपाषाण स्थळे मानली जातात. येथे सापडलेल्या अवशेषांमुळे प्राचीन समाजजीवनाचे सविस्तर चित्र समोर आले आहे.विशेषतः इनामगावच्या उत्खननांनी कृषी, पशुपालन, सामाजिक रचना आणि लोकजीवनाच्या अभ्यासाला नवी दिशा दिली.ताम्रपाषाण युग हे महाराष्ट्राच्या सांस्कृतिक इतिहासातील संक्रमण आणि प्रगतीचे युग होते. या काळात शेती, पशुपालन, स्थिर वस्ती, धातूंचा वापर आणि सामाजिक संघटनांचा विकास झाला. महाराष्ट्रातील दायमाबाद, इनामगाव, नेवासा आणि जोर्वे यांसारख्या स्थळांनी या इतिहासाला भक्कम पुरातत्त्वीय आधार दिला आहे. याच संस्कृतींच्या पायावर पुढील आद्‌यऐतिहासिक आणि ऐतिहासिक संस्कृतींचा विकास झाला. त्यामुळे ताम्रपाषाण युग हे महाराष्ट्राच्या इतिहासातील एक मूलभूत आणि निर्णायक पर्व मानले जाते

अध्याय ५ : जोर्वे संस्कृती – प्रस्तावना

जोर्वे संस्कृती ही महाराष्ट्रातील ताम्रपाषाण काळातील सर्वात महत्त्वाची आणि व्यापक संस्कृती मानली जाते. अहमदनगर जिल्ह्यातील **Jorwe** या गावात झालेल्या उत्खननांमुळे या संस्कृतीचा प्रथम शोध लागला आणि त्यावरूनच या संस्कृतीला "जोर्वे संस्कृती" हे नाव देण्यात आले. साधारणपणे इ.स.पूर्व **1400** ते इ.स.पूर्व **700** या कालावधीत ही संस्कृती अस्तित्वात होती असे मानले जाते. महाराष्ट्रातील गोदावरी, प्रवरा, भीमा आणि तापी नदीखोऱ्यांमध्ये या संस्कृतीचा प्रभाव मोठ्या प्रमाणावर दिसून येतो. या संस्कृतीचे पुरावे महाराष्ट्राबरोबरच दख्खनच्या इतर भागांतही सापडले आहेत.जोर्वे संस्कृतीचा शोध आणि अभ्यास महाराष्ट्राच्या प्रागैतिहासिक इतिहासासाठी अत्यंत महत्त्वाचा ठरला. या संस्कृतीच्या उत्खननांतून मिळालेल्या घरांचे अवशेष, धान्यकोठारे, मातीची भांडी, तांब्याची साधने, दगडी उपकरणे, मानवी

सांगाडे आणि पशूंची हाडे यांमुळे त्या काळातील समाजजीवनाचे सविस्तर चित्र समोर आले आहे. यावरून हे स्पष्ट होते की जोर्वे संस्कृतीतील लोक मुख्यतः कृषीप्रधान जीवन जगत होते. शेती, पशुपालन, हस्तकला आणि वस्तुविनिमय यांवर त्यांची अर्थव्यवस्था आधारित होती.

जोर्वे संस्कृतीची सर्वात ओळखण्याजोगी वैशिष्ट्ये म्हणजे तिची मातीची भांडी. लालसर किंवा नारिंगी रंगाच्या भांड्यांवर काळ्या रंगात काढलेल्या भूमितीय आकृत्या, रेषा, त्रिकोण, चौकोन आणि इतर नक्षीकाम आढळते. या भांड्यांमधून त्या काळातील कलात्मक अभिरुची आणि तांत्रिक कौशल्याची कल्पना येते. तसेच घरांची रचना, धान्यसाठवण व्यवस्था आणि वस्ती नियोजन यांवरून या समाजात संघटित ग्रामजीवन विकसित झाले होते असे दिसते.जोर्वे संस्कृतीच्या अभ्यासामुळे महाराष्ट्रातील ताम्रपाषाण समाजाच्या सामाजिक, आर्थिक आणि धार्मिक जीवनाविषयी महत्त्वपूर्ण माहिती उपलब्ध झाली आहे. पुढील अनेक ऐतिहासिक घडामोडींच्या पार्श्वभूमीवर या संस्कृतीचा अभ्यास अत्यंत उपयुक्त ठरतो. त्यामुळे महाराष्ट्राच्या

प्राचीन इतिहासातील हा एक मूलभूत आणि महत्त्वाचा अध्याय मानला जातो.

अध्याय ५.१ : जोर्वे संस्कृतीचा शोध व उत्खनन

जोर्वे संस्कृती ही महाराष्ट्रातील ताम्रपाषाण युगातील सर्वात महत्त्वाची संस्कृती मानली जाते. अहमदनगर जिल्ह्यातील **Jorwe** या गावात झालेल्या पुरातत्त्वीय संशोधनामुळे या संस्कृतीचा प्रथम शोध लागला. त्यामुळे या संस्कृतीला "जोर्वे संस्कृती" असे नाव देण्यात आले. विसाव्या शतकाच्या मध्यकाळात महाराष्ट्रातील विविध प्रागैतिहासिक स्थळांच्या शोधासाठी व्यापक संशोधन सुरू झाले. त्या संशोधनातून जोर्वे येथे सापडलेल्या वैशिष्ट्यपूर्ण मातीच्या भांड्यांनी आणि इतर पुराव्यांनी एका स्वतंत्र सांस्कृतिक परंपरेचे अस्तित्व सिद्ध केले.

भारतात स्वातंत्र्यानंतर पुरातत्त्वशास्त्राच्या क्षेत्रात मोठ्या प्रमाणावर संशोधन सुरू झाले. विशेषतः **Hasmukh Dhirajlal Sankalia** आणि **Shantaram Bhalchandra Deo** यांसारख्या संशोधकांनी

महाराष्ट्रातील प्रागैतिहासिक संस्कृतींच्या अभ्यासाला नवी दिशा दिली. जोर्वे येथे झालेल्या उत्खननांमध्ये विशिष्ट प्रकारची रंगीत मातीची भांडी, घरांचे अवशेष, धान्यसाठ्याचे पुरावे, तांब्याची साधने आणि मानवी जीवनाशी संबंधित अनेक वस्तू सापडल्या. या सर्व पुराव्यांच्या आधारे संशोधकांनी एका स्वतंत्र ताम्रपाषाण संस्कृतीची ओळख निश्चित केली.जोर्वे संस्कृतीचा कालखंड साधारणपणे इ.स.पूर्व १४०० ते इ.स.पूर्व ७०० असा मानला जातो. या संस्कृतीचा विस्तार केवळ जोर्वे गावापुरता मर्यादित नव्हता. गोदावरी, प्रवरा, भीमा आणि तापी नदीखोऱ्यांमध्ये अनेक स्थळांवर या संस्कृतीचे अवशेष आढळले आहेत. त्यामुळे ही संस्कृती महाराष्ट्रातील विस्तृत प्रदेशात विकसित झालेली होती हे स्पष्ट होते. पुढील संशोधनात **Daimabad, Inamgaon, Nevasa** आणि **Prakashe** यांसारख्या स्थळांवरही जोर्वे संस्कृतीचे पुरावे सापडले.

उत्खननांमधून मिळालेल्या घरांच्या अवशेषांवरून त्या काळातील लोक कायमस्वरूपी वस्त्यांमध्ये राहत होते असे दिसून येते. मातीच्या भिंती, लाकडी खांब, गवताची छपरे आणि नियोजनबद्ध घरांची मांडणी यांवरून ग्रामजीवन

विकसित झाले होते. काही ठिकाणी धान्य साठवण्यासाठी स्वतंत्र कोठारेही सापडली आहेत. यावरून कृषी हा त्यांच्या अर्थव्यवस्थेचा मुख्य आधार होता असे स्पष्ट होते.जोर्वे संस्कृतीच्या उत्खननांमध्ये सापडलेल्या मातीच्या भांड्यांना विशेष महत्त्व आहे. लालसर-नारिंगी रंगाच्या भांड्यांवर काळ्या रंगात काढलेल्या भूमितीय नक्षी ही या संस्कृतीची ओळख मानली जाते. त्रिकोण, समांतर रेषा, वर्तुळे आणि इतर कलात्मक आकृत्या त्या काळातील सौंदर्यदृष्टी आणि तांत्रिक कौशल्य दर्शवतात. या भांड्यांच्या आधारे पुरातत्त्वज्ञांना विविध स्थळांवरील सांस्कृतिक संबंध शोधणे शक्य झाले.जोर्वे संस्कृतीच्या शोधामुळे महाराष्ट्रातील ताम्रपाषाण समाजाचे सामाजिक, आर्थिक आणि सांस्कृतिक जीवन समजून घेण्यासाठी महत्त्वपूर्ण आधार मिळाला. या संस्कृतीच्या अभ्यासातून कृषीचा विकास, पशुपालन, व्यापार, हस्तकला आणि धार्मिक श्रद्धा यांविषयी मौल्यवान माहिती उपलब्ध झाली आहे. त्यामुळे जोर्वे संस्कृतीचा शोध हा महाराष्ट्राच्या प्राचीन इतिहासाच्या अभ्यासातील एक मैलाचा दगड मानला जातो.

अध्याय ५.२ : जोर्वे संस्कृतीचा भौगोलिक विस्तार व प्रमुख स्थळे

जोर्वे संस्कृती ही महाराष्ट्रातील ताम्रपाषाण युगातील सर्वात व्यापक आणि प्रभावशाली संस्कृतींपैकी एक मानली जाते. या संस्कृतीचे नाव अहमदनगर जिल्ह्यातील **Jorwe** या स्थळावरून पडले असले तरी तिचा प्रभाव केवळ एका गावापुरता मर्यादित नव्हता. पुरातत्त्वीय संशोधनातून असे स्पष्ट झाले आहे की या संस्कृतीचा विस्तार महाराष्ट्रातील अनेक नदीखोऱ्यांमध्ये आणि दख्खनच्या पठाराच्या विस्तृत भागात झाला होता. गोदावरी, प्रवरा, भीमा, तापी आणि कृष्णा या नद्यांच्या खोऱ्यांमध्ये जोर्वे संस्कृतीची अनेक वस्तीस्थळे सापडली आहेत.नदीखोरे ही प्राचीन काळापासून मानवी वस्तींसाठी अत्यंत अनुकूल स्थाने मानली जातात. सुपीक गाळयुक्त जमीन, पाण्याची उपलब्धता आणि शेतीसाठी आवश्यक नैसर्गिक संसाधने यांमुळे जोर्वे

संस्कृतीतील लोकांनी प्रामुख्याने नदीकाठच्या प्रदेशांमध्ये वसाहती निर्माण केल्या. कृषी हा त्यांच्या जीवनाचा मुख्य आधार असल्यामुळे पाण्याच्या स्रोतांजवळ राहणे त्यांच्यासाठी आवश्यक होते. यामुळे महाराष्ट्रातील अनेक नदीखोऱ्यांमध्ये या संस्कृतीची केंद्रे विकसित झाली.

जोर्वे संस्कृतीच्या अभ्यासात काही स्थळांना विशेष महत्त्व प्राप्त झाले आहे. यांपैकी सर्वात महत्त्वाचे स्थळ म्हणजे **Jorwe.** येथे प्रथमच या संस्कृतीची वैशिष्ट्यपूर्ण मातीची भांडी आणि इतर अवशेष सापडले. त्यामुळे या स्थळाला या संस्कृतीचे नामकरणात्मक केंद्र मानले जाते.दुसरे अत्यंत महत्त्वाचे स्थळ म्हणजे **Nevasa.** या ठिकाणी झालेल्या उत्खननांतून विविध सांस्कृतिक स्तर आढळून आले आहेत. जोर्वे संस्कृतीशी संबंधित अनेक पुरावे येथे मिळाले असून त्यामुळे महाराष्ट्रातील ताम्रपाषाण जीवनाचा अभ्यास अधिक सखोलपणे करता आला आहे.**Daimabad** हे महाराष्ट्रातील सर्वात प्रसिद्ध पुरातत्त्वीय स्थळांपैकी एक आहे. येथे सापडलेल्या कांस्य शिल्पांमुळे या स्थळाला आंतरराष्ट्रीय महत्त्व प्राप्त झाले आहे. दायमाबादमधील उत्खननांमधून जोर्वे संस्कृतीच्या उत्तरकालीन टप्प्यांची

माहिती मिळते. येथे सापडलेल्या वस्तूंमुळे त्या काळातील कारागिरी, धातुकाम आणि सामाजिक जीवनाविषयी मौल्यवान माहिती उपलब्ध झाली आहे.**Inamgaon** हे आणखी एक महत्त्वाचे स्थळ आहे. इनामगाव येथे झालेल्या विस्तृत उत्खननांमधून प्राचीन ग्रामजीवनाचे अत्यंत स्पष्ट चित्र समोर आले. घरांची रचना, धान्यसाठा, शेतीची साधने, पशुपालनाचे पुरावे आणि दफनविधी यांमुळे त्या काळातील समाजजीवनाचा सखोल अभ्यास शक्य झाला आहे.

याशिवाय **Prakashe, Songaon** आणि **Chandoli** या स्थळांवरूनही जोर्वे संस्कृतीचे पुरावे सापडले आहेत. या सर्व स्थळांचा एकत्रित अभ्यास केल्यास जोर्वे संस्कृतीचा विस्तार महाराष्ट्राच्या मोठ्या भागात झालेला होता हे स्पष्ट होते.

जोर्वे संस्कृतीच्या भौगोलिक विस्ताराचा अभ्यास करताना हे दिसून येते की या संस्कृतीने स्थानिक पर्यावरणाशी यशस्वीपणे जुळवून घेतले होते. नदीखोरे, पठारी प्रदेश आणि कृषीयोग्य जमीन यांचा योग्य उपयोग करून त्यांनी स्थिर आणि संघटित समाजव्यवस्था निर्माण केली. त्यामुळे

जोर्वे संस्कृती ही केवळ एक स्थानिक संस्कृती नसून महाराष्ट्राच्या सांस्कृतिक विकासातील एक महत्त्वपूर्ण टप्पा मानली जाते.

अध्याय ५.३ : जोर्वे संस्कृतीतील वस्ती रचना आणि घरांची बांधणी

जोर्वे संस्कृतीच्या अभ्यासामध्ये वस्ती रचना आणि घरांची बांधणी हा अत्यंत महत्त्वाचा विषय मानला जातो. महाराष्ट्रातील विविध उत्खनन स्थळांवर सापडलेल्या पुराव्यांमुळे या संस्कृतीतील लोकांच्या दैनंदिन जीवनाचा, सामाजिक संघटनेचा आणि आर्थिक व्यवस्थेचा सखोल अभ्यास करता येतो. विशेषतः **Inamgaon, Jorwe, Nevasa** आणि **Daimabad** येथील उत्खननांमधून मिळालेल्या अवशेषांनी जोर्वे संस्कृतीतील ग्रामजीवनाचे स्पष्ट चित्र समोर आणले आहे.जोर्वे संस्कृतीतील लोक पूर्णपणे भटके नव्हते. त्यांनी कायमस्वरूपी वस्ती निर्माण केल्या होत्या. या वस्त्या प्रामुख्याने नदीकिनारी किंवां सुपीक जमिनीच्या जवळ वसलेल्या होत्या. पाण्याची उपलब्धता, शेतीसाठी योग्य जमीन आणि पशुपालनासाठी

आवश्यक कुरणे यांचा विचार करून वस्तीची निवड केली जात असे. त्यामुळे जोर्वे संस्कृतीतील बहुतांश गावे कृषीप्रधान अर्थव्यवस्थेवर आधारित होती.या संस्कृतीतील घरे मुख्यतः माती, लाकूड, बांबू आणि गवत यांचा वापर करून बांधली जात. घरांच्या भिंतींसाठी लाकडी खांब उभारून त्यावर फांद्या आणि मातीचा लेप दिला जात असे. या पद्धतीला आधुनिक पुरातत्वशास्त्रीय भाषेत **Wattle and Daub** असे म्हणतात. छप्पर गवत, पाने किंवा इतर नैसर्गिक साहित्याने तयार केलेले असे. अशा प्रकारची घरे उष्ण हवामानात राहण्यासाठी अनुकूल होती.

उत्खननांतून मिळालेल्या पुराव्यांवरून काही घरे गोलाकार, काही चौकोनी तर काही आयताकृती स्वरूपाची होती असे दिसून येते. घरांच्या आकारमानातही विविधता आढळते. काही घरे लहान कुटुंबांसाठी होती, तर काही मोठ्या घरांवरून विस्तारित कुटुंबव्यवस्था अस्तित्वात असल्याचे संकेत मिळतात. यावरून समाजात आर्थिक आणि सामाजिक स्तरांमध्ये काही प्रमाणात फरक असावा असा अंदाज व्यक्त केला जातो.घरांच्या आतील भागात चुली, धान्य साठवण्यासाठी खड्डे, मातीची भांडी ठेवण्याच्या जागा आणि

दैनंदिन वापराच्या वस्तू आढळून आल्या आहेत. चुलींच्या अवशेषांवरून अन्न शिजविण्याच्या पद्धतींचा अभ्यास करता येतो. धान्यसाठ्याच्या जागांवरून शेती आणि अन्नसुरक्षेला महत्त्व दिले जात होते हे स्पष्ट होते. काही घरांमध्ये धान्य ठेवण्यासाठी विशेष मातीची कोठारे किंवा साठवण खड्डे तयार केलेले होते.जोर्वे संस्कृतीतील वस्ती नियोजनही लक्षवेधी होते. घरे एकमेकांच्या जवळ बांधलेली असली तरी त्यामध्ये जाण्या-येण्यासाठी मोकळी जागा ठेवलेली होती. काही ठिकाणी घरांचे समूह आणि सार्वजनिक वापराच्या जागा वेगळ्या ओळखता येतात. यावरून ग्रामजीवन संघटित स्वरूपाचे होते असे दिसून येते. समाजातील लोकांमध्ये सहकार्य आणि सामूहिक कार्यपद्धती अस्तित्वात असावी.

Inamgaon येथे सापडलेल्या पुराव्यांवरून काही वस्तींच्या भोवती संरक्षणात्मक व्यवस्था असल्याचे संकेत मिळतात. पूर, वन्य प्राणी किंवा इतर धोक्यांपासून संरक्षणासाठी वस्तीची मांडणी काळजीपूर्वक केली जात असावी. यामुळे त्या काळातील लोकांची नियोजनक्षमता आणि पर्यावरणाविषयीची समज स्पष्ट होते.जोर्वे संस्कृतीतील

घरांची रचना केवळ निवाऱ्यापुरती मर्यादित नव्हती. ती त्या समाजाच्या आर्थिक, सामाजिक आणि सांस्कृतिक जीवनाचे प्रतिबिंब होती. घरांमधील साधने, मातीची भांडी, दागिने, धान्याचे अवशेष आणि इतर वस्तूंवरून त्या काळातील लोकांचे जीवनमान, कौशल्ये आणि जीवनशैली यांची माहिती मिळते.एकंदरीत पाहता, जोर्वे संस्कृतीतील वस्ती रचना आणि घरांची बांधणी या घटकांमधून महाराष्ट्रातील ताम्रपाषाण समाजाची प्रगत जीवनपद्धती दिसून येते. स्थिर वस्ती, कृषीप्रधान अर्थव्यवस्था, धान्यसाठा, नियोजित ग्रामरचना आणि सामाजिक सहकार्य या सर्व गोष्टींनी पुढील ऐतिहासिक संस्कृतींच्या विकासासाठी महत्त्वाचा पाया घातला.

अध्याय ५.४ : जोर्वे संस्कृतीतील शेती व पशुपालन

जोर्वे संस्कृतीची अर्थव्यवस्था मुख्यतः शेती आणि पशुपालनावर आधारित होती. महाराष्ट्रातील ताम्रपाषाण काळात कृषी उत्पादन हे समाजाच्या जीवनाचा केंद्रबिंदू बनले होते. गोदावरी, प्रवरा, भीमा आणि इतर नदीखोऱ्यांतील सुपीक जमिनीमुळे शेतीला पोषक वातावरण मिळाले. त्यामुळे जोर्वे संस्कृतीतील लोकांनी स्थिर ग्रामजीवन स्वीकारले आणि अन्न उत्पादनावर आधारित अर्थव्यवस्था विकसित केली.पुरातत्त्वीय उत्खननांमधून मिळालेल्या धान्यांच्या अवशेषांवरून असे दिसून येते की या संस्कृतीतील लोक विविध प्रकारची पिके घेत असत. गहू, बार्ली (जव), बाजरी, ज्वारी, हरभरा, मसूर आणि इतर कडधान्यांची लागवड केली जात होती. काही ठिकाणी तांदळाचेही मर्यादित पुरावे आढळले आहेत. या विविध पिकांमुळे अन्नपुरवठा अधिक सुरक्षित झाला आणि समाजाला स्थैर्य प्राप्त झाले.शेतीसाठी आवश्यक साधने

तयार करण्यामध्ये दगड आणि तांबे या दोन्हींचा वापर केला जात असे. कापणीसाठी धारदार दगडी पाती, खोदकामासाठी साधने आणि तांब्याच्या काही उपकरणांचा उपयोग होत असे. जरी आधुनिक अर्थाने नांगराचे स्पष्ट पुरावे मर्यादित असले तरी कृषी तंत्रज्ञानाचा विकास झालेला होता हे दिसून येते.

पावसावर आधारित शेती ही त्या काळातील मुख्य पद्धत होती. मान्सूनच्या आगमनानुसार पेरणी केली जात असे. नदीकिनारी असलेल्या वस्तींना पाण्याचा अतिरिक्त फायदा मिळत असे. त्यामुळे नदीखोऱ्यांमध्ये शेतीचे उत्पादन तुलनेने अधिक असावे. अन्नधान्याचा साठा करण्यासाठी विशेष खड्डे आणि कोठारे तयार केली जात असत. यामुळे दुष्काळ किंवा अन्नटंचाईच्या काळातही समाज टिकून राहू शकत होता.पशुपालन हे शेतीइतकेच महत्त्वाचे आर्थिक कार्य होते. उत्खननांमध्ये सापडलेल्या हाडांवरून गायी, बैल, मेंढ्या, शेळ्या आणि डुकरे पाळली जात असावीत असे दिसते. बैलांचा उपयोग शेतीसाठी आणि ओझे वाहण्यासाठी केला जात असावा. गायींपासून दूध आणि इतर दुग्धजन्य पदार्थ मिळत असत. मेंढ्या आणि शेळ्या मांस, दूध आणि

कातडी यांसाठी उपयुक्त ठरत असत.पशुपालनामुळे शेतीला मोठी मदत मिळत होती. जनावरांमुळे शेतीकामे सुलभ होत असावीत आणि शेणखतामुळे जमिनीची सुपीकता वाढत असावी. त्यामुळे शेती आणि पशुपालन यांचा परस्परपूरक संबंध विकसित झाला होता. हीच व्यवस्था पुढील अनेक शतकांपर्यंत भारतीय ग्रामीण जीवनाचा आधार राहिली.

जोर्वे संस्कृतीतील लोक केवळ अन्न उत्पादनापुरते मर्यादित नव्हते. अतिरिक्त उत्पादनामुळे वस्तुविनिमयालाही चालना मिळाली. एका गावातील लोक दुसऱ्या गावाशी धान्य, पशुधन, मातीची भांडी, दागिने किंवा इतर वस्तूंची देवाणघेवाण करत असावेत. त्यामुळे आर्थिक संबंध अधिक मजबूत झाले.अन्नसुरक्षा, पशुधनाची वाढ आणि कृषी उत्पादनातील स्थैर्य यांमुळे लोकसंख्येत वाढ झाली. मोठ्या वस्त्या निर्माण होऊ लागल्या आणि सामाजिक संघटनाही अधिक बळकट झाली. त्यामुळे जोर्वे संस्कृतीतील शेती आणि पशुपालन यांना केवळ आर्थिकच नव्हे तर सामाजिक आणि सांस्कृतिक महत्त्वही होते.जोर्वे संस्कृतीतील कृषी आणि पशुपालन व्यवस्थेचा अभ्यास केल्यास महाराष्ट्रातील प्रारंभिक कृषी संस्कृतींचा विकास समजून घेता येतो. स्थिर

ग्रामजीवन, अन्नसाठा, पशुधन व्यवस्थापन आणि उत्पादनाधारित अर्थव्यवस्था या सर्व गोष्टींनी पुढील ऐतिहासिक संस्कृतींसाठी मजबूत पाया घातला.

अध्याय ५.५ : जोर्वे संस्कृतीतील मातीची भांडी, हस्तकला आणि उद्योगधंदे

जोर्वे संस्कृतीच्या अभ्यासात मातीची भांडी, हस्तकला आणि विविध उद्योगधंदे यांना अत्यंत महत्त्वाचे स्थान आहे. पुरातत्त्वीय उत्खननांमधून प्राप्त झालेल्या वस्तूंवरून या संस्कृतीतील लोकांची कलात्मक अभिरुची, तांत्रिक कौशल्ये आणि आर्थिक जीवन यांचा सखोल अभ्यास करता येतो. महाराष्ट्रातील **Jorwe, Inamgaon, Nevasa** आणि **Daimabad** या स्थळांवरून मोठ्या प्रमाणावर मातीची भांडी, दागिने, साधने आणि हस्तकलाविषयक पुरावे प्राप्त झाले आहेत.जोर्वे संस्कृतीची सर्वात वैशिष्ट्यपूर्ण ओळख म्हणजे तिची मातीची भांडी होय. ही भांडी प्रामुख्याने लालसर किंवा नारिंगी रंगाची असून त्यांवर काळ्या रंगात विविध प्रकारचे नक्षीकाम केलेले आढळते. भांड्यांवर रेषा, त्रिकोण, चौकोन, वर्तुळे, जाळीदार आकृत्या आणि इतर

भूमितीय रचना काढलेल्या दिसतात. या नक्षीकामावरून त्या काळातील कारागिरांचे कौशल्य आणि सौंदर्यदृष्टी स्पष्ट होते. भांडी तयार करण्यासाठी निवडक माती वापरली जात असे आणि ती भट्टीमध्ये भाजून अधिक मजबूत केली जात असत.या भांड्यांचे अनेक प्रकार आढळतात. मोठे धान्यसाठवण मडके, पाणी साठवण्यासाठीची भांडी, स्वयंपाकासाठी वापरली जाणारी भांडी, वाट्या, ताटे आणि विविध आकारांची पात्रे यांचा त्यामध्ये समावेश होतो. काही भांडी दैनंदिन वापरासाठी होती, तर काही धार्मिक किंवा विशेष प्रसंगांसाठी वापरली जात असावीत. त्यामुळे भांड्यांच्या विविधतेतून त्या समाजातील जीवनपद्धतीचे प्रतिबिंब दिसते.

हस्तकलेच्या क्षेत्रातही जोर्वे संस्कृतीतील लोक प्रगत होते. उत्खननांतून मणी, बांगड्या, अलंकार आणि विविध सजावटी वस्तू सापडल्या आहेत. हे मणी माती, शंख, दगड आणि अर्धमौल्यवान खनिजांपासून तयार केलेले होते. यावरून अलंकारप्रेम आणि सौंदर्याभिरुची विकसित झालेली होती हे स्पष्ट होते. स्त्री-पुरुष दोघेही विविध प्रकारचे अलंकार वापरत असावेत असा अंदाज व्यक्त केला

जातो.दगडी आणि तांब्याच्या साधनांची निर्मितीही या संस्कृतीतील महत्त्वाचा उद्योग होता. दगडापासून धारदार पाती, कुऱ्हाडी, खरवडणी आणि इतर साधने तयार केली जात. तांब्यापासून सु-या, बाणांची टोके, अलंकार आणि इतर उपयुक्त वस्तू बनविल्या जात. धातुकामाचे हे प्रारंभिक स्वरूप महाराष्ट्रातील तांत्रिक विकासाच्या इतिहासातील एक महत्त्वाचा टप्पा मानला जातो.जोर्वे संस्कृतीतील लोक विविध प्रकारच्या कारागिरीत निपुण होते. कुंभार, धातुकाम करणारे कारागीर, दागिने तयार करणारे कारागीर आणि दगडी साधननिर्माते असे वेगवेगळे व्यावसायिक गट अस्तित्वात असावेत. श्रमविभाजनाची ही प्रक्रिया समाजाच्या आर्थिक विकासासाठी महत्त्वाची ठरली. यामुळे उत्पादनक्षमता वाढली आणि वस्तूंची देवाणघेवाण सुलभ झाली.उद्योगधंद्यांच्या विकासामुळे वस्तुविनिमयालाही चालना मिळाली. विविध वस्त्या आणि प्रदेशांमध्ये वस्तूंची देवाणघेवाण होत असावी. काही ठिकाणी स्थानिक स्तरावर उपलब्ध नसलेल्या वस्तू आढळल्यामुळे दूरवरच्या प्रदेशांशी संपर्क असल्याचे संकेत मिळतात. या व्यापारसंबंधांमुळे आर्थिक आणि सांस्कृतिक देवाणघेवाण वाढली.जोर्वे

संस्कृतीतील हस्तकला आणि उद्योगधंदे हे केवळ उपजीविकेचे साधन नव्हते, तर त्या समाजाच्या सांस्कृतिक ओळखीचा एक महत्त्वाचा भाग होते. मातीची भांडी, अलंकार, साधने आणि इतर वस्तूंमधून त्या काळातील लोकांचे कौशल्य, सर्जनशीलता आणि जीवनमान यांचे दर्शन घडते. त्यामुळे या क्षेत्राचा अभ्यास महाराष्ट्राच्या प्राचीन इतिहासाच्या समजासाठी अत्यंत आवश्यक मानला जातो

अध्याय ५.६ : जोर्वे संस्कृतीतील समाजरचना, धर्म आणि श्रद्धा

जोर्वे संस्कृतीचा अभ्यास करताना समाजरचना, धार्मिक श्रद्धा आणि सांस्कृतिक जीवन या घटकांना विशेष महत्त्व प्राप्त होते. जरी या संस्कृतीतील लोकांनी लिखित नोंदी मागे सोडलेल्या नसल्या, तरी उत्खननांतून मिळालेल्या घरांचे अवशेष, दफनविधी, मातीच्या मूर्ती, अलंकार आणि इतर वस्तूंवरून त्यांच्या सामाजिक व धार्मिक जीवनाचा अंदाज बांधता येतो. या पुराव्यांमुळे जोर्वे संस्कृती केवळ कृषीप्रधान समाज नव्हती, तर तिच्याकडे विकसित सामाजिक आणि सांस्कृतिक परंपराही होत्या हे स्पष्ट होते.जोर्वे संस्कृतीतील समाजाचे मूलभूत एकक कुटुंब होते. उत्खननांतून सापडलेल्या घरांच्या आकारमानावरून लहान आणि मोठी दोन्ही प्रकारची कुटुंबे अस्तित्वात असावीत असे दिसते. काही घरे तुलनेने मोठी असल्यामुळे संयुक्त कुटुंबपद्धतीचा प्रारंभिक स्वरूपात विकास झालेला असावा. समाजामध्ये श्रमविभाजन अस्तित्वात होते. काही लोक शेती करत, काही

पशुपालन, तर काही कारागिरी, मातीची भांडी बनविणे किंवा धातुकाम यांसारख्या व्यवसायांत गुंतलेले असावेत.समाजामध्ये सहकार्य आणि परस्परावलंबनाला महत्त्व होते. कृषीप्रधान जीवनशैलीमुळे सामूहिक श्रमांची गरज निर्माण होत असे. पेरणी, कापणी, धान्यसाठा आणि पशुपालन यांसारख्या कार्यांमध्ये गावातील लोक एकत्रितपणे सहभागी होत असावेत. यामुळे ग्रामजीवन अधिक संघटित झाले आणि सामाजिक ऐक्य निर्माण झाले.

धार्मिक श्रद्धांच्या बाबतीत जोर्वे संस्कृतीतील लोक निसर्गाशी घनिष्ठपणे जोडलेले होते असे दिसते. पाऊस, नद्या, सूर्य, पृथ्वी आणि प्रजननशक्ती यांना विशेष महत्त्व दिले जात असावे. शेती हा जीवनाचा मुख्य आधार असल्यामुळे नैसर्गिक शक्तींविषयी आदर आणि श्रद्धा निर्माण होणे स्वाभाविक होते. काही उत्खनन स्थळांवर सापडलेल्या मातीच्या स्त्री-मूर्तींवरून मातृदेवतेची उपासना केली जात असावी असा अंदाज व्यक्त केला जातो. तथापि, अशा निष्कर्षांबाबत संशोधक सावध भूमिका घेतात आणि उपलब्ध पुराव्यांच्या आधारेच मत मांडतात.धार्मिक जीवनात फलप्रजनन आणि समृद्धी यांना महत्त्वाचे स्थान

असावे. कृषीप्रधान समाजांमध्ये चांगले पीक, पशुधनाची वाढ आणि कुटुंबाची समृद्धी या गोष्टींना विशेष महत्त्व दिले जाते. त्यामुळे या संकल्पनांशी संबंधित श्रद्धा आणि विधी अस्तित्वात असण्याची शक्यता आहे. तथापि, लिखित पुरावे उपलब्ध नसल्यामुळे या बाबतीत निश्चित निष्कर्ष काढणे कठीण आहे.

जोर्वे संस्कृतीतील दफनविधींचे पुरावे विशेष महत्त्वाचे मानले जातात. अनेक ठिकाणी मृत व्यक्तींना घरांच्या परिसरात किंवा वस्तीच्या जवळ दफन केले जात असल्याचे आढळून आले आहे. काही बालकांचे दफन मोठ्या मडक्यांमध्ये केलेले सापडले आहे. याला **"Urn Burial"** असे म्हटले जाते. या दफनविधींवरून मृत्यूनंतरच्या जीवनाविषयी काही धार्मिक कल्पना अस्तित्वात असाव्यात असे दिसते. काही दफनांमध्ये मातीची भांडी किंवा इतर वस्तू ठेवलेल्या आढळतात, ज्यावरून मृत व्यक्तीला परलोकातील जीवनासाठी आवश्यक वस्तू दिल्या जात असाव्यात असा अंदाज व्यक्त केला जातो.अलंकार, मणी आणि सजावटी वस्तूंच्या वापरावरून समाजात सौंदर्यदृष्टी विकसित झालेली होती. स्त्री-पुरुष दोघेही विविध प्रकारचे अलंकार वापरत

असावेत. यावरून सांस्कृतिक जीवन समृद्ध होते आणि वैयक्तिक ओळख व्यक्त करण्याची प्रवृत्ती अस्तित्वात होती असे दिसते.

जोर्वे संस्कृतीतील समाजरचना आणि धार्मिक श्रद्धांचा अभ्यास केल्यास महाराष्ट्रातील प्रारंभिक कृषी समाजांचे मानसिक, सामाजिक आणि सांस्कृतिक जीवन समजून घेण्यास मदत होते. स्थिर ग्रामजीवन, सामूहिक सहकार्य, निसर्गावरील श्रद्धा आणि मृतांविषयी आदर या मूल्यांनी पुढील ऐतिहासिक संस्कृतींच्या विकासात महत्त्वाची भूमिका बजावली असावी.

अध्याय ५.७ : जोर्वे संस्कृतीतील दफनविधी आणि पुरातत्त्वीय निष्कर्ष

जोर्वे संस्कृतीच्या अभ्यासात दफनविधींना अत्यंत महत्त्वाचे स्थान आहे. प्राचीन समाजांचे धार्मिक विश्वास, सामाजिक रचना, कौटुंबिक जीवन आणि मृत्यूविषयक कल्पना समजून घेण्यासाठी दफनविधी हे एक महत्त्वाचे साधन मानले जाते. महाराष्ट्रातील **Inamgaon, Jorwe, Nevasa** आणि इतर ताम्रपाषाण स्थळांवर सापडलेल्या दफनांमुळे जोर्वे संस्कृतीतील लोकांच्या जीवनदृष्टीची माहिती मिळते.जोर्वे संस्कृतीतील लोक मृत व्यक्तींना दफन करण्याची पद्धत वापरत असत. अनेक ठिकाणी मृतदेहांना वस्तीच्या परिसरात किंवा घरांच्या जवळ पुरलेले आढळले आहे. यावरून मृत व्यक्ती आणि कुटुंब यांच्यातील नाते मृत्यूनंतरही महत्त्वाचे मानले जात असावे. काही संशोधकांच्या मते, पूर्वजांप्रती आदरभाव आणि स्मरण

यांच्याशी या प्रथांचा संबंध असू शकतो.बालकांच्या दफनविधींमध्ये विशेष वैशिष्ट्य आढळते. अनेक ठिकाणी लहान मुलांचे सांगाडे मोठ्या मातीच्या मडक्यांमध्ये ठेवून दफन केलेले आढळले आहेत. या प्रकाराला **"Urn Burial"** असे म्हटले जाते. भारतातील अनेक ताम्रपाषाण आणि प्रागैतिहासिक संस्कृतींमध्ये अशी प्रथा दिसून येते. यावरून बालकांसाठी स्वतंत्र दफनपरंपरा अस्तित्वात असावी असे दिसते.प्रौढ व्यक्तींच्या दफनांमध्येही विविधता आढळते. काही ठिकाणी मृतदेह पूर्णपणे पसरलेल्या अवस्थेत पुरलेले आढळतात, तर काही ठिकाणी वाकलेल्या स्थितीत दफन केलेले सांगाडे सापडले आहेत. या भिन्न पद्धतींवरून धार्मिक श्रद्धा, सामाजिक परंपरा किंवा कालानुसार झालेला बदल यांचे संकेत मिळू शकतात. काही दफनांमध्ये मृत व्यक्तीबरोबर मातीची भांडी, मणी किंवा इतर वस्तू ठेवलेल्या आढळल्या आहेत. यावरून मृत्यूनंतरच्या जीवनाविषयी काही कल्पना अस्तित्वात असाव्यात असा अंदाज व्यक्त केला जातो. तथापि, उपलब्ध पुरावे मर्यादित असल्यामुळे याबाबत निश्चित निष्कर्ष काढताना सावधगिरी आवश्यक आहे.पुरातत्त्वीय अभ्यासामुळे त्या काळातील

लोकांच्या आरोग्याविषयीही माहिती मिळते. सांगाड्यांच्या विश्लेषणावरून व्यक्तींचे वय, उंची, काही आजारांचे संकेत आणि आहाराची माहिती मिळू शकते. जोर्वे संस्कृतीतील लोकांचा आहार मुख्यतः धान्ये, कडधान्ये, पशुपालनातून मिळणारे अन्न आणि काही प्रमाणात शिकार यांवर आधारित असावा. हाडांच्या अभ्यासातून या बाबींचा अंदाज लावला जातो.

दफनविधींच्या अभ्यासातून समाजातील काही सामाजिक फरकांचाही शोध घेता येतो. उदाहरणार्थ, काही दफनांमध्ये अधिक वस्तू आढळतात, तर काहींमध्ये कमी. यावरून समाजात प्रतिष्ठा, वय किंवा भूमिकेनुसार काही भिन्नता असण्याची शक्यता संशोधकांनी मांडली आहे. मात्र या विषयावर अजूनही संशोधन सुरू आहे.जोर्वे संस्कृतीतील दफनविधी महाराष्ट्राच्या प्रागैतिहासिक इतिहासासाठी अत्यंत मौल्यवान माहिती पुरवतात. ते केवळ मृत्यूशी संबंधित प्रथा दर्शवत नाहीत, तर त्या काळातील लोकांच्या श्रद्धा, कुटुंबव्यवस्था, सामाजिक संबंध आणि जीवनदृष्टी यांचेही दर्शन घडवतात. त्यामुळे दफनविधींचा अभ्यास हा

जोर्वे संस्कृती समजून घेण्यासाठी एक महत्त्वाचा घटक मानला जातो.

जोर्वे संस्कृती ही महाराष्ट्रातील ताम्रपाषाण काळातील सर्वात प्रभावी आणि व्यापक संस्कृतींपैकी एक होती. तिच्या माध्यमातून कृषीप्रधान ग्रामजीवन, हस्तकला, मातीची भांडी, पशुपालन, सामाजिक संघटना आणि धार्मिक श्रद्धांचा विकास झालेला दिसून येतो. जोर्वे, इनामगाव, नेवासा आणि दायमाबाद यांसारख्या स्थळांवरील पुरातत्त्वीय संशोधनामुळे महाराष्ट्राच्या प्रागैतिहासिक इतिहासाचे अधिक स्पष्ट आणि वैज्ञानिक चित्र उभे राहिले आहे. जोर्वे संस्कृतीने पुढील ऐतिहासिक संस्कृतींसाठी महत्त्वाचा पाया घातला आणि म्हणूनच ती महाराष्ट्राच्या सांस्कृतिक इतिहासातील एक मैलाचा दगड मानली जाते.

अध्याय ६.२ : दायमाबादचे उत्खनन – संशोधक, शोध आणि पुरातत्त्वीय निष्कर्ष

दायमाबाद हे महाराष्ट्रातील सर्वात महत्त्वाच्या पुरातत्त्वीय स्थळांपैकी एक आहे. या स्थळाच्या संशोधनामुळे महाराष्ट्राच्या प्रागैतिहासिक आणि ताम्रपाषाण काळाविषयी अनेक नवीन माहिती उपलब्ध झाली. प्रवरा नदीच्या खोऱ्यात वसलेल्या या स्थळाने भारतीय पुरातत्त्वशास्त्रात एक विशेष स्थान प्राप्त केले आहे. येथे झालेल्या उत्खननांमधून विविध सांस्कृतिक स्तर, वस्तींचे अवशेष, मातीची भांडी, धातूंच्या वस्तू, दफनविधी आणि इतर अनेक पुरावे सापडले आहेत.दायमाबादचे महत्त्व प्रथम संशोधकांच्या लक्षात आले तेव्हा या परिसरात पृष्ठभागावर अनेक प्राचीन वस्तू आढळत होत्या. त्यानंतर व्यवस्थित सर्वेक्षण आणि उत्खनन मोहिमा सुरू करण्यात आल्या. या उत्खननांमध्ये भारतीय पुरातत्त्वशास्त्रातील अनेक

संशोधकांनी योगदान दिले. उत्खननाचे मुख्य उद्दिष्ट या प्रदेशातील प्राचीन संस्कृतींचा कालक्रम, जीवनपद्धती आणि सांस्कृतिक विकास समजून घेणे हे होते.उत्खननादरम्यान संशोधकांना विविध सांस्कृतिक स्तर आढळले. प्रत्येक स्तर एका विशिष्ट कालखंडाचे प्रतिनिधित्व करीत होता. त्यामुळे दायमाबादमध्ये अनेक शतकांपर्यंत मानवी वस्ती अस्तित्वात होती हे स्पष्ट झाले. सावळदा संस्कृती, माळवा संस्कृती आणि जोर्वे संस्कृतीशी संबंधित पुरावे येथे प्राप्त झाले आहेत. यामुळे दायमाबाद हे एका संस्कृतीपुरते मर्यादित नसून अनेक सांस्कृतिक परंपरांचे केंद्र होते असे दिसून येते.

उत्खननांतून मोठ्या प्रमाणावर मातीची भांडी सापडली. या भांड्यांचे आकार, रंग, नक्षीकाम आणि निर्मिती तंत्र यांवरून विविध सांस्कृतिक टप्प्यांची ओळख पटविण्यात संशोधकांना मदत झाली. काही भांड्यांवर केलेले भूमितीय नक्षीकाम त्या काळातील कलात्मक कौशल्याचे द्योतक मानले जाते. भांड्यांच्या अभ्यासामुळे त्या काळातील अन्नसाठवण, स्वयंपाक आणि दैनंदिन जीवनाविषयी माहिती मिळते.दायमाबादच्या उत्खननातील सर्वात प्रसिद्ध शोध

म्हणजे कांस्य वस्तूंचा संच होय. या वस्तूंमध्ये प्राणी आणि वाहनांच्या प्रतिकृतींचा समावेश असल्याचे नोंदवले गेले आहे. या शोधामुळे त्या काळातील धातुकाम तंत्रज्ञानाचा उच्च दर्जा स्पष्ट होतो. तांबे आणि कांस्य यांचा वापर केवळ साधनांसाठीच नव्हे तर कलात्मक निर्मितीसाठीही केला जात होता.घरांचे अवशेष, चुली, धान्यसाठवण खड्डे आणि विविध दैनंदिन वापराच्या वस्तू यांवरून दायमाबादमधील लोक स्थिर ग्रामजीवन जगत होते असे दिसते. शेती आणि पशुपालन हे त्यांच्या अर्थव्यवस्थेचे मुख्य आधार होते. धान्यांचे अवशेष, प्राण्यांची हाडे आणि कृषी साधने यांवरून या निष्कर्षांना आधार मिळतो.

मानवी सांगाडे आणि दफनविधींचे पुरावेही येथे सापडले आहेत. या पुराव्यांमुळे त्या काळातील लोकांचे आरोग्य, आहार, आयुर्मान आणि धार्मिक श्रद्धा यांचा अभ्यास करता येतो. काही दफनांमध्ये भांडी आणि इतर वस्तू आढळल्यामुळे मृत्यूनंतरच्या जीवनाविषयी काही श्रद्धा अस्तित्वात असाव्यात असा अंदाज व्यक्त केला जातो.दायमाबादच्या उत्खननांनी महाराष्ट्राच्या इतिहासाला नवे परिमाण दिले. या संशोधनामुळे प्रागैतिहासिक महाराष्ट्र

हा केवळ शिकारी आणि भटक्या लोकांचा प्रदेश नव्हता, तर विकसित कृषी, हस्तकला, धातुकाम आणि सामाजिक संघटनांनी समृद्ध असा प्रदेश होता हे सिद्ध झाले. त्यामुळे दायमाबाद हे भारतीय पुरातत्वशास्त्रातील एक मैलाचा दगड मानले जाते.

अध्याय ६.३ : दायमाबादची कांस्य शिल्पे आणि त्यांचे ऐतिहासिक महत्त्व

दायमाबाद या पुरातत्त्वीय स्थळाला जागतिक स्तरावर प्रसिद्धी मिळवून देणारा सर्वात महत्त्वाचा शोध म्हणजे येथे सापडलेली कांस्य शिल्पे होय. महाराष्ट्राच्या प्रागैतिहासिक इतिहासाच्या अभ्यासात या शिल्पांना विशेष स्थान आहे. भारतीय उपखंडातील ताम्रपाषाण संस्कृतींच्या इतिहासात इतक्या मोठ्या आणि कलात्मक कांस्य वस्तूंचा शोध अत्यंत दुर्मिळ मानला जातो. त्यामुळे दायमाबादचा उल्लेख भारतीय पुरातत्त्वशास्त्रातील एक महत्त्वाचा टप्पा म्हणून केला जातो.दायमाबाद येथे सापडलेल्या कांस्य वस्तूंमध्ये प्राण्यांच्या आणि वाहनांच्या प्रतिकृतींचा समावेश आहे. या वस्तू कांस्य धातूपासून तयार करण्यात आल्या होत्या. त्यांची निर्मिती अत्यंत कौशल्यपूर्ण पद्धतीने करण्यात आली असल्याचे दिसून येते. या शिल्पांवरून त्या काळातील

कारागिरांना धातू वितळविणे, साचे तयार करणे आणि कलात्मक आकृती निर्माण करणे या तंत्रांचे ज्ञान होते हे स्पष्ट होते.या शिल्पांमध्ये हत्ती, गेंडा, बैल आणि रथाशी संबंधित प्रतिकृती विशेष उल्लेखनीय मानल्या जातात. प्राण्यांचे शरीर, आकार आणि हालचाली दाखविण्याचा प्रयत्न या शिल्पांमध्ये दिसून येतो. त्यामुळे या वस्तूंना केवळ उपयुक्त वस्तू न मानता कलात्मक निर्मिती म्हणूनही पाहिले जाते. प्राचीन समाजातील कलादृष्टी, प्रतीकात्मक विचार आणि तांत्रिक कौशल्य यांचे हे उत्कृष्ट उदाहरण मानले जाते.

दायमाबादची कांस्य शिल्पे त्या काळातील धातुकाम तंत्रज्ञानाच्या प्रगतीची साक्ष देतात. धातू वितळवून साच्यात ओतण्याची प्रक्रिया अत्यंत जटिल मानली जाते. यासाठी योग्य तापमान, धातूचे मिश्रण आणि साच्यांची अचूक रचना आवश्यक असते. या शिल्पांच्या निर्मितीतून त्या काळातील कारागिरांचे ज्ञान आणि अनुभव स्पष्टपणे दिसून येतात.या शिल्पांचा सामाजिक आणि धार्मिक संदर्भही महत्त्वाचा आहे. काही संशोधकांच्या मते, या वस्तू धार्मिक विधींशी किंवा प्रतिष्ठेच्या प्रतीकांशी संबंधित असू शकतात. प्राणी आणि

वाहनांच्या प्रतिकृतींना त्या काळातील समाजात विशेष प्रतीकात्मक महत्त्व असावे. तथापि, लिखित पुरावे उपलब्ध नसल्यामुळे या वस्तूंचा नेमका उपयोग निश्चितपणे सांगता येत नाही.दायमाबादच्या कांस्य शिल्पांमुळे महाराष्ट्राचा ताम्रपाषाण समाज तांत्रिकदृष्ट्या विकसित होता हे स्पष्ट होते. या समाजात केवळ शेती आणि पशुपालन नव्हते, तर विशेष कौशल्य असलेले कारागीर, धातुकाम करणारे तज्ज्ञ आणि कलात्मक परंपरा देखील अस्तित्वात होत्या. यावरून समाजात श्रमविभाजन आणि विशेष व्यवसायांचा विकास झालेला होता असे दिसते.

भारतीय पुरातत्त्वशास्त्रात दायमाबादच्या कांस्य वस्तूंना विशेष स्थान प्राप्त झाले आहे. या वस्तूंनी महाराष्ट्राच्या प्रागैतिहासिक इतिहासाकडे पाहण्याचा दृष्टिकोन बदलला. पूर्वी प्रागैतिहासिक समाज तुलनेने साधे मानले जात असत; परंतु दायमाबादच्या शोधांमुळे त्या समाजात तांत्रिक कौशल्य, कलात्मक अभिव्यक्ती आणि सांस्कृतिक प्रगल्भता अस्तित्वात होती हे सिद्ध झाले.इतिहासाच्या दृष्टीने या शिल्पांचे महत्त्व केवळ त्यांच्या सौंदर्यात नाही, तर त्या ज्या समाजातून निर्माण झाल्या त्या समाजाच्या

प्रगतीचे प्रतीक म्हणून आहे. या वस्तूंमुळे महाराष्ट्रातील प्राचीन कारागिरी, धातुकाम आणि सांस्कृतिक विकासाचा अभ्यास अधिक सखोलपणे करता येतो. त्यामुळे दायमाबादची कांस्य शिल्पे ही महाराष्ट्राच्या सांस्कृतिक वारशातील एक अमूल्य ठेवा मानली जातात.

अध्याय ६.४ : दायमाबादचे समाजजीवन, शेती आणि अर्थव्यवस्था

दायमाबाद हे महाराष्ट्रातील ताम्रपाषाण युगातील एक विकसित वस्ती केंद्र होते. येथे झालेल्या उत्खननांमधून मिळालेल्या पुराव्यांवरून तेथील लोकांचे समाजजीवन, शेती, पशुपालन, हस्तकला आणि आर्थिक व्यवहार यांचा सखोल अभ्यास करता येतो. प्रवरा नदीच्या सुपीक खोऱ्यात वसलेल्या या वस्तीने दीर्घकाळ टिकून राहिलेली कृषीप्रधान संस्कृती विकसित केली होती. त्यामुळे दायमाबादचा अभ्यास महाराष्ट्राच्या प्राचीन आर्थिक आणि सामाजिक इतिहासासाठी अत्यंत महत्त्वाचा मानला जातो.दायमाबादमधील समाजाचे मूलभूत केंद्र कुटुंब आणि गाव ही होती. उत्खननांतून सापडलेल्या घरांच्या रचनेवरून लोक स्थिर वसाहतींमध्ये राहत होते हे स्पष्ट होते. घरे प्रामुख्याने माती, लाकूड आणि गवत यांच्या साहाय्याने

बांधलेली होती. काही घरे लहान कुटुंबांसाठी तर काही तुलनेने मोठ्या आकाराची असल्यामुळे संयुक्त कुटुंबव्यवस्थेचे प्रारंभिक स्वरूप अस्तित्वात असावे असा अंदाज व्यक्त केला जातो. गावातील लोकांमध्ये परस्पर सहकार्याची भावना असावी, कारण शेती, धान्यसाठवण आणि इतर कामांसाठी सामूहिक श्रम आवश्यक होते.

दायमाबादच्या अर्थव्यवस्थेचा मुख्य आधार शेती होता. उत्खननांतून मिळालेल्या वनस्पती अवशेषांच्या अभ्यासावरून गहू, जव (बार्ली), बाजरी, हरभरा, मसूर आणि इतर कडधान्यांची लागवड केली जात असावी असे दिसते. नदीखोऱ्यांतील सुपीक जमीन आणि पावसावर आधारित कृषी पद्धतीमुळे अन्न उत्पादन शक्य झाले. धान्यसाठ्यासाठी विशेष खड्डे आणि कोठारे तयार केली जात असत. यामुळे अन्नधान्य दीर्घकाळ सुरक्षित ठेवता येत असे आणि दुष्काळासारख्या संकटांवर मात करणे शक्य होत असे.पशुपालन हे शेतीला पूरक असे महत्त्वाचे आर्थिक कार्य होते. उत्खननांतून मिळालेल्या प्राण्यांच्या हाडांवरून गायी, बैल, मेंढ्या, शेळ्या आणि डुकरे पाळली जात असावीत असे दिसून येते. बैलांचा उपयोग शेतीकामांसाठी आणि

वाहतुकीसाठी केला जात असावा. गायींपासून दूध मिळत असे, तर मेंढ्या आणि शेळ्या अन्न, दूध आणि कातडी यांसाठी उपयुक्त ठरत असत. पशुधन हे त्या काळातील संपत्तीचे एक महत्त्वाचे प्रतीक मानले जात असावे.

दायमाबादमधील लोक विविध प्रकारच्या हस्तकलेतही प्रवीण होते. मातीची भांडी तयार करणे, दगडी साधने बनविणे, मणी आणि अलंकारांची निर्मिती तसेच धातुकाम हे महत्त्वाचे उद्योगधंदे होते. कुंभार, कारागीर आणि धातुकाम करणारे तज्ज्ञ समाजात अस्तित्वात होते असे पुराव्यांवरून दिसते. यावरून श्रमविभाजनाची प्रक्रिया सुरू झालेली होती असे मानता येते.व्यापार आणि वस्तुविनिमय यांनाही अर्थव्यवस्थेत महत्त्वाचे स्थान होते. काही उत्खननांमध्ये अशा वस्तू सापडल्या आहेत ज्या स्थानिक पातळीवर उपलब्ध नव्हत्या. यावरून इतर प्रदेशांशी संपर्क आणि वस्तूंची देवाणघेवाण होत असा निष्कर्ष काढला जातो. व्यापारामुळे नवीन तंत्रज्ञान, कल्पना आणि सांस्कृतिक प्रभाव समाजात पोहोचत असावेत.दायमाबादच्या समाजजीवनात स्त्री आणि पुरुष दोघांचीही महत्त्वपूर्ण भूमिका असावी. शेती, पशुपालन, अन्नप्रक्रिया, हस्तकला

आणि कौटुंबिक जबाबदाऱ्या यांमध्ये दोघांचाही सहभाग असण्याची शक्यता आहे. अलंकार, मणी आणि सजावटी वस्तूंवरून त्या समाजात सौंदर्यदृष्टी आणि सांस्कृतिक अभिरुची विकसित झालेली होती हे दिसून येते.दायमाबादच्या समाजजीवनाचा आणखी एक महत्त्वाचा पैलू म्हणजे सामुदायिक जीवन. गावातील लोक कृषी आणि इतर आर्थिक कार्यांमध्ये परस्पर सहकार्य करत असावेत. यामुळे सामाजिक ऐक्य आणि संघटनशक्ती निर्माण झाली. अशा संघटित ग्रामजीवनामुळेच वस्ती दीर्घकाळ टिकून राहू शकली.एकंदरीत पाहता, दायमाबादची अर्थव्यवस्था कृषी, पशुपालन, हस्तकला आणि वस्तुविनिमय यांवर आधारित होती. या सर्व घटकांनी मिळून एक स्थिर आणि समृद्ध समाजव्यवस्था निर्माण केली. त्यामुळे दायमाबाद हे महाराष्ट्रातील प्रागैतिहासिक आर्थिक विकासाचे एक उत्कृष्ट उदाहरण मानले जाते.

अध्याय ६.५ : दायमाबादचे धर्म, श्रद्धा आणि दफनविधी

प्रस्तावना

मानवी संस्कृतीच्या इतिहासात धर्म, श्रद्धा आणि मृत्यूसंबंधीच्या कल्पना यांना अत्यंत महत्त्वाचे स्थान आहे. कोणत्याही समाजाच्या मानसिक, सांस्कृतिक आणि सामाजिक विकासाचा अभ्यास करताना त्यांची धार्मिक श्रद्धा, उपासना पद्धती आणि दफनविधी यांचा अभ्यास अपरिहार्य ठरतो. दायमाबादमध्ये लिखित पुरावे उपलब्ध नसले तरी पुरातत्त्वीय अवशेषांच्या साहाय्याने त्या समाजाच्या धार्मिक जीवनाचा काही प्रमाणात अंदाज बांधता येतो.प्राचीन मानवासाठी निसर्ग हा जीवनाचा मुख्य आधार होता. पाऊस, सूर्य, नदी, जमीन, वनस्पती आणि प्राणी यांच्यावर त्यांचे अस्तित्व अवलंबून होते. त्यामुळे दायमाबादमधील लोकांनी निसर्गशक्तींविषयी आदर, भीती आणि श्रद्धा बाळगली असावी. कृषीप्रधान

जीवनपद्धतीमुळे पाऊस आणि सुपीक जमीन यांना विशेष धार्मिक महत्त्व प्राप्त झाले असावे.

धार्मिक श्रद्धांचा पुरातत्त्वीय अभ्यास

धर्माचा अभ्यास करताना पुरातत्त्वशास्त्रज्ञांना मोठे आव्हान असते, कारण प्रागैतिहासिक समाजांनी लिखित नोंदी मागे सोडलेल्या नसतात. त्यामुळे धार्मिक जीवनाविषयीचे निष्कर्ष अप्रत्यक्ष पुराव्यांवर आधारित असतात. दायमाबादमध्ये सापडलेल्या वस्तूंमध्ये: मातीच्या मूर्ती, विशेष प्रकारची भांडी, दफनविधींशी संबंधित वस्तू, प्रतीकात्मक आकृत्या, अलंकार यांचा समावेश होतो.या वस्तूंवरून त्या समाजात काही धार्मिक किंवा विधीपर परंपरा अस्तित्वात होत्या असे दिसून येते. तथापि, इतिहासकार पुरावे नसताना निश्चित दावे टाळतात. म्हणून "असावे", "संभावना आहे", "अंदाज व्यक्त केला जातो" अशी भाषा शैक्षणिक लेखनात वापरली जाते.

दायमाबादच्या लोकांचे जीवन पूर्णपणे निसर्गाशी जोडलेले होते. प्रवरा नदीच्या खोऱ्यातील सुपीक जमीन त्यांच्या

शेतीचा आधार होती. त्यामुळे नदीला पवित्र मानले जात असावे.सूर्य हा प्रकाश, उष्णता आणि पिकांच्या वाढीचा स्रोत असल्यामुळे त्याच्याविषयी विशेष आदर असण्याची शक्यता आहे. तसेच पाऊस हा अन्नउत्पादनाचा आधार असल्यामुळे पर्जन्याशी संबंधित श्रद्धा अस्तित्वात असाव्यात.भारतातील अनेक प्रागैतिहासिक संस्कृतींमध्ये निसर्गपूजेचे संकेत आढळतात. दायमाबादमध्येही अशीच परिस्थिती असण्याची शक्यता संशोधकांनी व्यक्त केली आहे.

मातृदेवतेची संकल्पना भारतातील अनेक ताम्रपाषाण स्थळांवर मातीच्या स्त्रीमूर्ती आढळल्या आहेत. काही संशोधक या मूर्तींना मातृदेवतेचे प्रतीक मानतात.मातृदेवतेची संकल्पना प्रजनन, समृद्धी आणि जीवननिर्मितीशी संबंधित असते. कृषीप्रधान समाजात चांगले पीक, पशुधनाची वाढ आणि लोकसंख्येची वाढ यांना विशेष महत्त्व असल्यामुळे अशा श्रद्धा विकसित झाल्या असाव्यात.तथापि, प्रत्येक स्त्रीमूर्ती ही देवतेचीच मूर्ती होती असे निश्चितपणे म्हणता येत नाही. काही

मूर्ती खेळणी किंवा सजावटी वस्तू देखील असू शकतात. म्हणून इतिहासकार या विषयावर सावध भूमिका घेतात.

दफनविधींचे महत्त्व

दायमाबादमध्ये सापडलेल्या दफनांमुळे त्या समाजाच्या धार्मिक जीवनाची महत्त्वपूर्ण माहिती मिळते. मृत्यू हा मानवी जीवनातील अत्यंत महत्त्वाचा टप्पा मानला जातो. प्रत्येक समाज मृत व्यक्तींविषयी विशिष्ट श्रद्धा आणि संस्कार विकसित करतो.दायमाबादमध्ये सापडलेल्या दफनांवरून असे दिसते की मृत व्यक्तींना नियोजित पद्धतीने पुरले जात असे. हे केवळ मृतदेहाची विल्हेवाट लावण्याचे साधन नव्हते, तर त्यामागे धार्मिक आणि सामाजिक अर्थही असावा.दायमाबादमधील दफनांचे प्रकार, सांगाड्यांचा अभ्यास आणि मृत्यूनंतरच्या जीवनाविषयीच्या कल्पना दायमाबाद येथील उत्खननांमध्ये सापडलेल्या दफनांमुळे त्या काळातील लोकांच्या धार्मिक श्रद्धा, सामाजिक जीवन आणि मृत्यूविषयक कल्पनांचा अभ्यास करणे शक्य झाले आहे. प्रागैतिहासिक समाजांच्या इतिहासात दफनविधींना विशेष

महत्त्व असते, कारण लिखित पुरावे नसताना मानवी विचारविश्व समजून घेण्यासाठी ते एक महत्त्वाचे साधन ठरतात. दफनांमधून मिळालेले सांगाडे, मातीची भांडी, अलंकार आणि इतर वस्तू त्या समाजाच्या सांस्कृतिक परंपरांविषयी मौल्यवान माहिती देतात.

मानवाने मृत्यूचा अनुभव घेतल्यापासून मृत व्यक्तींची विल्हेवाट लावण्यासाठी विविध पद्धती विकसित केल्या. काही समाजांमध्ये दहनाची प्रथा होती, तर काही समाजांमध्ये दफनाची. दायमाबादमध्ये मुख्यतः दफनविधीचे पुरावे आढळतात. यावरून मृत व्यक्तींना विशिष्ट धार्मिक आणि सामाजिक सन्मान दिला जात होता असे दिसते.मृतदेह पुरण्याची पद्धत ही केवळ व्यवहारिक नव्हती. त्यामागे धार्मिक श्रद्धा, पूर्वजांविषयी आदर आणि मृत्यूनंतरच्या अस्तित्वाविषयी काही कल्पना असण्याची शक्यता आहे. त्यामुळे दफनविधी हे त्या समाजाच्या मानसिक आणि सांस्कृतिक विकासाचे प्रतिबिंब मानले जाते.

प्रौढ व्यक्तींची दफने

दायमाबादमध्ये सापडलेल्या काही सांगाड्यांवरून प्रौढ व्यक्तींना ठरावीक पद्धतीने पुरले जात असावे असे दिसते. मृतदेह विशिष्ट दिशेला ठेवला जात होता का, शरीराची स्थिती कशी होती, याचा अभ्यास पुरातत्त्वशास्त्रज्ञ करतात.

काही प्रकरणांमध्ये मृतदेह वाकलेल्या स्थितीत (flexed burial) आढळतो, तर काही ठिकाणी तो सरळ स्थितीत असू शकतो. अशा फरकांमागे धार्मिक विश्वास, सामाजिक दर्जा किंवा कालानुसार बदललेली परंपरा कारणीभूत असू शकते.

बालकांची दफने

भारतातील अनेक ताम्रपाषाण संस्कृतींप्रमाणेच दायमाबाद परिसरातही बालकांच्या दफनांमध्ये विशेष पद्धती आढळतात. काही ठिकाणी मोठ्या मडक्यांमध्ये बालकांचे दफन केले जात असल्याचे पुरावे इतर ताम्रपाषाण स्थळांवर आढळले आहेत. अशा प्रकारच्या दफनांना "Urn Burial" असे म्हटले जाते.या प्रथेचा नेमका धार्मिक अर्थ निश्चितपणे सांगता येत नसला तरी बालकांना स्वतंत्र

दफनसंस्कार दिले जात होते हे स्पष्ट होते. यावरून समाजात बालकांनाही महत्त्वाचे स्थान होते असे दिसते.

दफनांमधील वस्तू

काही दफनांमध्ये मातीची भांडी, मणी, अलंकार किंवा इतर वस्तू ठेवलेल्या आढळतात. या वस्तूंचा अर्थ लावताना इतिहासकार आणि पुरातत्त्वशास्त्रज्ञ अत्यंत सावधगिरी बाळगतात.

अनेक संशोधकांच्या मते अशा वस्तू मृत्यूनंतरच्या जीवनाविषयीच्या श्रद्धांशी संबंधित असू शकतात. काही समाजांमध्ये मृत व्यक्तीला परलोकातील प्रवासासाठी आवश्यक वस्तू दिल्या जातात. तथापि, दायमाबादच्या संदर्भात याबाबत निश्चित निष्कर्ष काढण्यासाठी पुरावे मर्यादित आहेत.

आधुनिक पुरातत्त्वशास्त्रात सांगाड्यांचा अभ्यास अत्यंत महत्त्वाचा मानला जातो. हाडांच्या तपासणीमुळे खालील माहिती मिळू शकते: व्यक्तीचे अंदाजे, वय, लिंग, उंची,आरोग्यस्थिती, आहाराचे स्वरूप, काही रोगांची चिन्हे, शारीरिक श्रमांचे प्रमाण,

दायमाबादसारख्या स्थळांवरील सांगाड्यांच्या अभ्यासातून कृषीप्रधान समाजातील जीवनमानाचा अंदाज घेता येतो. सततच्या शारीरिक श्रमांमुळे हाडांमध्ये झालेले बदल, दातांची झीज आणि पोषणस्थिती यांचा अभ्यास केला जातो.

मृत्यूनंतरच्या जीवनाविषयीच्या कल्पना

प्रागैतिहासिक समाजांच्या धार्मिक विचारांचा अभ्यास करताना मृत्यूनंतरच्या जीवनाची संकल्पना महत्त्वाची ठरते. दफनांमध्ये वस्तू ठेवणे, मृतदेह विशिष्ट पद्धतीने पुरणे किंवा विशिष्ट जागी दफन करणे यांवरून काही धार्मिक श्रद्धा अस्तित्वात असाव्यात असे दिसते.तथापि, दायमाबादमध्ये लिखित पुरावे उपलब्ध नसल्यामुळे मृत्यूनंतरच्या जीवनाविषयीच्या कल्पना नेमक्या कशा होत्या हे सांगणे शक्य नाही. इतिहासकार उपलब्ध पुराव्यांच्या आधारे केवळ शक्यता व्यक्त करतात.

दफनविधींचे ऐतिहासिक महत्त्व

दायमाबादमधील दफनविधी महाराष्ट्राच्या प्रागैतिहासिक इतिहासाच्या अभ्यासासाठी अत्यंत मौल्यवान आहेत. या

दफनांमुळे त्या काळातील लोकांचे धार्मिक विश्वास, सामाजिक संबंध, कौटुंबिक जीवन आणि सांस्कृतिक परंपरा यांविषयी माहिती मिळते.दफनांचा अभ्यास हा केवळ मृत्यूशी संबंधित नसून संपूर्ण समाजाच्या मानसिकतेचा अभ्यास आहे. म्हणूनच दायमाबादच्या दफनविधींना महाराष्ट्राच्या सांस्कृतिक इतिहासात विशेष महत्त्व प्राप्त झाले आहे.

अध्याय ६.६ : दायमाबादचा ऱ्हास, सांस्कृतिक संक्रमण आणि ऐतिहासिक वारसा

प्रस्तावना

दायमाबादचा इतिहास केवळ एका प्रगत ताम्रपाषाण वस्तीचा इतिहास नाही, तर महाराष्ट्रातील प्रागैतिहासिक समाजांच्या उदय, विकास आणि परिवर्तनाचा इतिहास आहे. कोणतीही संस्कृती कायमस्वरूपी स्थिर राहत नाही. काळानुसार पर्यावरणीय बदल, आर्थिक परिस्थिती, लोकसंख्येतील चढउतार, तांत्रिक बदल आणि सामाजिक परिवर्तन यांमुळे संस्कृतींचे स्वरूप बदलत जाते. दायमाबादच्या बाबतीतही असेच घडले असावे. त्यामुळे या स्थळाचा ऱ्हास आणि त्यानंतरचे सांस्कृतिक संक्रमण समजून घेणे अत्यंत महत्त्वाचे आहे.

दायमाबादचा उत्कर्षकाल

दायमाबादने आपल्या उत्कर्षकाळात कृषी, पशुपालन, हस्तकला आणि धातुकाम यांवर आधारित एक संघटित समाजव्यवस्था निर्माण केली होती. प्रवरा नदीच्या खोऱ्यातील सुपीक जमीन, पाण्याची उपलब्धता आणि व्यापारसंबंध यांमुळे येथे समृद्ध वस्ती विकसित झाली. या काळात: स्थिर गावे निर्माण झाली. धान्यसाठ्याची व्यवस्था विकसित झाली.मातीची भांडी आणि धातुकाम प्रगत झाले. सामाजिक संघटन अधिक मजबूत झाली. धार्मिक आणि सांस्कृतिक परंपरा विकसित झाल्या.या सर्व घटकांमुळे दायमाबाद महाराष्ट्रातील एक महत्त्वाचे सांस्कृतिक केंद्र बनले.

ऱ्हासाची कारणे

दायमाबादच्या वस्तीचा ऱ्हास नेमका कशामुळे झाला याबाबत इतिहासकारांमध्ये पूर्ण एकमत नाही. तथापि उपलब्ध पुराव्यांच्या आधारे काही शक्यता मांडल्या जातात.प्राचीन काळात हवामानातील बदलांचा मानवी जीवनावर मोठा परिणाम होत असे. पावसाचे प्रमाण कमी झाल्यास शेती उत्पादन घटत असे. कृषीप्रधान

समाजासाठी हा गंभीर धोका होता.जर दीर्घकालीन दुष्काळ निर्माण झाला असेल, तर: पिकांचे उत्पादन कमी झाले असेल. पशुधनाची संख्या घटली असेल. लोकांना स्थलांतर करावे लागले असेल. अशा परिस्थितीमुळे वस्ती कमकुवत होऊ शकते.दायमाबादचा विकास प्रवरा नदीवर अवलंबून होता. नदीच्या प्रवाहात बदल झाल्यास किंवा पूरस्थिती निर्माण झाल्यास वस्तीवर परिणाम होऊ शकतो.

नदी: मार्ग बदलणे, गाळ साचणे, पूर येणे यांसारख्या घटनांमुळे कृषी आणि वस्ती दोन्ही प्रभावित होऊ शकतात. लोकसंख्या वाढल्यास जंगलतोड, इंधनाचा वापर आणि जमिनीवरील दबाव वाढतो. दीर्घकाळ संसाधनांचा वापर झाल्यास पर्यावरणीय असंतुलन निर्माण होऊ शकते.

याचा परिणाम: जमिनीची सुपीकता कमी होणे, वनसंपत्तीचा ऱ्हास,पाण्याची टंचाई , अशा स्वरूपात दिसू शकतो.

नवीन तंत्रज्ञान, नवीन लोकसमूहांचे आगमन किंवा व्यापारमार्गांमधील बदल यांमुळे जुन्या वस्तींचे महत्त्व कमी होऊ शकते. काही वेळा लोक नवीन प्रदेशांमध्ये स्थलांतर करतात आणि जुन्या वस्त्या हळूहळू ओस पडतात.दायमाबादच्या इतिहासातील सर्वात महत्त्वाचा पैलू म्हणजे सांस्कृतिक सातत्य आणि संक्रमण.

उत्खननांमधून असे दिसते की: विविध सांस्कृतिक स्तर एकमेकांनंतर विकसित झाले. जुन्या परंपरा पूर्णपणे नष्ट झाल्या नाहीत.काही तंत्रज्ञान पुढील समाजांनी स्वीकारले. कृषी आणि पशुपालनाची परंपरा टिकून राहिली. यालाच सांस्कृतिक संक्रमण (Cultural Transition) असे म्हणतात.यामुळे इतिहासात अचानक बदल न होता क्रमिक परिवर्तन होत असल्याचे दिसून येते.

महाराष्ट्राच्या इतिहासातील स्थान दायमाबादचे महत्त्व अनेक कारणांमुळे विशेष आहे.पुरातत्त्वीय महत्त्व दायमाबादमधून प्राप्त झालेले पुरावे महाराष्ट्रातील ताम्रपाषाण काळाच्या अभ्यासासाठी मूलभूत मानले जातात. सांस्कृतिक महत्त्व येथील जीवनपद्धतीमुळे:

प्रारंभिक ग्रामसंस्कृती कृषीप्रधान समाज धातुकाम हस्तकला यांचा विकास समजून घेता येतो. तांत्रिक महत्त्व दायमाबादच्या कांस्य वस्तूंनी त्या काळातील धातुकामाचे उच्च कौशल्य सिद्ध केले.दायमाबादमुळे इतिहासाचा अभ्यास केवळ साहित्यिक स्रोतांवर न राहता वैज्ञानिक पुराव्यांच्या आधारे करता येतो.

आज दायमाबाद हे केवळ एक पुरातत्त्वीय स्थळ नाही. ते महाराष्ट्राच्या हजारो वर्षांच्या सांस्कृतिक स्मृतीचे प्रतीक आहे.या स्थळामुळे आपल्याला समजते की:महाराष्ट्रातील संस्कृतीची मुळे अत्यंत प्राचीन आहेत.कृषी आणि ग्रामजीवनाचा इतिहास हजारो वर्षे जुना आहे.तांत्रिक आणि कलात्मक विकास प्रागैतिहासिक काळातही झाला होता.महाराष्ट्राचा इतिहास सातवाहन किंवा मराठा काळापासून नव्हे, तर त्यापूर्वीच्या अनेक हजार वर्षांच्या सांस्कृतिक प्रक्रियेतून घडलेला आहे.

अध्याय ७ : इनामगाव - महाराष्ट्रातील सर्वात सविस्तर अभ्यासलेली ताम्रपाषाण वस्ती

७.१ प्रस्तावना

Inamgaon हे महाराष्ट्रातील ताम्रपाषाण काळातील सर्वात महत्त्वाचे पुरातत्त्वीय स्थळ मानले जाते. या स्थळाच्या उत्खननांमधून प्राचीन ग्रामजीवनाचे अत्यंत स्पष्ट आणि तपशीलवार चित्र समोर आले आहे. भारतातील अनेक प्रागैतिहासिक स्थळांवरून काही मोजके पुरावे मिळतात; परंतु इनामगावमध्ये संपूर्ण वस्तीची रचना, घरांचे अवशेष, धान्यसाठवण व्यवस्था, चुली, कार्यशाळा आणि दफनस्थळे आढळल्यामुळे त्या काळातील लोकांचे जीवन जवळजवळ प्रत्यक्ष पाहिल्यासारखे समजते.वस्ती रचना आणि ग्रामनियोजनाचा अभ्यास केल्याने केवळ घरे कशी होती हेच समजत नाही, तर त्या समाजाची आर्थिक संघटना,

सामाजिक रचना, संसाधनांचे व्यवस्थापन आणि लोकांचे परस्पर संबंधही स्पष्ट होतात. इनामगावच्या अभ्यासातून ताम्रपाषाण काळातील महाराष्ट्रात संघटित ग्रामजीवन अस्तित्वात होते हे सिद्‌ध झाले आहे.इनामगावची वस्ती घोड नदीच्या काठावर विकसित झाली. नदीमुळे पिण्याचे पाणी, शेतीसाठी आवश्यक पाणी आणि पशुधनासाठी संसाधने उपलब्ध होत होती. याशिवाय नदीकाठचा प्रदेश सुपीक असल्यामुळे कृषी उत्पादनासाठी अत्यंत अनुकूल होता.

प्राचीन मानवाने वस्ती निवडताना काही गोष्टींना महत्त्व दिले: पाण्याची उपलब्धता सुपीक जमीन सुरक्षित स्थान पशुपालनासाठी मोकळी जागा नैसर्गिक संसाधने इनामगावमध्ये हे सर्व घटक उपलब्ध असल्यामुळे येथे दीर्घकाळ टिकणारी वस्ती विकसित झाली.वस्तीची एकूण रचना उत्खननांवरून असे दिसते की इनामगावची वस्ती अनियोजित नव्हती. घरे विशिष्ट पद्‌धतीने बांधलेली होती. घरांमध्ये जाण्यासाठी मोकळ्या जागा आणि मार्ग ठेवलेले होते.वस्तीमध्ये पुढील भाग असण्याची शक्यता संशोधकांनी व्यक्त केली आहे: निवासी क्षेत्र

,धान्यसाठवण क्षेत्र ,कारागीरांचे कार्यक्षेत्र सार्वजनिक वापराच्या जागा

दफन क्षेत्रयावरून वस्तीमध्ये कार्यांचे विभाजन झालेले होते असे दिसते.

घरांची बांधणीइनामगावमधील घरे प्रामुख्याने माती, लाकूड आणि गवत वापरून बांधलेली होती.

घर बांधण्याची प्रक्रिया: जमिनीत खड्डे करून लाकडी खांब रोवले जात. खांबांमध्ये फांद्या विणल्या जात. त्यावर मातीचा जाड थर दिला जात.छप्पर गवत किंवा पानांनी तयार केले जात. ही पद्धत उष्ण हवामानासाठी योग्य होती. घरांचे प्रकारउत्खननांतून विविध प्रकारची घरे आढळली आहेत. गोलाका घरे ही घरे बहुधा प्रारंभिक टप्प्यातील असावीत. गोलाकार रचना बांधणे तुलनेने सोपे होते.आयताकृती घरे विकसित टप्प्यात आयताकृती घरे अधिक प्रमाणात दिसतात. यामुळे जागेचा अधिक कार्यक्षम वापर शक्य होत होता.मोठी घरे काही घरांचे आकारमान मोठे होते. यावरून मोठी कुटुंबे किंवा समाजातील विशेष स्थान असलेल्या व्यक्ती येथे राहत

असाव्यात. घरांच्या आत विविध भाग ओळखता आले आहेत.प्रत्येक घरात स्वयंपाकासाठी चूल होती. चुलींच्या अवशेषांमुळे अन्न तयार करण्याच्या पद्धतींचा अभ्यास करता येतो. धान्य ठेवण्यासाठी विशेष खड्डे किंवा कोठारे तयार केलेली होती.काही घरांमध्ये मणी बनविणे, साधने दुरुस्त करणे किंवा इतर हस्तकलेची कामे होत असावीत. झोपण्याची जागा घरातील काही भाग निवासासाठी राखीव असावा.धान्यकोठारे आणि अन्नसाठवण इनामगावच्या वस्तीतील सर्वात महत्त्वाच्या वैशिष्ट्यांपैकी एक म्हणजे अन्नसाठवण व्यवस्था. मोठ्या प्रमाणावर धान्यसाठवण खड्डे आढळले आहेत. यावरून:अतिरिक्त उत्पादन होत होते. भविष्यासाठी नियोजन केले जात होते.दुष्काळासारख्या संकटांची जाणीव होती. अन्नसुरक्षेचा हा प्रारंभिक पुरावा मानला जातो. ग्रामनियोजनाचे महत्त्व इनामगावमधील वस्ती रचनेवरून त्या समाजामध्ये संघटनशक्ती होती हे दिसते. यासाठी आवश्यक होते: सामूहिक निर्णय,श्रमविभाजन ,संसाधनांचे व्यवस्थापन ,सामाजिक सहकार्य या सर्व गोष्टींमुळे ग्रामजीवन स्थिर आणि यशस्वी झाले.

ऐतिहासिक महत्त्व

इनामगावची वस्ती रचना महाराष्ट्रातील ताम्रपाषाण समाजाच्या प्रगतीचे महत्त्वपूर्ण उदाहरण आहे. या वस्तीमुळे आपणास समजते की हजारो वर्षांपूर्वीचे लोक: कायमस्वरूपी गावांमध्ये राहत होते, नियोजनबद्ध घरे बांधत होते, अन्नसाठवण करत होते, सामुदायिक जीवन जगत होते, आणि आर्थिकदृष्ट्या संघटित होते. म्हणूनच इनामगावची वस्ती रचना ही महाराष्ट्राच्या प्राचीन इतिहासातील एक महत्त्वाचा टप्पा मानली जाते.

७.३ इनामगावची शेती, सिंचन आणि अन्नव्यवस्था

प्रस्तावना

Inamgaon या ताम्रपाषाणकालीन वस्तीच्या अभ्यासात शेती हा सर्वात महत्त्वाचा विषय मानला जातो. कारण इनामगावची संपूर्ण अर्थव्यवस्था, समाजरचना आणि दैनंदिन जीवन कृषी उत्पादनावर आधारित होते. महाराष्ट्रातील प्रागैतिहासिक समाज शिकारी आणि अन्नसंकलक अवस्थेतून पुढे जाऊन स्थिर कृषीप्रधान जीवनाकडे कसा प्रवास करत गेला, याचे उत्कृष्ट उदाहरण इनामगावमध्ये दिसून येते. इनामगावच्या उत्खननांतून प्राप्त झालेल्या धान्यांचे अवशेष, साठवण खड्डे, शेतीशी संबंधित साधने, प्राण्यांची हाडे आणि मातीचे नमुने यांवरून त्या काळातील कृषीव्यवस्थेची सविस्तर माहिती मिळते. या पुराव्यांमुळे ताम्रपाषाण काळातील महाराष्ट्रातील अन्नउत्पादन, अन्नसुरक्षा आणि ग्रामीण अर्थव्यवस्था यांचा अभ्यास शक्य झाला आहे.

कृषीक्रांती आणि स्थिर जीवन

मानवी इतिहासातील सर्वात मोठ्या परिवर्तनांपैकी एक म्हणजे कृषीक्रांती. शेतीच्या शोधामुळे मानवाला एका ठिकाणी कायमस्वरूपी राहणे शक्य झाले. यापूर्वी मानव भटक्या स्वरूपाचे जीवन जगत होता. अन्नाच्या शोधात त्याला सतत स्थलांतर करावे लागत असे. शेती विकसित झाल्यानंतर: कायमस्वरूपी गावे निर्माण झाली. लोकसंख्या वाढू लागली. धान्यसाठवण शक्य झाली. हस्तकला आणि व्यापाराचा विकास झाला. सामाजिक संघटना अधिक मजबूत झाली. इनामगाव हे या परिवर्तनाचे महाराष्ट्रातील महत्त्वाचे उदाहरण आहे. कृषीसाठी अनुकूल भौगोलिक परिस्थितीइनामगाव घोड नदीच्या खोऱ्यात वसलेले होते. नदीकाठच्या प्रदेशात सुपीक गाळयुक्त जमीन आढळत असल्यामुळे शेतीसाठी अनुकूल परिस्थिती निर्माण झाली. कृषी विकासासाठी महत्त्वाचे घटक: १. नदीचे पाणी -घोड नदीमुळे वर्षभर काही प्रमाणात पाण्याची उपलब्धता राहत असे.

२. सुपीक जमीन -नदीने आणलेल्या गाळामुळे जमीन अधिक उत्पादनक्षम झाली.

३. हवामान -मान्सून पावसामुळे पिकांची वाढ शक्य झाली.

४.पशुधन -बैल आणि इतर प्राणी कृषी कार्यात उपयोगी पडत असत.

प्रमुख पिके -पुरातत्त्वीय संशोधनातून विविध पिकांचे पुरावे प्राप्त झाले आहेत.
गहू -- गहू हे महत्त्वाचे अन्नधान्य होते.

कृषी तंत्रज्ञान

इनामगावमधील शेतकरी अत्यंत प्राथमिक पद्धती वापरत असले तरी त्यांच्या कृषी ज्ञानाचा स्तर उल्लेखनीय होता.जमीन तयार करणेलाकडी आणि दगडी साधनांच्या साहाय्याने जमीन तयार केली जात असे.मान्सून सुरू झाल्यानंतर बियाणे पेरले जात असावेत.हाताने किंवा साधनांच्या मदतीने तण काढले जात असावे.दगडी पाती किंवा धातूच्या साधनांचा वापर करून कापणी केली जात

असावी. इनामगावच्या अभ्यासातून भारतातील प्रारंभिक सिंचन पद्धतींबाबत महत्त्वाची माहिती मिळते. काही संशोधकांच्या मते: नदीच्या पाण्याचा वापर केला जात असे. लहान कालवे किंवा पाण्याचे मार्ग असू शकतात. पूरपाण्याचा उपयोग शेतीसाठी केला जात असावा.जरी आधुनिक अर्थाने मोठी सिंचन व्यवस्था नसली तरी पाण्याचे नियोजनबद्ध व्यवस्थापन होत होते असे दिसते.इनामगावमधील सर्वात महत्त्वाच्या शोधांपैकी एक म्हणजे धान्यसाठवण खड्डे. या खड्ड्यांचा उपयोग: अतिरिक्त उत्पादन साठवणे ,बियाणे जतन करणे , दुष्काळाच्या काळासाठी तयारी करणे ,यासाठी होत असावा. धान्यसाठवण ही आर्थिक स्थैर्याची खूण मानली जाते. इनामगावमधील लोकांचा आहार विविध प्रकारचा होता.धान्ये ,गहू ,जव बाजरी, कडधान्ये हरभरा मसूर वाटाणा पशुप्रधान अन्न दूध दुग्धजन्य पदार्थ वनसंपत्ती फळे कंदमुळे वनस्पतीजन्य अन्न शिकार शेतीप्रधान जीवन असूनही काही प्रमाणात शिकार सुरू होती. इनामगावमधील लोकांना अन्नसुरक्षेचे महत्त्व समजले होते.

त्यासाठी: विविध पिकांची लागवड ,धान्यसाठा ,पशुपालन नैसर्गिक संसाधनांचा वापरया सर्व उपायांचा उपयोग केला जात होता. यामुळे दुष्काळ आणि अन्नटंचाईचा धोका कमी होत असे. समाज आणि शेती शेतीमुळे समाजात अनेक बदल झाले. स्थिर गावे निर्माण झाली. लोकसंख्या वाढली. श्रमविभाजन सुरू झाले. व्यापार वाढला सामाजिक संस्था विकसित झाल्या.यामुळे इनामगावचा समाज अधिक संघटित झाला.

ऐतिहासिक महत्त्व

इनामगावची कृषी व्यवस्था महाराष्ट्राच्या प्रागैतिहासिक इतिहासातील एक महत्त्वाचा टप्पा दर्शवते. येथे शेती केवळ अन्नउत्पादनाचे साधन नव्हती, तर संपूर्ण सामाजिक आणि आर्थिक जीवनाचा आधार होती. त्यामुळे इनामगावचा कृषी इतिहास हा महाराष्ट्राच्या सांस्कृतिक विकासाच्या इतिहासाचा अविभाज्य भाग मानला जातो.

७.४ इनामगावचे पशुपालन, शिकार आणि पर्यावरण

प्रस्तावना

Inamgaon येथील ताम्रपाषाणकालीन समाजाचा अभ्यास करताना शेतीइतकेच महत्त्व पशुपालन आणि पर्यावरणाला आहे. मानव आणि निसर्ग यांच्यातील संबंध हा प्रागैतिहासिक इतिहासाचा मूलभूत विषय मानला जातो. इनामगावमधील लोकांचे जीवन नदी, जमीन, वनस्पती, प्राणी आणि हवामान यांच्याशी घनिष्ठपणे जोडलेले होते. त्यामुळे पशुपालन, शिकार आणि पर्यावरण यांचा अभ्यास केल्याशिवाय त्या समाजाचे संपूर्ण चित्र समजणे शक्य नाही.पुरातत्त्वीय उत्खननांमधून सापडलेल्या प्राण्यांच्या हाडांचा अभ्यास, वनस्पती अवशेष, मातीचे नमुने आणि वस्तीच्या स्वरूपाचे विश्लेषण यांमधून त्या काळातील पर्यावरणीय परिस्थितीचे पुनर्निर्माण करता येते. या पुराव्यांवरून असे दिसते की इनामगावचा समाज हा शेतीप्रधान असला तरी पशुपालन आणि काही प्रमाणातील

शिकार यांवरही अवलंबून होता.प्रागैतिहासिक समाजातील पशुपालनाचे महत्त्व मानवाने प्राण्यांचे पाळीवकरण केल्यानंतर त्याच्या जीवनात मोठा बदल घडून आला. पाळीव प्राणी हे अन्न, श्रमशक्ती, वाहतूक आणि संपत्तीचे स्रोत बनले.

पशुपालनामुळे: अन्नाचा स्थिर पुरवठा मिळाला. शेतीची उत्पादकता वाढली. वाहतुकीची सुविधा निर्माण झाली. आर्थिक स्थैर्य प्राप्त झाले. इनामगावच्या समाजात पशुपालन हे अर्थव्यवस्थेचे एक महत्त्वाचे अंग होते. पाळीव प्राणी उत्खननांतून मिळालेल्या हाडांच्या अभ्यासावरून अनेक प्रकारचे पाळीव प्राणी अस्तित्वात असल्याचे दिसून येते.गायी -- गाय हा सर्वात महत्त्वाचा पाळीव प्राणी मानला जातो.

गायींचे उपयोग: दूध ,शेतीसाठी बैलांची उपलब्धता ,शेण खत म्हणून ,धार्मिक आणि सामाजिक महत्त्व गायींची संख्या समाजाच्या संपन्नतेचे प्रतीक मानली जात असावी.

बैल -- बैलांचा उपयोग शेती आणि वाहतुकीसाठी केला जात असे. विशेषतः: जमीन नांगरणे ,ओझे वाहणे ,कृषी उत्पादन वाढवणे यासाठी बैल अत्यंत आवश्यक होते.

मेंढ्या मेंढ्या अन्न आणि कातडीसाठी उपयुक्त होत्या. त्यांच्यापासून: मांस ,लोकर ,कातडी मिळत असे. शेळ्या -- शेळ्या कोरडवाहू प्रदेशात सहज वाढू शकत असल्यामुळे त्यांना विशेष महत्त्व होते. शेळ्यांपासून: दूध ,मांस ,कातडी मिळत असे.

डुकरे -काही पुराव्यांवरून डुकरांचे पालनही केले जात असावे. डुकरे मुख्यतः अन्नासाठी उपयोगी पडत असत. इनामगावमध्ये पशुधन ही एक प्रकारची संपत्ती होती. ज्यांच्याकडे अधिक पशुधन होते: त्यांची आर्थिक स्थिती मजबूत असू शकते. त्यांना अधिक कृषी उत्पादन मिळत असेल.समाजात त्यांना अधिक प्रतिष्ठा मिळत असेल. म्हणून पशुपालन हे केवळ अन्नपुरवठ्याचे साधन नव्हते, तर सामाजिक प्रतिष्ठेशीही संबंधित होते.शिकार शेती आणि पशुपालन विकसित झाल्यानंतरही शिकार पूर्णपणे बंद झाली नव्हती. उत्खननांमध्ये काही वन्य प्राण्यांच्या

हाडांचे अवशेष सापडले आहेत. यावरून असे दिसते की: काही प्रमाणात शिकार केली जात होती.जंगलातील संसाधनांचा वापर सुरू होता.वन्य प्राणी अन्नाचा पूरक स्रोत होते.शिकार होणारे प्राणीत्या काळात परिसरात खालील प्रकारचे वन्य प्राणी आढळत असावेत: हरिण काळवीट रानडुक्कर ससा विविध पक्षी या प्राण्यांची शिकार अन्नासाठी केली जात असावी. मासेमारी घोड नदीच्या परिसरात वस्ती असल्यामुळे मासेमारीचे महत्त्वही असण्याची शक्यता आहे. नदीतून: मासे जलचर मिळत असत.हे अन्नातील प्रथिनांचा एक महत्त्वाचा स्रोत असू शकतात. पर्यावरणीय परिस्थिती इनामगावचा परिसर आजच्या तुलनेत काही प्रमाणात वेगळा असू शकतो. पुरातत्त्वीय पुराव्यांवरून असे मानले जाते की: परिसरात अधिक वनस्पती होत्या. कुरणांचा विस्तार होता.वन्यजीवांची संख्या अधिक होती.पाण्याची उपलब्धता तुलनेने चांगली होती. यामुळे शेती आणि पशुपालन दोन्ही विकसित होऊ शकले. मानव आणि निसर्ग यांचे संबंध प्रागैतिहासिक समाज पूर्णपणे निसर्गावर अवलंबून होता. त्यामुळे:पावसाचे महत्त्व अत्यंत मोठे होते. नद्यांचा आदर

केला जात असेल. प्राण्यांविषयी विशेष श्रद्धा असू शकतात. पर्यावरणातील बदलांचा थेट परिणाम जीवनावर होत असे. निसर्ग हा त्यांच्या आर्थिक, सामाजिक आणि धार्मिक जीवनाचा केंद्रबिंदू होता. पर्यावरणीय संकटे इनामगावच्या उत्तरकालीन टप्प्यात काही पर्यावरणीय समस्या निर्माण झाल्या असाव्यात. संशोधकांनी पुढील शक्यता मांडल्या आहेत: पर्जन्यमानात घट ,जमिनीची सुपीकता कमी होणे ,संसाधनांवर वाढता ताण ,पाण्याची कमतरता या कारणांचा वस्तीच्या ऱ्हासाशी संबंध असू शकतो. पशुपालन आणि समाजरचना पशुधनामुळे समाजात काही प्रमाणात आर्थिक विषमता निर्माण झाली असण्याची शक्यता आहे.

उदाहरणार्थ: काही कुटुंबांकडे अधिक जनावरे असू शकतात. काहीजण मुख्यतः शेती करत असतील. काहीजण पशुपालनात विशेष प्रावीण्य मिळवले असतील. यामुळे श्रमविभाजन आणि सामाजिक विशेषीकरण वाढले असावे.

ऐतिहासिक महत्त्व

इनामगावमधील पशुपालन, शिकार आणि पर्यावरणाचा अभ्यास महाराष्ट्रातील प्रागैतिहासिक जीवन समजण्यासाठी अत्यंत महत्त्वाचा आहे. या पुराव्यांमुळे आपणास कळते की हजारो वर्षांपूर्वीचे लोक पर्यावरणाशी जुळवून घेत होते, संसाधनांचा उपयोग करत होते आणि त्याचवेळी स्थिर कृषीप्रधान समाज निर्माण करत होते.पशुपालन आणि शेती यांच्या संयोगामुळेच इनामगावची संस्कृती दीर्घकाळ टिकून राहिली. त्यामुळे हा विभाग महाराष्ट्राच्या सांस्कृतिक आणि आर्थिक इतिहासाच्या अभ्यासात विशेष महत्त्वाचा मानला जातो.

७.५ इनामगावचे समाजजीवन, कुटुंबव्यवस्था आणि सामाजिक संघटना

प्रस्तावना

Inamgaon येथील उत्खननांमधून प्राप्त झालेल्या पुराव्यांमुळे ताम्रपाषाणकालीन महाराष्ट्रातील समाजजीवनाचे सर्वात सुस्पष्ट चित्र समोर आले आहे. प्रागैतिहासिक काळातील समाजांविषयी माहिती मिळविणे सहसा कठीण असते, कारण त्या काळातील लोकांनी लिखित नोंदी मागे सोडलेल्या नसतात. तथापि, घरांचे अवशेष, दफनविधी, अन्नाचे अवशेष, प्राण्यांची हाडे, मातीची भांडी, अलंकार आणि विविध हस्तकला वस्तू यांच्या आधारे त्या समाजाची रचना समजून घेता येते.इनामगावचा समाज हा केवळ शेती करणाऱ्या लोकांचा समूह नव्हता. तो एक संघटित, नियोजनबद्ध आणि परस्परावलंबी समाज होता. त्यामध्ये कुटुंब,

नातेसंबंध, श्रमविभाजन, धार्मिक श्रद्धा, आर्थिक व्यवहार आणि सामुदायिक जबाबदाऱ्या यांचे जाळे निर्माण झाले होते. त्यामुळे इनामगावचा अभ्यास हा महाराष्ट्रातील प्रारंभिक समाजरचनेचा अभ्यास मानला जातो.

कुटुंबसंस्था : समाजाचा पाया

मानवी समाजाची सर्वात मूलभूत संस्था म्हणजे कुटुंब. इनामगावमध्ये सापडलेल्या घरांच्या आकारमानावरून आणि अंतर्गत रचनेवरून असे दिसून येते की कुटुंब हे समाजजीवनाचे केंद्र होते.

काही घरे लहान आकाराची होती, तर काही तुलनेने मोठी होती. यावरून दोन शक्यता मांडल्या जातात:

लहान कुटुंबे स्वतंत्र राहत असावीत.

काही ठिकाणी संयुक्त कुटुंबपद्धती अस्तित्वात असावी.मोठ्या घरांमध्ये अनेक व्यक्ती राहत असाव्यात. अशा कुटुंबांमध्ये वडीलधारी व्यक्तींचे विशेष महत्त्व असण्याची शक्यता आहे.कुटुंब हे केवळ निवासाचे ठिकाण

नव्हते; ते उत्पादन, अन्नसाठवण, मुलांचे संगोपन आणि सांस्कृतिक परंपरांचे संवर्धन करणारे केंद्र होते.

स्त्रियांची भूमिका

प्रागैतिहासिक समाजात स्त्रियांची भूमिका अत्यंत महत्त्वाची होती. जरी थेट लिखित पुरावे उपलब्ध नसले तरी पुरातत्त्वीय आणि मानववंशशास्त्रीय अभ्यासांच्या आधारे काही निष्कर्ष काढता येतात.

स्त्रिया पुढील कार्यांमध्ये सहभागी असाव्यात:

धान्य स्वच्छ करणे,अन्न तयार करणे ,पाण्याची व्यवस्था करणे ,मुलांचे संगोपन ,मातीची भांडी तयार करण्यात मदत ,पशुधनाची देखभाल ,लहान प्रमाणात शेतीकाम स्त्रिया केवळ घरगुती कामांपुरत्या मर्यादित नव्हत्या. कृषीप्रधान समाजात त्या उत्पादन प्रक्रियेचाही महत्त्वाचा भाग होत्या. काही संशोधकांच्या मते, मातृत्व आणि प्रजनन यांना दिलेले महत्त्व स्त्रियांच्या सामाजिक स्थानाचे सूचक असू शकते.

पुरुषांची भूमिका

पुरुष मुख्यतः पुढील कार्यांमध्ये गुंतलेले असावेत: शेती ,नांगरणी ,पशुपालन ,शिकार,घरबांधणी व्यापारसंबंध तथापि, आधुनिक समाजातील कठोर कामविभागणी त्या काळात तशीच होती असे मानणे योग्य नाही. अनेक कामे स्त्री-पुरुष दोघे मिळून करत असावेत.

बालकांचे स्थान

बालकांना समाजात महत्त्वाचे स्थान होते याचे संकेत दफनविधींमधून मिळतात. काही ताम्रपाषाण संस्कृतींमध्ये बालकांना स्वतंत्र दफनसंस्कार दिले जात असल्याचे पुरावे मिळतात. मुलांचे संगोपन हे संपूर्ण कुटुंब आणि समुदायाची जबाबदारी असावी. त्यांना: शेतीचे ज्ञान ,पशुपालन कौशल्य हस्तकला

सामाजिक नियम ,लहानपणापासून शिकवले जात असावेत. ,वृद्ध व्यक्तींचे स्थान वृद्ध व्यक्ती समाजातील ज्ञानाचे भांडार मानल्या जात असाव्यात.

त्यांच्याकडे: शेतीचा अनुभव,हवामानाचे ज्ञान ,धार्मिक परंपरा ,सामाजिक नियम यांचा साठा होता.

म्हणूनच वडीलधारी व्यक्तींना समाजात विशेष आदर मिळत असावा.

श्रमविभाजन

इनामगावच्या समाजात श्रमविभाजन विकसित झालेले दिसते.

समाजातील काही व्यक्ती: शेतकरी,पशुपालक,कुंभार ,धातुकाम करणारे कारागीर दगडी साधने तयार करणारे तज्ज्ञ असावेत.ही विशेषीकरणाची प्रक्रिया मानवी संस्कृतीच्या विकासातील एक महत्त्वाचा टप्पा मानली जाते.

सामाजिक संघटना

इनामगावसारख्या मोठ्या वस्तीचे व्यवस्थापन करण्यासाठी काही प्रकारची सामाजिक संघटना आवश्यक होती.

उदाहरणार्थ: पाण्याचे व्यवस्थापन ,शेतीचे नियोजन सामूहिक कामे वादांचे निराकरण,

धार्मिक समारंभ या गोष्टींसाठी सामूहिक निर्णयप्रक्रिया असणे आवश्यक होते. यामुळे समाजात नेतृत्वाची काही प्रारंभिक रूपे विकसित झाली असावीत.

सामाजिक स्तरभेद

इनामगावच्या समाजात पूर्ण समानता होती असे म्हणणे कठीण आहे.

काही पुराव्यांवरून: घरांच्या आकारमानात फरक ,वस्तूंच्या प्रमाणात फरक दफनांमधील वस्तूंचा फरकदिसून येतो.

यावरून काही व्यक्ती किंवा कुटुंबे इतरांपेक्षा अधिक संपन्न असण्याची शक्यता आहे. तथापि, हा स्तरभेद नंतरच्या ऐतिहासिक काळातील जटिल वर्गव्यवस्थेइतका विकसित नव्हता.

ग्रामसमुदायाची संकल्पना

इनामगावचा समाज हा सामुदायिक स्वरूपाचा होता.

गावातील लोक: एकमेकांना मदत करत असावेत. सामूहिक शेतीकाम करत असावेत. धार्मिक विधींमध्ये

सहभागी होत असावेत. ,संकटांच्या काळात परस्पर सहकार्य करत असावेत. ही सामुदायिक भावना वस्तीच्या टिकाऊपणासाठी अत्यंत महत्त्वाची होती.

सामाजिक जीवन आणि उत्सव

धार्मिक विधी, पिकांची कापणी, पावसाचे आगमन किंवा इतर महत्त्वाच्या घटनांशी संबंधित सामूहिक समारंभ होत असावेत.

अशा कार्यक्रमांमुळे: सामाजिक ऐक्य वाढत असे. सांस्कृतिक परंपरा जपल्या जात. नवीन पिढीला समाजाचे नियम शिकवले जात.

दैनंदिन जीवन

इनामगावमधील सामान्य व्यक्तीचा दिवस बहुधा सूर्योदयापासून सुरू होत असे.

दिवसभर: शेतीकाम, पशुपालन ,अन्न तयार करणे साधने दुरुस्त करणे हस्तकला

अशी कामे केली जात असावीत. संध्याकाळी कुटुंबातील सदस्य एकत्र येत असावेत आणि सामाजिक संवाद घडत असावा.

समाजजीवनाचे ऐतिहासिक महत्त्व

इनामगावचा समाज हा महाराष्ट्रातील प्रारंभिक संघटित ग्रामसंस्कृतीचे उत्कृष्ट उदाहरण आहे. येथे दिसणारी कुटुंबव्यवस्था, श्रमविभाजन, सामुदायिक जीवन आणि आर्थिक परस्परावलंबन ही पुढील अनेक शतकांतील ग्रामीण समाजरचनेची पूर्वपीठिका मानली जाते. त्यामुळे इनामगावचे समाजजीवन समजून घेणे म्हणजे महाराष्ट्रातील ग्रामसंस्कृतीच्या प्राचीन मुळांचा शोध घेणे होय

७.६ इनामगावचे धर्म, श्रद्धा, दफनविधी आणि मृत्यूविषयक कल्पना

मानवाच्या सांस्कृतिक इतिहासात धर्म आणि श्रद्धा यांना अत्यंत महत्त्वाचे स्थान आहे. प्रागैतिहासिक समाजांच्या बाबतीत लिखित पुरावे उपलब्ध नसल्यामुळे त्यांच्या धार्मिक जीवनाचा अभ्यास मुख्यतः पुरातत्त्वीय अवशेषांच्या आधारे केला जातो. Inamgaon येथे झालेल्या उत्खननांमधून मिळालेल्या दफनविधी, मातीच्या मूर्ती, विशेष प्रकारची भांडी, निवासरचना आणि इतर वस्तू यांच्या साहाय्याने त्या काळातील लोकांच्या श्रद्धा आणि धार्मिक विचारांचे काही प्रमाणात पुनर्निर्माण करता येते. जरी त्या लोकांनी कोणते देव मानले, कोणत्या प्रार्थना केल्या किंवा कोणते धार्मिक ग्रंथ वापरले याची माहिती उपलब्ध नसली, तरी त्यांच्या जीवनपद्धतीत धार्मिक आणि आध्यात्मिक विचारांना महत्त्वाचे स्थान

होते असे दिसून येते.इनामगावचा समाज पूर्णपणे निसर्गावर अवलंबून होता. शेती, पशुपालन, पाणी आणि हवामान यांवर त्यांचे जीवन अवलंबून असल्यामुळे निसर्गशक्तींविषयी आदरभाव निर्माण झाला असावा. पाऊस, सूर्य, नदी, जमीन आणि वनस्पती यांना जीवनदायी शक्ती म्हणून पाहिले जात असावे. कृषीप्रधान समाजात पावसाला विशेष महत्त्व असते, कारण चांगला पाऊस म्हणजे भरघोस पीक आणि समृद्धी. त्यामुळे पर्जन्याशी संबंधित काही धार्मिक कल्पना किंवा विधी अस्तित्वात असण्याची शक्यता संशोधकांनी व्यक्त केली आहे. त्याचप्रमाणे सूर्य हा प्रकाश, उष्णता आणि पिकांच्या वाढीसाठी आवश्यक असल्यामुळे त्याच्याविषयीही विशेष आदर असावा.

इनामगावमधून प्राप्त झालेल्या काही मातीच्या मूर्ती संशोधकांच्या दृष्टीने विशेष महत्त्वाच्या आहेत. भारतीय उपखंडातील अनेक ताम्रपाषाण संस्कृतींमध्ये स्त्रीमूर्ती आढळतात आणि काही इतिहासकार त्यांचा संबंध मातृदेवतेच्या संकल्पनेशी जोडतात. मातृदेवता ही प्रजनन, समृद्धी, संतती आणि भूमीची उर्वरता यांचे प्रतीक

मानली जाते. कृषीप्रधान समाजात या संकल्पनेला विशेष महत्त्व प्राप्त होणे स्वाभाविक आहे. तथापि, प्रत्येक स्त्रीमूर्ती ही देवतेचीच मूर्ती होती असे निश्चितपणे सांगता येत नाही. काही मूर्ती खेळणी, सजावटी वस्तू किंवा इतर सामाजिक उपयोगासाठीही असू शकतात. म्हणूनच पुरातत्त्वशास्त्रज्ञ या विषयावर संतुलित आणि सावध भूमिका घेतात.इनामगावच्या धार्मिक जीवनाचा सर्वात महत्त्वाचा पुरावा म्हणजे तेथील दफनविधी होय. मृत्यू हा प्रत्येक समाजासाठी एक गूढ आणि महत्त्वाचा अनुभव असतो. त्यामुळे मृत व्यक्तींच्या अंत्यसंस्कारांच्या पद्धती समाजाच्या धार्मिक आणि सांस्कृतिक विचारांचे प्रतिबिंब मानल्या जातात. इनामगावमध्ये सापडलेल्या दफनांमधून असे दिसून येते की मृत व्यक्तींना नियोजित पद्धतीने पुरले जात असे. अनेक सांगाडे घरांच्या परिसरात किंवा वस्तीच्या जवळ सापडले आहेत. यावरून मृत व्यक्ती आणि कुटुंब यांच्यातील नाते मृत्यूनंतरही टिकून राहते अशी काही श्रद्धा अस्तित्वात असावी असे वाटते. पूर्वजांविषयी आदरभाव आणि स्मरण यांच्याशी या प्रथेचा संबंध असू शकतो.इनामगावमधील काही दफनांमध्ये मृत

व्यक्तींबरोबर मातीची भांडी, मणी किंवा इतर वस्तू ठेवलेल्या आढळतात. अशा वस्तूंच्या उपस्थितीमुळे मृत्यूनंतरच्या जीवनाविषयी काही कल्पना अस्तित्वात असाव्यात असा अंदाज व्यक्त केला जातो. अनेक प्राचीन संस्कृतींमध्ये मृत व्यक्तीला परलोकातील प्रवासासाठी आवश्यक वस्तू दिल्या जात असत. इनामगावच्या बाबतीत याचा निश्चित पुरावा उपलब्ध नसला तरी दफनांमध्ये वस्तू ठेवण्यामागे काही प्रतीकात्मक किंवा धार्मिक कारण असावे असे दिसते. या वस्तू मृत व्यक्तीच्या सामाजिक स्थानाचे किंवा कुटुंबाच्या श्रद्धांचेही प्रतीक असू शकतात.

बालकांच्या दफनांमध्ये काही विशेष वैशिष्ट्ये दिसून येतात. काही प्रकरणांमध्ये बालकांचे दफन मातीच्या मोठ्या मडक्यांमध्ये करण्यात आले असल्याचे पुरावे मिळतात. या प्रकाराला 'अर्न बुरियल' (Urn Burial) असे म्हटले जाते. भारतातील अनेक प्रागैतिहासिक संस्कृतींमध्ये ही पद्धत आढळते. यावरून बालकांसाठी स्वतंत्र दफनपरंपरा अस्तित्वात होती असे दिसते. या प्रथेमागील धार्मिक अर्थ पूर्णपणे स्पष्ट नसला तरी

समाजात बालकांना विशेष स्थान होते हे नक्कीच सूचित होते.सांगाड्यांच्या वैज्ञानिक अभ्यासामुळे त्या काळातील लोकांच्या जीवनमानाचीही माहिती मिळते. हाडांचे विश्लेषण करून व्यक्तीचे वय, लिंग, आरोग्यस्थिती, पोषणपातळी आणि काही रोगांची चिन्हे ओळखता येतात. इनामगावमधील सांगाड्यांवरून लोक कठोर शारीरिक श्रम करत असावेत असे दिसते. शेती, पशुपालन आणि इतर उत्पादनाशी संबंधित कामांमुळे त्यांच्या शरीरावर विशिष्ट प्रकारचे परिणाम झालेले आढळतात. यामुळे धार्मिक आणि सामाजिक इतिहासाबरोबरच आरोग्याचा इतिहासही समजून घेता येतो.

मृत्यूविषयक कल्पनांचा विचार केला असता असे दिसते की इनामगावच्या लोकांनी मृत्यूला जीवनाचा नैसर्गिक भाग म्हणून स्वीकारले होते. मृत व्यक्तींना विशिष्ट विधींनुसार पुरणे, त्यांच्याबरोबर वस्तू ठेवणे आणि दफनांसाठी ठरावीक जागा निवडणे या सर्व गोष्टी समाजातील सांस्कृतिक परिपक्वतेचे द्योतक आहेत. या प्रथा केवळ मृत्यूशी संबंधित नसून त्या समाजाच्या जीवनदृष्टीचे प्रतिबिंब आहेत. त्या लोकांना जीवन, मृत्यू

आणि पूर्वज यांविषयी काही निश्चित कल्पना होत्या असे या पुराव्यांवरून दिसते.इनामगावच्या धर्म आणि दफनविधींचा अभ्यास महाराष्ट्राच्या प्रागैतिहासिक इतिहासासाठी अत्यंत महत्त्वाचा आहे. या पुराव्यांमुळे आपल्याला हजारो वर्षांपूर्वीच्या लोकांच्या विचारविश्वाची झलक मिळते. त्यांच्या श्रद्धा, धार्मिक विधी आणि मृत्यूविषयक कल्पना या पुढील ऐतिहासिक काळातील अनेक सांस्कृतिक परंपरांच्या पूर्वपीठिका मानल्या जाऊ शकतात. त्यामुळे इनामगावचा धार्मिक इतिहास हा केवळ एका प्राचीन गावाचा इतिहास नसून महाराष्ट्राच्या सांस्कृतिक विकासाच्या दीर्घ प्रक्रियेतील एक महत्त्वाचा टप्पा आहे.

७.७ इनामगावचा ऱ्हास, पर्यावरणीय बदल आणि ऐतिहासिक वारसा

प्रस्तावना

Inamgaon हे महाराष्ट्राच्या ताम्रपाषाण इतिहासातील सर्वात महत्त्वाचे आणि सर्वाधिक अभ्यासलेले स्थळ मानले जाते. अनेक शतकांपर्यंत समृद्‌ध आणि संघटित जीवन जगणारी ही वस्ती कालांतराने कमकुवत झाली आणि अखेरीस तिचा ऱ्हास झाला. इतिहासाच्या अभ्यासात एखाद्या संस्कृतीचा उत्कर्ष जितका महत्त्वाचा असतो तितकाच तिचा ऱ्हासही महत्त्वाचा असतो. कारण ऱ्हासाची कारणे समजून घेतल्याने त्या समाजाची ताकद, मर्यादा आणि बदलत्या परिस्थितींशी जुळवून घेण्याची क्षमता समजते.इनामगावच्या उत्खननांमधून मिळालेल्या पुराव्यांच्या आधारे संशोधकांनी या वस्तीच्या उत्तरकालीन अवस्थेचा सखोल अभ्यास केला आहे. या अभ्यासातून

असे दिसून येते की पर्यावरणीय बदल, हवामानातील चढउतार, संसाधनांवरील ताण आणि आर्थिक बदल यांचा या वस्तीवर परिणाम झाला असावा. तथापि, इनामगावचा ऱ्हास हा अचानक झालेला विनाश नव्हता; तो अनेक शतकांच्या क्रमिक प्रक्रियेचा परिणाम असावा.

समृद्धीपासून संक्रमणाकडे

इनामगावच्या उत्कर्षकाळात शेती, पशुपालन, हस्तकला आणि सामुदायिक जीवन यांचा उत्कृष्ट समन्वय दिसून येतो. गावातील लोकांनी सुपीक जमीन, नदीचे पाणी आणि नैसर्गिक संसाधनांचा प्रभावी वापर करून स्थिर अर्थव्यवस्था निर्माण केली होती. धान्यसाठवण, पशुधनाचे संगोपन आणि श्रमविभाजन यांमुळे वस्ती दीर्घकाळ टिकून राहिली. मात्र इतिहासात कोणतीही व्यवस्था कायम एकसारखी राहत नाही. लोकसंख्या वाढत गेल्यानंतर संसाधनांवरील दबाव वाढतो. अधिक जमीन लागवडीखाली आणावी लागते, अधिक पाणी लागते आणि अधिक पशुधनासाठी कुरणे आवश्यक होतात. अशा

परिस्थितीत पर्यावरणीय संतुलन बिघडू लागल्यास समाजावर त्याचे दूरगामी परिणाम होऊ शकतात.

हवामानातील बदल

संशोधकांच्या मते इनामगावच्या उत्तरकालीन अवस्थेत हवामानातील बदलांचा महत्त्वाचा प्रभाव पडला असावा. ताम्रपाषाण काळातील समाज प्रामुख्याने पावसावर अवलंबून होता. पर्जन्यमानात घट झाल्यास कृषी उत्पादन थेट प्रभावित होत असे.जर सलग काही वर्षे पाऊस कमी झाला असेल, तर:

धान्य उत्पादन घटले असेल, पशुधनासाठी चारा कमी पडला असेल,पाण्याची टंचाई निर्माण झाली असेल, लोकांचे जीवन अधिक कठीण झाले असेल.

कृषीप्रधान समाजासाठी हा मोठा धोका होता. त्यामुळे काही कुटुंबांनी अधिक अनुकूल प्रदेशांकडे स्थलांतर केले असण्याची शक्यता नाकारता येत नाही.

पर्यावरणीय ताण

मानवी समाज आणि पर्यावरण यांचे नाते अत्यंत निकटचे असते. दीर्घकाळ चाललेल्या शेतीमुळे जमिनीची सुपीकता कमी होण्याची शक्यता असते. त्याचप्रमाणे इंधन, घरबांधणी आणि इतर गरजांसाठी जंगलांचा मोठ्या प्रमाणावर वापर झाल्यास पर्यावरणीय असंतुलन निर्माण होऊ शकते.इनामगावच्या बाबतीत काही संशोधकांनी पुढील शक्यता व्यक्त केल्या आहेत: -- जंगलांचे प्रमाण कमी होणे, मातीची धूप वाढणे, पाण्याचे स्रोत कमकुवत होणे,नैसर्गिक संसाधनांची उपलब्धता घटणे. या सर्व घटकांचा परिणाम समाजाच्या उत्पादनक्षमतेवर झाला असावा.

आर्थिक बदल

इनामगावची अर्थव्यवस्था मुख्यतः शेती आणि पशुपालनावर आधारित होती. जर कृषी उत्पादनात घट झाली असेल, तर संपूर्ण आर्थिक व्यवस्थेवर त्याचा परिणाम झाला असेल. धान्य उत्पादन कमी झाल्यास: अन्नसुरक्षा धोक्यात येते, व्यापार कमी होतो, लोकसंख्येचे पोषण कठीण होते, सामाजिक तणाव वाढू

शकतो. अशा परिस्थितीत काही लोकांनी नवीन प्रदेशांचा शोध घेतला असावा.

सामाजिक परिणाम

पर्यावरणीय आणि आर्थिक बदलांचा समाजरचनेवरही परिणाम झाला असावा. संसाधने कमी होत गेल्यास समुदायातील सहकार्य टिकवणे अधिक कठीण होते. काही संशोधकांच्या मते: लोकसंख्येत घट झाली असावी, काही कुटुंबांनी स्थलांतर केले असावे, वस्तीचे आकारमान कमी झाले असावे. उत्खननांमधून उत्तरकालीन टप्प्यातील वस्ती पूर्वीच्या तुलनेत कमी सक्रिय दिसते, ज्यावरून अशा प्रक्रियांचा अंदाज व्यक्त केला जातो.

ऱ्हास म्हणजे अंत नव्हे

इनामगावच्या इतिहासातील सर्वात महत्त्वाची गोष्ट म्हणजे वस्तीचा ऱ्हास म्हणजे संस्कृतीचा पूर्ण अंत नव्हता. अनेक परंपरा पुढील समाजांमध्ये टिकून राहिल्या.

उदाहरणार्थ: कृषी तंत्रज्ञान, पशुपालन परंपरा, ग्रामजीवनाची रचना, धान्यसाठवण पद्धती,

काही सांस्कृतिक श्रद्धा. या गोष्टी पुढील पिढ्यांनी स्वीकारल्या आणि विकसित केल्या.

म्हणूनच इतिहासकार इनामगावच्या बाबतीत "सांस्कृतिक संक्रमण" हा शब्द वापरतात.

महाराष्ट्राच्या इतिहासातील वारसा

इनामगावचे महत्त्व केवळ एका प्राचीन गावापुरते मर्यादित नाही. या स्थळामुळे महाराष्ट्राच्या इतिहासाची मुळे किती खोलवर जातात हे स्पष्ट होते. इनामगाव आपल्याला सांगते की: महाराष्ट्रात हजारो वर्षांपूर्वी संघटित ग्रामजीवन अस्तित्वात होते.लोकांना शेती, पशुपालन आणि अन्नसाठवण यांचे प्रगत ज्ञान होते.सामाजिक संघटना आणि सामुदायिक जीवन विकसित झाले होते.धार्मिक श्रद्धा आणि दफनविधींची विशिष्ट परंपरा अस्तित्वात होती.या सर्व बाबी पुढील ऐतिहासिक संस्कृतींच्या विकासासाठी महत्त्वाचा पाया ठरल्या.

पुरातत्वशास्त्रीय महत्त्व

इनामगाव हे भारतीय पुरातत्त्वशास्त्रातील एक आदर्श स्थळ मानले जाते. येथे मिळालेल्या पुराव्यांमुळे संशोधकांना प्रागैतिहासिक समाजाचे पुनर्निर्माण करणे शक्य झाले.

या स्थळामुळे: --महाराष्ट्रातील ताम्रपाषाण संस्कृती अधिक स्पष्ट झाली,प्राचीन कृषीव्यवस्थेचा अभ्यास शक्य झाला,मानवी आरोग्य आणि आहाराचा इतिहास समजला, पर्यावरण आणि समाज यांचे संबंध अभ्यासता आले.त्यामुळे इनामगाव हे आजही संशोधकांसाठी एक महत्त्वाचे प्रयोगक्षेत्र आहे.

इनामगावचा ऱ्हास हा अचानक झालेला विनाश नसून पर्यावरणीय, आर्थिक आणि सामाजिक घटकांच्या दीर्घकालीन परिणामांचा निष्कर्ष होता. तरीही या वस्तीचा सांस्कृतिक वारसा नष्ट झाला नाही. कृषी, ग्रामजीवन, सामाजिक संघटना आणि सांस्कृतिक परंपरा पुढील पिढ्यांमध्ये टिकून राहिल्या. त्यामुळे इनामगाव हे महाराष्ट्राच्या प्रागैतिहासिक इतिहासातील एक महत्त्वाचे

दुवा मानले जाते. या स्थळाने महाराष्ट्राच्या सांस्कृतिक विकासाला मजबूत पाया दिला आणि म्हणूनच त्याचे स्थान इतिहासात अढळ

अध्याय ८.१ : महापाषाण संस्कृती (Megalithic Culture) - परिचय, व्याप्ती आणि ऐतिहासिक महत्त्व

प्रस्तावना

महाराष्ट्राच्या प्राचीन इतिहासात ताम्रपाषाण संस्कृतीनंतर महत्त्वाचा टप्पा म्हणजे महापाषाण संस्कृती होय. "महापाषाण" या शब्दाचा अर्थ "मोठे दगड" असा होतो. या संस्कृतीतील लोक मृतांच्या स्मरणार्थ किंवा दफनविधीसाठी मोठमोठे दगड वापरत असत. त्यामुळे या संस्कृतीला महापाषाण संस्कृती असे नाव देण्यात आले आहे.भारतीय उपखंडात महापाषाण संस्कृतीचा विकास साधारणतः इ.स.पूर्व 1200 ते इ.स.पूर्व 300 या कालखंडात झाला असे मानले जाते. महाराष्ट्रातील अनेक भागांमध्ये या संस्कृतीचे अवशेष आढळले आहेत.

विशेषतः विदर्भ प्रदेश हा महापाषाण संस्कृतीचा अत्यंत महत्त्वाचा केंद्रबिंदू मानला जातो. महापाषाण संस्कृतीचे वैशिष्ट्य म्हणजे दफनविधी, लोखंडाचा वापर, विकसित कृषीव्यवस्था, पशुपालन, हस्तकला आणि वाढती सामाजिक संघटना. ही संस्कृती पुढे ऐतिहासिक काळातील राज्यव्यवस्था आणि नागरीकरणाच्या प्रक्रियेची पूर्वपीठिका मानली जाते.

महापाषाण संस्कृती म्हणजे काय?

पुरातत्त्वशास्त्रात ज्या संस्कृतींमध्ये मोठ्या दगडांचा वापर करून समाध्या, स्मारके किंवा दफनरचना तयार केल्या जातात त्यांना महापाषाण संस्कृती म्हणतात.या संस्कृतीतील लोक मृत व्यक्तींचे दफन करताना:मोठे दगड वापरत, दगडी वर्तुळे तयार करत, समाध्यांमध्ये मातीची भांडी ठेवत, शस्त्रे आणि अलंकार ठेवत, मृतांचा विशेष सन्मान करत. या प्रथा त्या समाजाच्या धार्मिक श्रद्धा आणि मृत्यूविषयक कल्पना दर्शवतात.

महाराष्ट्रातील महापाषाण संस्कृतीचा विस्तार --

महापाषाण संस्कृतीचे अवशेष महाराष्ट्रातील अनेक

जिल्ह्यांत सापडले आहेत. विशेषतः विदर्भात त्यांची संख्या मोठी आहे.

महत्त्वाची स्थळे: Naikund ,Mahurjhari ,Junapani ,Takalghat ,Raipur,Bhagimohari

या स्थळांवरील उत्खननांमधून महाराष्ट्रातील लोखंडयुगीन समाजाचे अत्यंत महत्त्वाचे पुरावे मिळाले आहेत.

कालखंड

इतिहासकार महाराष्ट्रातील महापाषाण संस्कृतीचा कालखंड साधारणपणे पुढीलप्रमाणे मानतात:

कालखंड

अंदाजे कालमर्यादा प्रारंभिक महापाषाण इ.स.पूर्व 1200-800 , विकसित महापाषाण इ.स.पूर्व 800-500 ,उत्तर महापाषाण इ.स.पूर्व 500-300 याच काळात महाराष्ट्रात लोखंडाचा वापर वेगाने वाढू लागला.

लोखंडाचा शोध आणि त्याचे महत्त्व

महापाषाण संस्कृतीचे सर्वात महत्त्वाचे वैशिष्ट्य म्हणजे लोखंडाचा व्यापक वापर.

पूर्वी: दगडी साधने ,तांब्याची साधने यांचा वापर होत होता.

परंतु लोखंडामुळे: अधिक मजबूत साधने तयार झाली. जंगलतोड सुलभ झाली. शेतीक्षेत्र वाढले. उत्पादन वाढले. युद्धतंत्र सुधारले. यामुळे समाजाच्या विकासाला मोठी गती मिळाली.

समाजरचना

महापाषाण समाज ताम्रपाषाण समाजापेक्षा अधिक संघटित होता.

समाजात: शेतकरी पशुपालक लोहार कारागीर व्यापारी अशा विविध व्यवसायांची सुरुवात झालेली दिसते. यामुळे श्रमविभाजन आणि सामाजिक विशेषीकरण वाढले.

आर्थिक जीवन

महापाषाण लोकांची अर्थव्यवस्था अनेक घटकांवर आधारित होती. शेती, गहू, बाजरी, ज्वारी ,कडधान्ये

यांची लागवड होत होती. पशुपालन गायी बैल मेंढ्या शेळ्या पालल्या जात होत्या.

धातुकाम ,लोखंडी साधने आणि शस्त्रे तयार केली जात होती. विविध प्रदेशांशी वस्तुविनिमय होत असल्याचे पुरावे मिळतात.

धार्मिक श्रद्धा

महापाषाण संस्कृतीतील लोक मृत्यूनंतरच्या जीवनावर विश्वास ठेवत असावेत.

याचे कारण म्हणजे: समाध्यांमध्ये वस्तू ठेवणे, शस्त्रे ठेवणे, अलंकार ठेवणे, अन्नपात्रे ठेवणे.

यावरून मृत्यूनंतरही जीवन अस्तित्वात आहे अशी त्यांची कल्पना असावी.

दफनसंस्कृतीचे महत्त्व

महापाषाण संस्कृतीचे सर्वात प्रसिद्ध वैशिष्ट्य म्हणजे दफनरचना.

दफनांमध्ये आढळते: दगडी वर्तुळे , मोठे दगड ,मानवी सांगाडे ,मातीची भांडी ,लोखंडी शस्त्रे

दागिनेयामुळे त्या व्यक्तीचे सामाजिक स्थान समजण्यास मदत होते.

महाराष्ट्राच्या इतिहासातील स्थान-- महापाषाण संस्कृती महाराष्ट्राच्या इतिहासात अत्यंत महत्त्वाची आहे कारण:लोखंडयुगाची सुरुवात याच काळात झाली. शेती अधिक विकसित झाली. व्यापार वाढला. सामाजिक संघटना मजबूत झाली. पुढील ऐतिहासिक राज्यांच्या निर्मितीसाठी पाया तयार झाला. याच प्रक्रियेतून पुढे प्राचीन महाराष्ट्रातील जनपदे आणि नंतर Satavahana Dynasty सारख्या शक्तिशाली राज्यांचा उदय झाला.

८.२ महापाषाण दफनसंस्कृती आणि दगडी स्मारके

प्रस्तावना

महापाषाण संस्कृतीचे सर्वात वैशिष्ट्यपूर्ण आणि महत्त्वपूर्ण लक्षण म्हणजे तिची दफनसंस्कृती होय. जगातील अनेक प्राचीन संस्कृतींमध्ये मृत व्यक्तींच्या स्मरणार्थ विविध प्रकारची स्मारके उभारली जात असत, परंतु महापाषाण संस्कृतीमध्ये मोठमोठ्या दगडांचा वापर करून तयार केलेल्या समाध्या आणि स्मारके हे विशेष आकर्षण ठरतात. "महापाषाण" या शब्दाचा अर्थच "मोठा दगड" असा असल्यामुळे या संस्कृतीची ओळख तिच्या दफनरचनांशी जोडलेली आहे. महाराष्ट्रातील विदर्भ प्रदेशात सापडलेल्या असंख्य महापाषाणीय समाध्यांमुळे या संस्कृतीचे स्वरूप अधिक स्पष्टपणे समोर आले आहे. महापाषाणकालीन समाजात मृत्यू हा जीवनाचा शेवट नसून एका नवीन अवस्थेकडे जाणारा प्रवास आहे अशी श्रद्धा असावी, असे पुरातत्त्वीय पुरावे सूचित करतात.

म्हणूनच मृत व्यक्तींचे दफन करताना विशेष काळजी घेतली जात असे. समाध्यांमध्ये मातीची भांडी, लोखंडी शस्त्रे, दागिने, मणी, अन्नपात्रे आणि इतर वस्तू ठेवलेल्या आढळतात. यावरून मृत्यूनंतरच्या जीवनाची कल्पना या समाजात अस्तित्वात होती असे दिसून येते. महाराष्ट्रातील Junapani, Naikund, Mahurjhari आणि इतर अनेक स्थळांवरील उत्खननांमधून महापाषाणीय दफनसंस्कृतीचे महत्त्वपूर्ण पुरावे मिळाले आहेत. या पुराव्यांमुळे त्या काळातील धार्मिक श्रद्धा, सामाजिक रचना, आर्थिक स्थिती आणि सांस्कृतिक जीवनाचा अभ्यास शक्य झाला आहे.

महापाषाणकालीन लोक मृत व्यक्तींच्या स्मरणार्थ मोठ्या दगडांनी वेढलेली दफनस्थळे तयार करत असत. अनेक ठिकाणी दगडी वर्तुळे (Stone Circles) आढळून येतात. ही वर्तुळे जमिनीवर मोठ्या दगडांच्या साहाय्याने तयार केली जात आणि त्यांच्या मध्यभागी मृत व्यक्तीचे दफन केले जात असे. काही दफनांमध्ये एकच व्यक्ती पुरलेली आढळते, तर काही ठिकाणी एकापेक्षा अधिक व्यक्तींचे अवशेष मिळतात. यावरून कुटुंबीय किंवा समूहदफनाची

परंपरा काही प्रमाणात अस्तित्वात असावी असे मानले जाते.दगडी वर्तुळांची निर्मिती ही केवळ स्मारक उभारणी नव्हती. त्यामागे धार्मिक आणि सामाजिक महत्त्व दडलेले असावे. मोठे दगड दूरवरून आणणे, त्यांची मांडणी करणे आणि समाधी उभारणे यासाठी सामूहिक श्रम आवश्यक असतात. यावरून समाजामध्ये संघटनशक्ती आणि सामुदायिक सहभाग अस्तित्वात होता हे स्पष्ट होते. अशा स्मारकांद्वारे मृत व्यक्तीच्या स्मृतीचे जतन केले जात असावे.महापाषाण समाध्यांमध्ये सापडलेल्या वस्तूंना विशेष महत्त्व आहे. अनेक समाध्यांमध्ये लोखंडी भाले, तलवारी, सु-या, बाणांची टोके आणि इतर शस्त्रे आढळली आहेत. काही ठिकाणी तांब्याच्या वस्तू, मण्यांचे हार, काचेचे मणी आणि अलंकारही मिळाले आहेत. या वस्तूंवरून मृत व्यक्तीच्या सामाजिक स्थानाचा अंदाज लावता येतो. ज्या समाध्यांमध्ये अधिक मौल्यवान वस्तू सापडतात त्या व्यक्ती समाजातील प्रतिष्ठित किंवा प्रभावशाली सदस्य असाव्यात असे मानले जाते.

मातीची भांडी हा महापाषाण दफनसंस्कृतीतील आणखी एक महत्त्वाचा घटक आहे. समाध्यांमध्ये ठेवलेली भांडी

विविध आकारांची आणि रंगांची असतात. विशेषतः काळ्या आणि लाल रंगाच्या मातीच्या भांड्यांचा मोठ्या प्रमाणावर वापर झालेला दिसतो. काही भांड्यांवर नक्षीकाम आणि सजावटही आढळते. या भांड्यांचा उपयोग मृत व्यक्तीसाठी अन्न किंवा पाणी ठेवण्याकरिता केला जात असावा. यावरून मृत्यूनंतरच्या जीवनाविषयीची श्रद्धा अधिक दृढ होते.महापाषाणकालीन दफनांमधील सांगाड्यांच्या अभ्यासातून त्या काळातील लोकांच्या आरोग्याची, आहाराची आणि जीवनशैलीची माहिती मिळते. काही सांगाड्यांवरून लोकांना सांध्यांचे विकार, शारीरिक श्रमामुळे झालेले परिणाम आणि काही रोगांची चिन्हे दिसून येतात. हाडांच्या वैज्ञानिक विश्लेषणामुळे त्या काळातील मानवी जीवनमानाचा अभ्यास करणे शक्य झाले आहे. यामुळे इतिहासकारांना केवळ धार्मिक श्रद्धाच नव्हे तर सामाजिक वास्तव देखील समजून घेता येते.महापाषाण संस्कृतीतील दफनरचना समाजातील स्तरभेदाचे संकेतही देतात. काही समाध्या अत्यंत मोठ्या आणि समृद्ध वस्तूंनी भरलेल्या आहेत, तर काही साध्या स्वरूपाच्या आहेत. यावरून समाजात आर्थिक आणि

सामाजिक विषमता निर्माण होत असल्याचे संकेत मिळतात. हा बदल पुढील ऐतिहासिक काळातील अधिक जटिल सामाजिक रचनांचा प्रारंभ मानला जातो.

दगडी स्मारकांचे आणखी एक महत्त्व म्हणजे त्यांचा ऐतिहासिक टिकाऊपणा. मातीची घरे, लाकडी रचना आणि इतर अनेक वस्तू कालांतराने नष्ट होतात; परंतु मोठे दगड हजारो वर्षे टिकून राहतात. त्यामुळे महापाषाणीय स्मारके आजही संशोधकांना त्या संस्कृतीचा अभ्यास करण्यासाठी महत्त्वाचे पुरावे उपलब्ध करून देतात. महाराष्ट्रातील अनेक भागांमध्ये आजही ही दगडी वर्तुळे आणि समाध्या दिसून येतात, ज्यामुळे त्या प्रदेशाच्या प्राचीन इतिहासाची साक्ष मिळते.महापाषाण दफनसंस्कृतीचा अभ्यास केल्यास असे दिसून येते की हा समाज धार्मिकदृष्ट्या संवेदनशील, सामाजिकदृष्ट्या संघटित आणि सांस्कृतिकदृष्ट्या विकसित होता. मृत व्यक्तींच्या स्मृती जपण्याची त्यांची परंपरा, मृत्यूनंतरच्या जीवनावरील श्रद्धा आणि समाध्यांमध्ये ठेवलेल्या वस्तू यांमधून त्यांचे विचारविश्व समोर येते. त्यामुळे महापाषाणीय दफनसंस्कृती ही केवळ पुरातत्त्वीय

अभ्यासाचा विषय नसून ती महाराष्ट्राच्या सांस्कृतिक इतिहासाचा एक महत्त्वपूर्ण अध्याय आहे.

महापाषाण दफनसंस्कृतीने पुढील अनेक शतकांतील धार्मिक आणि सामाजिक परंपरांवर अप्रत्यक्ष प्रभाव टाकला असावा. पूर्वजांविषयी आदर, स्मारके उभारण्याची परंपरा आणि मृत व्यक्तींच्या स्मृतीचे जतन करण्याची भावना या संकल्पना भारतीय संस्कृतीत पुढील काळातही विविध स्वरूपात टिकून राहिल्या. म्हणूनच महापाषाण संस्कृतीचा हा विभाग महाराष्ट्राच्या प्राचीन इतिहासाच्या समजासाठी अत्यंत महत्त्वाचा मानला जातो.

८.३ महापाषाण संस्कृतीतील लोखंड तंत्रज्ञान, शस्त्रे आणि आर्थिक जीवन

प्रस्तावना

महापाषाण संस्कृतीच्या विकासामध्ये सर्वात क्रांतिकारी घटना म्हणजे लोखंडाचा शोध आणि त्याचा व्यापक वापर होय. मानवाच्या इतिहासात दगड, तांबे आणि कांस्य यांनंतर लोखंडाचा वापर सुरू झाला आणि त्यामुळे समाजाच्या आर्थिक, सामाजिक व राजकीय जीवनात मोठे परिवर्तन घडून आले. महाराष्ट्रातील महापाषाण संस्कृती ही लोखंडयुगीन संस्कृती म्हणून ओळखली जाते. विशेषतः विदर्भातील अनेक उत्खनन स्थळांवरून लोखंडी साधने, शस्त्रे, कृषी अवजारे आणि धातुकामाशी संबंधित पुरावे सापडल्यामुळे त्या काळातील तंत्रज्ञानाचा उच्च स्तर स्पष्ट होतो.ताम्रपाषाण काळात वापरली जाणारी साधने तुलनेने कमकुवत आणि मर्यादित उपयोगाची होती. परंतु

लोखंडाच्या शोधामुळे अधिक मजबूत, टिकाऊ आणि प्रभावी साधने तयार करणे शक्य झाले. यामुळे शेतीचा विस्तार, जंगलतोड, व्यापारवाढ आणि सामाजिक संघटनांचा विकास वेगाने झाला. त्यामुळे महापाषाण संस्कृतीला महाराष्ट्राच्या इतिहासातील एका महत्त्वाच्या संक्रमणकालाचे स्थान प्राप्त झाले आहे. लोखंडाचा शोध हा एका दिवसात झालेला बदल नव्हता. धातू वितळविण्याचे ज्ञान, खनिजांची ओळख आणि भट्ट्यांचा वापर या प्रक्रियांतून हळूहळू लोखंड तंत्रज्ञान विकसित झाले. महाराष्ट्रातील काही महापाषाण स्थळांवर सापडलेल्या लोखंड वितळविण्याच्या अवशेषांवरून असे दिसते की त्या काळातील कारागिरांना धातुकामाचे चांगले ज्ञान होते. लोखंड मिळवण्यासाठी खनिज गोळा करणे, ते उच्च तापमानावर वितळवणे आणि त्यापासून उपयुक्त वस्तू तयार करणे ही एक जटिल प्रक्रिया होती. त्यामुळे धातुकाम करणाऱ्या कारागिरांना समाजात विशेष स्थान असावे.Naikund हे महापाषाणकालीन लोखंड तंत्रज्ञानाच्या अभ्यासासाठी अत्यंत महत्त्वाचे स्थळ मानले जाते. येथे झालेल्या उत्खननांमधून लोखंड वितळविण्याच्या भट्ट्या,

लोखंडी अवजारे आणि धातुकामाचे पुरावे मिळाले आहेत. या पुराव्यांमुळे महाराष्ट्रातील लोखंड उत्पादनाची परंपरा अत्यंत प्राचीन असल्याचे सिद्ध झाले आहे. काही संशोधकांच्या मते, विदर्भातील कारागीर लोखंड निर्मितीत विशेष प्रवीण होते.

लोखंडाचा सर्वात मोठा परिणाम शेतीवर झाला. मजबूत लोखंडी अवजारांमुळे जंगलातील झाडे तोडणे, जमीन साफ करणे आणि मोठ्या क्षेत्रात शेती करणे शक्य झाले. यापूर्वी दगडी किंवा तांब्याच्या साधनांनी ही कामे अत्यंत कष्टप्रद होती. लोखंडी कुऱ्हाडी, फाळ, कोयते आणि इतर कृषी साधनांमुळे उत्पादनक्षमता वाढली. अधिक अन्नउत्पादन झाल्यामुळे लोकसंख्या वाढली आणि मोठ्या वसाहती निर्माण होऊ लागल्या.

महापाषाण समाजाची अर्थव्यवस्था शेतीवर आधारित असली तरी ती केवळ कृषीपुरती मर्यादित नव्हती. पशुपालन हा देखील अर्थव्यवस्थेचा महत्त्वाचा घटक होता. गायी, बैल, मेंढ्या आणि शेळ्या यांचे पालन केले जात असे. बैलांचा उपयोग शेतीकामासाठी होत असे, तर इतर

जनावरे अन्न, दूध आणि कातडीसाठी उपयोगी पडत असत. पशुधन हे संपत्तीचे प्रतीक मानले जात असावे. ज्या कुटुंबांकडे अधिक जनावरे असत त्यांना समाजात अधिक प्रतिष्ठा मिळत असावी.

महापाषाण संस्कृतीतील शस्त्रसामग्रीचा अभ्यास केल्यास त्या काळातील युद्धतंत्र आणि सुरक्षाव्यवस्था यांची माहिती मिळते. उत्खननांमध्ये लोखंडी तलवारी, भाले, बाणांची टोके, खंजीर आणि सु-या सापडल्या आहेत. या शस्त्रांचा उपयोग शिकार, संरक्षण किंवा संघर्ष यांसाठी केला जात असावा. काही समाध्यांमध्ये शस्त्रे ठेवलेली आढळल्यामुळे त्या व्यक्ती योद्धा किंवा समाजातील प्रतिष्ठित सदस्य असाव्यात असा अंदाज व्यक्त केला जातो.महापाषाणकालीन समाजात हस्तकलेचाही विकास झाला होता. मातीची भांडी, दागिने, मणी आणि धातूच्या वस्तू तयार करणारे कारागीर अस्तित्वात होते. काळ्या आणि लाल रंगाच्या मातीच्या भांड्यांचा मोठ्या प्रमाणावर वापर केला जात असे. काही भांड्यांवर सुंदर नक्षीकाम आढळते. यावरून केवळ उपयुक्ततेवर नव्हे तर सौंदर्यदृष्टीवरही भर दिला जात होता असे दिसते.व्यापार

हा महापाषाण अर्थव्यवस्थेचा आणखी एक महत्त्वाचा घटक होता. काही स्थळांवर सापडलेले अर्धमौल्यवान दगड, काचेचे मणी आणि इतर वस्तू स्थानिक स्तरावर उपलब्ध नसल्यामुळे त्यांचा व्यापाराद्वारे पुरवठा होत असावा. यावरून महाराष्ट्रातील महापाषाण समाजाचे इतर प्रदेशांशी संबंध होते असे दिसून येते. वस्तुविनिमय पद्धतीच्या माध्यमातून धान्य, पशुधन, धातू आणि हस्तकला वस्तूंची देवाणघेवाण होत असावी.

महापाषाण समाजातील आर्थिक विकासामुळे सामाजिक बदल घडून आले. श्रमविभाजन वाढले, विशेष कौशल्य असलेल्या कारागिरांचा उदय झाला आणि संपत्तीचे असमान वितरण दिसू लागले. काही समाध्यांमध्ये अधिक मौल्यवान वस्तू आढळतात, तर काही साध्या स्वरूपाच्या आहेत. यावरून समाजात आर्थिक स्तरभेद निर्माण होत असल्याचे संकेत मिळतात. ही प्रक्रिया पुढे ऐतिहासिक काळातील अधिक विकसित सामाजिक रचनांमध्ये परिवर्तित झाली.लोखंड तंत्रज्ञानामुळे महाराष्ट्रातील समाज अधिक गतिशील आणि उत्पादनक्षम झाला. कृषी विस्तार, व्यापारवाढ आणि हस्तकलेचा विकास यांमुळे

आर्थिक स्थैर्य प्राप्त झाले. याच आर्थिक पायावर पुढील काळात मोठ्या राजकीय संघटनांचा उदय झाला. त्यामुळे महापाषाण संस्कृती ही केवळ दफनसंस्कृतीपुरती मर्यादित नसून ती आर्थिक आणि तांत्रिक प्रगतीची महत्त्वपूर्ण साक्ष आहे.

महापाषाण संस्कृतीतील लोखंड तंत्रज्ञानाचा अभ्यास केल्यास महाराष्ट्राच्या इतिहासातील एक महत्त्वाचा बदल स्पष्ट होतो. दगडी आणि ताम्र साधनांपासून लोखंडी साधनांकडे झालेला प्रवास हा केवळ तांत्रिक बदल नव्हता; तो संपूर्ण समाजाच्या आर्थिक आणि सांस्कृतिक विकासाचा पाया होता. त्यामुळे लोखंडयुगीन महाराष्ट्राचा अभ्यास करताना महापाषाण संस्कृतीला केंद्रस्थानी स्थान दिले जाते.

संदर्भासाठी महत्त्वाची स्थळे

Naikund

Mahurjhari

Junapani

८.४ महापाषाण संस्कृतीतील समाजजीवन, धर्म आणि श्रद्धा

प्रस्तावना

महाराष्ट्रातील महापाषाण संस्कृतीचा अभ्यास केवळ दगडी स्मारके, समाध्या किंवा लोखंडी साधने यापुरता मर्यादित नाही. या संस्कृतीचे खरे महत्त्व तिच्या समाजजीवनात, धार्मिक श्रद्धांमध्ये आणि सांस्कृतिक परंपरांमध्ये दडलेले आहे. जरी महापाषाणकालीन लोकांनी कोणतेही लिखित साहित्य मागे सोडले नसले, तरी त्यांच्या दफनविधी, वस्तींचे अवशेष, अलंकार, मातीची भांडी, शस्त्रे आणि इतर पुरातत्त्वीय पुराव्यांच्या आधारे त्यांच्या जीवनपद्धतीचे चित्र उभे करता येते. या पुराव्यांमधून असे दिसून येते की महापाषाण समाज हा संघटित, कृषीप्रधान, धार्मिकदृष्ट्या जागरूक आणि सामाजिकदृष्ट्या विकसित होता.महापाषाणकालीन महाराष्ट्रात मानवी जीवन गावकेंद्रित होते. लोक लहान-मोठ्या वस्त्यांमध्ये राहत असत. या वस्त्या प्रामुख्याने

सुपीक जमीन, नदीकाठ किंवा जलस्रोतांच्या आसपास वसलेल्या होत्या. शेती आणि पशुपालन ही जीवनाची मुख्य साधने असल्यामुळे संपूर्ण समाजाचे दैनंदिन जीवन ऋतू, पाऊस आणि कृषीचक्र यांच्याशी निगडित होते. पहाटेपासून सूर्यास्तापर्यंत बहुतेक लोक शेती, पशुपालन किंवा हस्तकला यांसारख्या कामांमध्ये गुंतलेले असत. त्यामुळे श्रम हे समाजजीवनाचे केंद्र होते.महापाषाण समाजाची मूलभूत एकक म्हणजे कुटुंब होय. कुटुंब ही केवळ रक्तसंबंधांची संस्था नव्हती, तर उत्पादन, संरक्षण आणि सामाजिक शिक्षणाचे केंद्र होती. एकाच घरात अनेक पिढ्या राहत असाव्यात अशी शक्यता संशोधकांनी व्यक्त केली आहे. वृद्ध व्यक्तींना विशेष आदर दिला जात असावा, कारण त्यांच्याकडे अनुभव, ज्ञान आणि परंपरांची माहिती होती. मुलांना लहानपणापासून शेती, पशुपालन, शिकार आणि हस्तकलेचे प्रशिक्षण दिले जात असावे. त्यामुळे ज्ञानाचे हस्तांतरण पिढ्यानपिढ्या होत राहिले.

स्त्रियांची भूमिका महापाषाण समाजात अत्यंत महत्त्वाची होती. शेतीप्रधान अर्थव्यवस्थेमध्ये स्त्रिया अन्नप्रक्रिया,

धान्यसाठवण, घरव्यवस्था, पशुपालन आणि मुलांचे संगोपन यांत सक्रिय सहभाग घेत असाव्यात. अनेक संशोधकांच्या मते, काही धार्मिक विधींमध्येही स्त्रियांची भूमिका महत्त्वाची असू शकते. काही ठिकाणी सापडलेल्या स्त्रीमूर्तींवरून प्रजननशक्ती आणि मातृत्वाला विशेष महत्त्व दिले जात असावे. तथापि, या मूर्तींचा नेमका धार्मिक अर्थ निश्चितपणे सांगता येत नाही.महापाषाण समाजात श्रमविभाजन विकसित होत असल्याचे संकेत मिळतात. काही लोक मुख्यतः शेतकरी होते, काही पशुपालक होते, तर काही धातुकाम, मातीची भांडी तयार करणे किंवा अलंकारनिर्मिती यांसारख्या विशेष व्यवसायांत गुंतलेले होते. लोहारांना विशेष महत्त्व प्राप्त झाले असावे, कारण लोखंडी साधने आणि शस्त्रे तयार करण्यासाठी विशेष कौशल्य आवश्यक होते. यावरून समाजात व्यवसायाधारित विशेषीकरणाची प्रक्रिया सुरू झालेली दिसते.

धार्मिक श्रद्धांच्या बाबतीत महापाषाण समाज अत्यंत रोचक आहे. त्यांच्या दफनसंस्कारांवरून मृत्यूनंतरच्या जीवनावर त्यांचा विश्वास होता असे दिसते. समाध्यांमध्ये

अन्नपात्रे, शस्त्रे, दागिने आणि इतर वस्तू ठेवण्यात येत असल्यामुळे मृत व्यक्तीला परलोकातही या वस्तूंची गरज भासेल अशी श्रद्‌धा असावी. ही कल्पना जगातील अनेक प्राचीन संस्कृतींमध्ये आढळते. त्यामुळे महापाषाण समाजाचा धार्मिक विचार हा केवळ वर्तमान जीवनापुरता मर्यादित नसून मृत्यूनंतरच्या अस्तित्वाशीही संबंधित होता.पूर्वजांविषयी आदरभाव ही महापाषाण धर्माची एक महत्त्वाची वैशिष्ट्यपूर्ण बाब मानली जाते. मोठ्या दगडांनी बांधलेल्या समाध्या या केवळ दफनस्थळे नव्हत्या; त्या पूर्वजांच्या स्मृतींची प्रतीके होती. मृत व्यक्तींच्या स्मरणार्थ इतकी मोठी स्मारके उभारली जात असल्यामुळे समाजात पूर्वजांना विशेष स्थान होते हे स्पष्ट होते. कुटुंब आणि वंश यांच्या सातत्यासाठी पूर्वजांचे स्मरण महत्त्वाचे मानले जात असावे.

निसर्गपूजेलाही महत्त्वाचे स्थान असण्याची शक्यता आहे. कृषीप्रधान समाज पूर्णपणे निसर्गावर अवलंबून असल्यामुळे सूर्य, पाऊस, पृथ्वी, नद्‌या आणि वनस्पती यांना पवित्र मानले जात असावे. चांगल्या पावसासाठी, भरघोस पिकांसाठी किंवा पशुधनाच्या संरक्षणासाठी काही

धार्मिक विधी केले जात असावेत. जरी त्यांचे थेट पुरावे उपलब्ध नसले तरी कृषीसमाजाच्या स्वरूपावरून अशा श्रद्धांचा अंदाज व्यक्त केला जातो.महापाषाणकालीन समाजात उत्सव आणि सामुदायिक कार्यक्रमांचेही महत्त्व असावे. पेरणी, कापणी किंवा इतर महत्त्वाच्या प्रसंगी सामूहिक समारंभ आयोजित केले जात असावेत. अशा कार्यक्रमांमुळे सामाजिक ऐक्य वाढत असे आणि सांस्कृतिक परंपरा टिकून राहत असत. संगीत, नृत्य आणि सामूहिक भोजन यांसारख्या प्रथा अस्तित्वात असण्याचीही शक्यता आहे, जरी त्यांचे थेट पुरावे उपलब्ध नाहीत.

महापाषाण समाजात काही प्रमाणात सामाजिक स्तरभेद निर्माण झालेला दिसतो. काही समाध्यांमध्ये अधिक मौल्यवान वस्तू आढळतात, तर काही अत्यंत साध्या स्वरूपाच्या असतात. यावरून समाजातील सर्व लोकांची आर्थिक स्थिती समान नव्हती असे सूचित होते. काही व्यक्ती किंवा कुटुंबे अधिक संपन्न आणि प्रभावशाली असावीत. ही सामाजिक विषमता पुढील ऐतिहासिक काळातील अधिक गुंतागुंतीच्या सामाजिक रचनांचा

प्रारंभिक टप्पा मानली जाते.महापाषाण संस्कृतीतील धर्म आणि समाजजीवनाचा अभ्यास महाराष्ट्राच्या इतिहासाच्या दृष्टीने अत्यंत महत्त्वाचा आहे. या संस्कृतीत आपण संघटित ग्रामजीवन, विकसित धार्मिक कल्पना, पूर्वजपूजा, निसर्गाविषयी आदरभाव आणि सामाजिक विशेषीकरण यांची सुरुवात पाहतो. पुढील ऐतिहासिक काळात विकसित झालेल्या अनेक सांस्कृतिक परंपरांची मुळे या कालखंडात शोधता येतात. त्यामुळे महापाषाण समाज हा महाराष्ट्राच्या सांस्कृतिक उत्क्रांतीतील एक महत्त्वाचा दुवा मानला जातो.

८.५ महापाषाण संस्कृतीचा ऱ्हास, संक्रमण आणि सातवाहनपूर्व महाराष्ट्राची निर्मिती

प्रस्तावना

महाराष्ट्राच्या इतिहासातील महापाषाण संस्कृती हा एक अत्यंत महत्त्वाचा टप्पा मानला जातो. या संस्कृतीने महाराष्ट्रातील समाजाला प्रागैतिहासिक अवस्थेतून प्रारंभिक ऐतिहासिक अवस्थेकडे नेण्याचे कार्य केले. महापाषाण काळात लोखंडाचा वापर, विकसित शेती, संघटित ग्रामजीवन, दफनसंस्कृती आणि वाढते व्यापारसंबंध यांचा विकास झाला. परंतु इतिहासातील प्रत्येक संस्कृतीप्रमाणे महापाषाण संस्कृतीही कालांतराने बदलली, विकसित झाली आणि नवीन ऐतिहासिक प्रक्रियांमध्ये विलीन झाली. त्यामुळे महापाषाण संस्कृतीचा ऱ्हास म्हणजे तिचा पूर्ण अंत

नव्हता; तो एका नव्या युगाच्या प्रारंभाचा टप्पा होता. या संक्रमण प्रक्रियेतूनच पुढे महाराष्ट्रातील प्रारंभिक राज्यव्यवस्था, व्यापारकेंद्रे आणि अखेरीस **Satavahana Dynasty** यांसारख्या शक्तिशाली राजसत्तांचा उदय झाला.महापाषाण संस्कृतीचा ऱ्हास हा एखाद्या युद्धामुळे किंवा अचानक घडलेल्या विनाशामुळे झाला असे पुरावे उपलब्ध नाहीत. उलट, हा बदल अनेक शतकांमध्ये घडलेल्या सामाजिक, आर्थिक आणि तांत्रिक परिवर्तनांचा परिणाम होता. त्यामुळे इतिहासकार "ऱ्हास" या शब्दाऐवजी "संक्रमण" **(Transition)** हा शब्द अधिक योग्य मानतात. कारण महापाषाण संस्कृतीतील अनेक परंपरा पुढील समाजात टिकून राहिल्या आणि नवीन स्वरूपात विकसित झाल्या.

महापाषाण काळाच्या उत्तरार्धात महाराष्ट्रातील समाज अधिक जटिल आणि संघटित होत गेला. लोखंडी साधनांच्या वापरामुळे शेतीक्षेत्राचा विस्तार झाला. जंगलतोड करून नवीन जमीन लागवडीखाली आणली गेली. यामुळे अन्नउत्पादन वाढले आणि लोकसंख्या वाढू लागली. लोकसंख्या वाढल्यामुळे लहान वस्त्यांचे रूपांतर मोठ्या

ग्रामसमूहांमध्ये झाले. काही ठिकाणी व्यापार आणि उत्पादन यांची केंद्रे विकसित झाली. या प्रक्रियेमुळे समाजात नवीन प्रकारचे आर्थिक संबंध निर्माण झाले.व्यापार हा या संक्रमणातील एक महत्त्वाचा घटक होता. महापाषाण काळात महाराष्ट्राचा इतर प्रदेशांशी संपर्क वाढू लागला. विदर्भ, मराठवाडा, पश्चिम महाराष्ट्र आणि दख्खनमधील इतर भागांमध्ये वस्तूंची देवाणघेवाण होत होती. लोखंड, मणी, अलंकार, मातीची भांडी आणि कृषी उत्पादने यांचा व्यापार केला जात असावा. व्यापार वाढल्यामुळे विविध संस्कृतींमधील संपर्क वाढला आणि नवीन कल्पना, तंत्रज्ञान आणि सामाजिक पद्धती महाराष्ट्रात पोहोचल्या.

धातुकामातील प्रगतीनेही संक्रमण प्रक्रियेला वेग दिला. लोखंडी साधने आणि शस्त्रे अधिक प्रभावी होत गेली. यामुळे शेती उत्पादन वाढले तसेच संरक्षण आणि संघर्ष यांमध्येही बदल घडले. काही समूह अधिक शक्तिशाली बनले आणि त्यांच्या नेतृत्वाखाली मोठे सामाजिक संघटनांचे निर्माण झाले असावे. याच प्रक्रियेतून पुढे जनपद आणि प्रारंभिक राजकीय घटक उदयास आले.

महापाषाण समाजातील सामाजिक रचना देखील बदलत होती. पूर्वी तुलनेने समान असलेल्या ग्रामसमूहांमध्ये संपत्ती आणि प्रतिष्ठेतील फरक वाढू लागले. काही समाध्यांमध्ये मौल्यवान वस्तूंची संख्या अधिक असल्याचे दिसते, तर काही समाध्या साध्या आहेत. यावरून समाजात उच्च आणि निम्न आर्थिक स्तर निर्माण होत असल्याचे संकेत मिळतात. ही प्रक्रिया पुढे राज्यव्यवस्थांच्या निर्मितीसाठी महत्त्वाची ठरली, कारण संपत्ती, नेतृत्व आणि लष्करी शक्ती यांच्या आधारे काही गट प्रभावशाली बनले.धार्मिक आणि सांस्कृतिक जीवनातही बदल घडत होते. महापाषाण संस्कृतीतील पूर्वजपूजा, दफनसंस्कार आणि निसर्गपूजेच्या परंपरा पुढील काळात विविध स्वरूपात टिकून राहिल्या. तथापि, व्यापारवाढ आणि बाह्य संपर्कांमुळे नवीन धार्मिक कल्पनांचा प्रवेश झाला असावा. उत्तर भारतातील सांस्कृतिक घडामोडी आणि दख्खनमधील इतर समाजांशी झालेल्या संपर्कांमुळे महाराष्ट्राचे सांस्कृतिक क्षितिज विस्तारत गेले.

या संक्रमणकाळात महाराष्ट्रात प्रारंभिक ऐतिहासिक वसाहती विकसित होऊ लागल्या. पुरातत्त्वीय पुराव्यांवरून असे दिसते की काही महापाषाणीय वस्त्या पुढे ऐतिहासिक

काळातील केंद्रांमध्ये रूपांतरित झाल्या. दगडी समाध्यांच्या जागी नवीन प्रकारच्या सांस्कृतिक आणि आर्थिक रचना दिसू लागतात. लेखनकलेचा प्रसार, नाण्यांचा वापर आणि संघटित प्रशासनाची सुरुवात या बदलांच्या माध्यमातून महाराष्ट्र प्रागैतिहासिक युगातून ऐतिहासिक युगात प्रवेश करू लागला.सातवाहनपूर्व महाराष्ट्र हा अनेक सांस्कृतिक प्रवाहांचा संगम होता. महापाषाण संस्कृतीची परंपरा, स्थानिक कृषी समाज, व्यापारकेंद्रे आणि बाह्य सांस्कृतिक प्रभाव यांचा मिलाफ या काळात झाला. त्यामुळे पुढे सातवाहन साम्राज्याच्या उदयासाठी आवश्यक असलेली आर्थिक आणि सामाजिक पायाभरणी तयार झाली. सातवाहनांचा उदय हा अचानक घडलेला राजकीय चमत्कार नव्हता; तो महापाषाण आणि प्रारंभिक ऐतिहासिक समाजांच्या अनेक शतकांच्या विकासाचा परिणाम होता.

महापाषाण संस्कृतीच्या वारशाचे महत्त्व येथे विशेष अधोरेखित करणे आवश्यक आहे. लोखंड तंत्रज्ञान, ग्रामजीवन, शेती, व्यापार आणि सामाजिक संघटना या सर्व बाबी पुढील काळात टिकून राहिल्या. त्यामुळे महापाषाण संस्कृतीचा शेवट हा प्रत्यक्षात एका नवीन ऐतिहासिक

युगाची सुरुवात होती. तिचा वारसा पुढील शतकांमध्ये अधिक विकसित स्वरूपात दिसून येतो.महाराष्ट्राच्या इतिहासाच्या अभ्यासात महापाषाण संस्कृती हा प्रागैतिहासिक आणि ऐतिहासिक युगांना जोडणारा महत्त्वाचा दुवा मानला जातो. या संस्कृतीमुळे आपणास समजते की राज्यव्यवस्था, व्यापारकेंद्रे आणि प्रगत सामाजिक संघटना या अचानक निर्माण झालेल्या नव्हत्या. त्यांची मुळे हजारो वर्षांच्या सामाजिक आणि आर्थिक विकासामध्ये दडलेली होती. म्हणूनच महापाषाण संस्कृतीचा ऱ्हास आणि संक्रमण यांचा अभ्यास महाराष्ट्राच्या संपूर्ण इतिहासाच्या समजासाठी अत्यंत आवश्यक आहे.

अध्याय ९ : सातवाहन साम्राज्याचा उदय – महाराष्ट्राच्या इतिहासातील पहिले महान साम्राज्य

अध्याय ९.१ : सातवाहन साम्राज्याचा उगम, स्थापना आणि महाराष्ट्रातील प्रारंभिक राज्यनिर्मिती

प्रस्तावना

महाराष्ट्राच्या इतिहासात सातवाहन साम्राज्याला अत्यंत महत्त्वाचे स्थान आहे. महाराष्ट्राच्या भूमीवर उदयास आलेले हे पहिले मोठे आणि संघटित साम्राज्य मानले जाते. प्रागैतिहासिक आणि महापाषाण संस्कृतींच्या दीर्घ विकासानंतर दख्खन प्रदेशात प्रथमच एक मजबूत राजकीय सत्ता निर्माण झाली. या सत्तेमुळे महाराष्ट्राला केवळ राजकीय

एकता मिळाली नाही, तर व्यापार, संस्कृती, धर्म, कला आणि समाजजीवनाच्या क्षेत्रांतही मोठी प्रगती झाली. सातवाहनांच्या उदयामुळे महाराष्ट्र प्रथमच भारतीय इतिहासाच्या मुख्य प्रवाहात ठळकपणे दिसू लागला.सातवाहन राजवंशाचा काळ साधारणतः इ.स.पूर्व दुसरे शतक ते इ.स. तिसरे शतक असा मानला जातो. जवळजवळ चारशे वर्षांपर्यंत या राजघराण्याने दख्खनच्या विस्तीर्ण प्रदेशावर सत्ता गाजवली. त्यांच्या राज्यात आजचा महाराष्ट्र, तेलंगणा, आंध्र प्रदेश, कर्नाटक, मध्य प्रदेश आणि गुजरातचा काही भाग समाविष्ट होता. त्यामुळे सातवाहन साम्राज्य हे केवळ महाराष्ट्रापुरते मर्यादित नसून संपूर्ण दख्खनच्या इतिहासातील एक महत्त्वाचे साम्राज्य होते.

सातवाहनांच्या उगमाचा प्रश्न -- सातवाहनांचा उगम हा इतिहासातील चर्चेचा विषय आहे. विविध शिलालेख, नाणी, पुराणे आणि साहित्यिक स्रोतांच्या आधारे इतिहासकारांनी त्यांच्या उत्पत्तीबाबत वेगवेगळी मते मांडली आहेत. काही विद्वान त्यांना आंध्र मानतात, तर अनेक संशोधक महाराष्ट्र आणि गोदावरी खोऱ्याशी त्यांचा निकटचा संबंध असल्याचे मानतात.सातवाहनांच्या प्रारंभिक इतिहासासाठी उपलब्ध

स्रोतांमध्ये पुराणे, नाणे, शिलालेख आणि गुंफालेख यांना विशेष महत्त्व आहे. विशेषतः **Nashik Caves, Karla Caves** आणि **Naneghat** येथील शिलालेख सातवाहन इतिहास समजण्यासाठी अत्यंत महत्त्वाचे आहेत.

सातवाहन साम्राज्याचे संस्थापक -- बहुसंख्य इतिहासकारांच्या मते सातवाहन राजवंशाचा संस्थापक **Simuka** हा होता. पुराणांमध्ये त्याचा उल्लेख "शिशुक", "सिंधुक" किंवा "सिमुक" अशा विविध नावांनी आढळतो. मौर्य साम्राज्याच्या ऱ्हासानंतर निर्माण झालेल्या राजकीय पोकळीचा फायदा घेत त्याने स्वतंत्र सत्ता स्थापन केली असावी.मौर्य साम्राज्य कमकुवत झाल्यानंतर भारतातील अनेक भागांत स्थानिक राजघराण्यांचा उदय झाला. उत्तर भारतात शुंग आणि कण्व राजवंश सत्तेवर आले, तर दख्खन प्रदेशात सातवाहनांचा उदय झाला. या काळात व्यापारवाढ, कृषीविस्तार आणि स्थानिक सरदारांच्या शक्तीवाढीमुळे स्वतंत्र राज्यांच्या निर्मितीस अनुकूल परिस्थिती निर्माण झाली होती.

प्रारंभिक राजधानी --सातवाहन साम्राज्याच्या प्रारंभिक राजधानीबाबत काही मतभेद असले तरी बहुतेक संशोधक **Pratishthana** (आजचे पैठण) हे त्यांचे प्रमुख राजधानीचे शहर मानतात.गोदावरी नदीच्या काठी वसलेले पैठण हे त्या काळातील एक समृद्ध व्यापारकेंद्र होते. सुपीक जमीन, नदीमार्ग आणि व्यापारी मार्गांच्या जवळ असल्यामुळे या शहराला विशेष महत्त्व प्राप्त झाले. पुढील अनेक शतकांपर्यंत पैठण हे महाराष्ट्राच्या सांस्कृतिक आणि आर्थिक इतिहासाचे केंद्र राहिले.सातवाहन राज्यविस्ताराची सुरुवात -- सिमुकानंतर त्याचा भाऊ **Krishna** सत्तेवर आला. त्याने राज्यसंघटना अधिक मजबूत केली. त्यानंतर आलेल्या प्रारंभिक सातवाहन राजांनी विविध स्थानिक प्रदेश आपल्या नियंत्रणाखाली आणले.या काळात: गोदावरी खोरे ,विदर्भ ,पश्चिम महाराष्ट्र मराठवाडा या भागांमध्ये सातवाहन प्रभाव वाढू लागला. व्यापारमार्गांवर नियंत्रण मिळवणे हे सातवाहनांच्या विस्तारधोरणाचे एक प्रमुख उद्दिष्ट होते. व्यापारी मार्गांवर नियंत्रण म्हणजे करसंकलन, संपत्ती आणि राजकीय शक्ती यांचा स्रोत होता. सातवाहन राज्यव्यवस्थेची सुरुवात -- सातवाहनांनी

प्रागैतिहासिक ग्रामव्यवस्थेपासून अधिक संघटित राज्यव्यवस्थेकडे वाटचाल केली. राज्याचे प्रशासन विविध प्रांतांमध्ये विभागलेले असावे. स्थानिक अधिकारी, महसूल व्यवस्था आणि लष्करी संघटना यांचा विकास या काळात झाला. राजाची सत्ता सर्वोच्च असली तरी स्थानिक प्रशासनात प्रादेशिक अधिकाऱ्यांची महत्त्वाची भूमिका होती. पुढील काळात ही व्यवस्था अधिक विकसित झाली.

महाराष्ट्राच्या इतिहासातील महत्त्व

सातवाहनांचा उदय हा महाराष्ट्राच्या इतिहासातील एका नवीन युगाचा प्रारंभ होता. प्रथमचः मोठे साम्राज्य निर्माण झाले.नाण्यांचा व्यापक वापर झाला. शिलालेख लिहिले गेले.

व्यापाराचा मोठ्या प्रमाणावर विस्तार झाला. कला आणि धर्माला राजाश्रय मिळाला. यामुळे महाराष्ट्र प्रागैतिहासिक अवस्थेतून पूर्णपणे ऐतिहासिक युगात प्रवेश करू लागला. सातवाहन साम्राज्याचा उदय हा महाराष्ट्राच्या राजकीय इतिहासातील एक महत्त्वपूर्ण वळणबिंदू होता. सिमुकाच्या नेतृत्वाखाली सुरू झालेली ही सत्ता पुढे दख्खनमधील सर्वात प्रभावशाली साम्राज्यांपैकी एक बनली. पैठणसारखी व्यापारी

केंद्रे, विकसित प्रशासन, कृषीसमृद्धी आणि व्यापारवाढ यांच्या आधारावर सातवाहनांनी दीर्घकाळ टिकणारी राजकीय परंपरा निर्माण केली.

९.२ सातवाहन राजांची वंशावळ, प्रमुख राजे आणि त्यांचे कार्य

प्रस्तावना

सातवाहन राजवंश हा महाराष्ट्राच्या आणि संपूर्ण दख्खनच्या इतिहासातील पहिला महान साम्राज्यनिर्माता राजवंश मानला जातो. जवळजवळ चारशे वर्षे टिकलेल्या या राजसत्तेने राजकीय स्थैर्य, आर्थिक समृद्धी, व्यापारवाढ, धार्मिक सहिष्णुता आणि सांस्कृतिक विकासाला चालना दिली. सातवाहनांचा इतिहास समजून घेण्यासाठी त्यांच्या राजांची वंशावळ, त्यांचे कार्य, युद्धे, प्रशासन आणि सांस्कृतिक योगदान यांचा सखोल अभ्यास करणे आवश्यक आहे. तथापि, सातवाहन काळातील सर्व राजांविषयी समान प्रमाणात माहिती उपलब्ध नाही. काही राजांविषयी विस्तृत शिलालेखीय आणि नाण्यांचे पुरावे उपलब्ध आहेत, तर काहींची नावे प्रामुख्याने पुराणांमध्येच सापडतात.सातवाहन राजांची माहिती प्रामुख्याने पुराणे, नाणी, शिलालेख आणि गुंफालेख यांच्या आधारे मिळते. विशेषतः **Naneghat,**

Nashik Caves आणि **Karla Caves** येथील लेख सातवाहन इतिहासासाठी अत्यंत महत्त्वाचे आहेत. या स्रोतांच्या आधारे इतिहासकारांनी सातवाहन वंशावळीची पुनर्रचना करण्याचा प्रयत्न केला आहे.

सिमुक – सातवाहन साम्राज्याचा संस्थापक --सातवाहन राजवंशाचा संस्थापक **Simuka** मानला जातो. मौर्य साम्राज्याच्या ऱ्हासानंतर निर्माण झालेल्या राजकीय परिस्थितीचा लाभ घेत त्याने स्वतंत्र सत्ता स्थापन केली. त्याच्या कारकीर्दीचा नेमका कालखंड निश्चित नसला तरी तो इ.स.पूर्व दुसऱ्या शतकाच्या आसपास मानला जातो. सिमुकाचे सर्वात मोठे योगदान म्हणजे दख्खनमध्ये स्वतंत्र राजकीय सत्तेची स्थापना. त्याने स्थानिक सरदारांना एकत्र आणून संघटित राज्यव्यवस्थेची सुरुवात केली. पुढील सर्व सातवाहन राजांच्या यशाचा पाया सिमुकाने घातला.

कृष्ण (कण्ह)

सिमुकानंतर त्याचा भाऊ **Krishna** सत्तेवर आला. काही शिलालेखांमध्ये त्याचा उल्लेख "कण्ह" या नावानेही आढळतो. त्याच्या काळात राज्यसंघटना अधिक मजबूत

झाली. प्रशासनाची रचना विकसित झाली आणि सातवाहन सत्तेचा प्रभाव अधिक प्रदेशांमध्ये विस्तारला.कृष्णाच्या कारकीर्दीत अनेक धार्मिक कार्यांना प्रोत्साहन मिळाल्याचे पुरावे मिळतात. त्याच्या काळात राज्यव्यवस्था स्थिर झाली आणि सातवाहन साम्राज्याच्या भविष्यातील विस्तारासाठी आवश्यक असलेली पायाभरणी करण्यात आली.

सातकर्णी प्रथम

प्रारंभिक सातवाहन इतिहासातील सर्वात महत्त्वाचा राजा म्हणजे **Satakarni I** होय. त्याच्या काळात सातवाहन साम्राज्याचा विस्तार मोठ्या प्रमाणावर झाला. त्याने अनेक विजय मिळवून दख्खनमधील आपले स्थान मजबूत केले.नाणेघाटातील प्रसिद्ध शिलालेखातून सातकर्णी प्रथम आणि त्याची राणी **Naganika** यांची माहिती मिळते. नागनिकेने कोरून घेतलेला हा लेख महाराष्ट्राच्या इतिहासातील अत्यंत महत्त्वाचा स्रोत मानला जातो. या लेखात सातकर्णीने केलेल्या यज्ञांचा आणि त्याच्या विजयांचा उल्लेख आहे.सातकर्णी प्रथमने अश्वमेध यज्ञ केल्याचेही पुरावे आहेत. अश्वमेध हा सार्वभौम सत्तेचे प्रतीक

मानला जात असे. त्यामुळे त्याच्या काळात सातवाहनांची राजकीय प्रतिष्ठा मोठ्या प्रमाणात वाढली.

राणी नागनिका -- सातवाहन इतिहासात **Naganika** यांचे विशेष स्थान आहे. नाणेघाट शिलालेखामुळे तिची माहिती उपलब्ध झाली आहे. प्राचीन भारतीय इतिहासात स्वतःचा उल्लेख करणाऱ्या स्त्रियांमध्ये नागनिका ही एक महत्त्वाची व्यक्ती मानली जाते. तिने आपल्या पतीच्या कार्याचे वर्णन करून घेतले आणि राजघराण्याच्या प्रतिष्ठेला बळकटी दिली. यावरून सातवाहन काळात राजघराण्यातील स्त्रियांना काही प्रमाणात सार्वजनिक स्थान प्राप्त होते हे दिसून येते.

Hala

सातवाहन राजांपैकी **Hala** हा साहित्यप्रेमी राजा म्हणून प्रसिद्ध आहे. त्याच्या नावाशी प्रसिद्ध **Gatha Saptashati** या प्राकृत ग्रंथाचा संबंध जोडला जातो.गाथा सप्तशतीमध्ये त्या काळातील समाजजीवन, प्रेम, ग्रामीण संस्कृती, स्त्रियांचे जीवन आणि लोकपरंपरांचे सुंदर चित्रण आढळते. त्यामुळे हालच्या काळात साहित्य आणि संस्कृतीला विशेष प्रोत्साहन मिळाले असे दिसते.

गौतमीपुत्र सातकर्णी – महान सम्राट

सातवाहन इतिहासातील सर्वात महान राजा म्हणजे **Gautamiputra Satakarni** होय. त्याच्या कारकीर्दीत सातवाहन साम्राज्याने सर्वोच्च वैभव प्राप्त केले.त्या काळात पश्चिम भारतातील शक्तिशाली शक क्षत्रपांनी सातवाहनांच्या प्रदेशावर नियंत्रण मिळवले होते. गौतमीपुत्र सातकर्णीने त्यांचा पराभव करून सातवाहनांची प्रतिष्ठा पुन्हा प्रस्थापित केली.त्याच्या आईने कोरून घेतलेल्या नाशिक शिलालेखात त्याचे अत्यंत गौरवपूर्ण वर्णन केले आहे. त्याला "शक, यवन आणि पहलवांचा पराभव करणारा राजा" असे संबोधण्यात आले आहे.

त्याच्या राज्यात:महाराष्ट्र ,विदर्भ ,गुजरातचा काही भाग मालवा आंध्र प्रदेशाचा मोठा प्रदेश

या भागांवर सातवाहनांचे नियंत्रण होते.तो न्यायप्रिय, पराक्रमी आणि सक्षम प्रशासक म्हणून ओळखला जातो.

गौतमी बलश्री

Gautami Balashri या सातवाहन इतिहासातील आणखी एक महत्त्वाच्या स्त्री होत्या. नाशिक शिलालेखामुळे त्यांची माहिती मिळते.त्यांनी आपल्या पुत्राच्या पराक्रमाचे वर्णन करून घेतले. त्यांच्या लेखामुळे गौतमीपुत्र सातकर्णीच्या इतिहासाची महत्त्वपूर्ण माहिती उपलब्ध झाली आहे.

वाशिष्ठीपुत्र पुलुमावी

Vasisthiputra Pulumavi हा गौतमीपुत्र सातकर्णीचा उत्तराधिकारी होता. त्याने साम्राज्याची स्थिरता कायम ठेवली. त्याच्या काळात व्यापार आणि सागरी संपर्क अधिक वाढले.त्याची नाणी महाराष्ट्र, आंध्र प्रदेश आणि इतर अनेक प्रदेशांमध्ये सापडली आहेत. यावरून त्याच्या सत्तेचा विस्तृत प्रभाव दिसून येतो.

यज्ञश्री सातकर्णी

सातवाहन राजवंशातील शेवटच्या महान राजांपैकी **Yajna Sri Satakarni** यांचा उल्लेख केला जातो.त्याच्या नाण्यांवर जहाजांची चित्रे आढळतात. यावरून सागरी व्यापाराला त्याच्या काळात विशेष महत्त्व होते हे दिसून

येते.त्याने पश्चिम किनारपट्टीवरील व्यापारमार्गांवर पुन्हा नियंत्रण मिळवण्याचा प्रयत्न केला आणि काही प्रमाणात यशही मिळवले.

सातवाहन राजांची वैशिष्ट्ये -- सातवाहन राजांमध्ये काही समान वैशिष्ट्ये दिसून येतात. त्यांनी:

प्राकृत भाषेला प्रोत्साहन दिले. व्यापारवाढीस मदत केली. बौद्ध आणि ब्राह्मण धर्मांना आश्रय दिला.

नाण्यांचा व्यापक वापर केला. कला आणि स्थापत्यकलेला चालना दिली. दख्खनमध्ये दीर्घकालीन राजकीय स्थैर्य निर्माण केले.

सातवाहन राजवंशातील प्रत्येक राजाने साम्राज्याच्या विकासात वेगवेगळ्या प्रकारे योगदान दिले. सिमुकाने पाया घातला, सातकर्णी प्रथमने विस्तार केला, हालने साहित्याला चालना दिली, गौतमीपुत्र सातकर्णीने साम्राज्याला सर्वोच्च वैभव प्राप्त करून दिले आणि यज्ञश्री सातकर्णीने शेवटच्या टप्प्यात त्याची प्रतिष्ठा टिकवून ठेवण्याचा प्रयत्न केला. त्यामुळे सातवाहन राजांची वंशावळ ही केवळ राजांची यादी

नसून महाराष्ट्राच्या राजकीय आणि सांस्कृतिक उत्क्रांतीची कहाणी आहे

९.३ सातवाहन काळातील समाजजीवन, कुटुंबव्यवस्था, स्त्रियांची स्थिती, विवाहसंस्था, शिक्षण आणि दैनंदिन जीवन

प्रस्तावना

सातवाहन काळ हा महाराष्ट्राच्या सामाजिक आणि सांस्कृतिक इतिहासातील एक महत्त्वपूर्ण टप्पा मानला जातो. या काळात राजकीय स्थैर्य, व्यापाराची भरभराट, कृषी विकास आणि धार्मिक सहिष्णुता यांमुळे समाजजीवन अधिक संघटित आणि समृद्ध झाले. सातवाहन साम्राज्याचा विस्तार दख्खनच्या विस्तृत प्रदेशात असल्यामुळे विविध जाती, जमाती, भाषा आणि सांस्कृतिक परंपरांचा परस्पर संपर्क झाला. त्यामुळे या काळातील समाजजीवन बहुआयामी आणि गतिशील होते. सातवाहन काळातील समाजाची माहिती शिलालेख, नाणी, लेणी, साहित्य आणि

पुरातत्वीय अवशेष यांच्या आधारे मिळते. विशेषतः **Gatha Saptashati,** नाशिक व कार्ले येथील शिलालेख आणि बौद्‌ध लेण्यांतील पुरावे समाजजीवन समजून घेण्यासाठी अत्यंत उपयुक्त आहेत.

समाजरचना आणि सामाजिक जीवन

सातवाहन काळातील समाज प्रामुख्याने कृषीप्रधान होता. ग्रामीण जीवनाला विशेष महत्त्व होते. बहुसंख्य लोक गावांमध्ये राहत आणि शेती, पशुपालन, हस्तकला किंवा व्यापार यांपैकी एखाद्‌या व्यवसायात गुंतलेले असत. गाव हे आर्थिक आणि सामाजिक जीवनाचे केंद्र होते. गावांमध्ये शेतकरी, कारागीर, व्यापारी, लोहार, कुंभार, विणकर आणि इतर विविध व्यवसायांचे लोक राहत असत. समाजात श्रमविभाजन विकसित झाले होते आणि विविध व्यवसायांमुळे आर्थिक जीवन अधिक संघटित झाले होते.सातवाहन काळात वर्णव्यवस्था अस्तित्वात होती, परंतु ती पुढील काळातील कठोर स्वरूपात विकसित झालेली नव्हती. ब्राह्मण, क्षत्रिय, वैश्य आणि शूद्र हे चार प्रमुख वर्ण समाजात मान्य होते. तथापि, व्यापारवाढ आणि विविध

समाजगटांच्या संपर्कामुळे सामाजिक जीवन तुलनेने लवचिक होते. अनेक व्यापारी, कारागीर आणि स्थानिक समुदायांनी समाजाच्या आर्थिक विकासात महत्त्वाची भूमिका बजावली.

कुटुंबव्यवस्था

सातवाहन काळातील समाजात कुटुंब ही सर्वात महत्त्वाची सामाजिक संस्था होती. संयुक्त कुटुंबपद्धती प्रचलित असण्याची शक्यता अधिक आहे. कुटुंबात आई-वडील, मुले, आजी-आजोबा आणि इतर नातेवाईक एकत्र राहत असत. कुटुंब हे उत्पादन, शिक्षण, संस्कार आणि सामाजिक संरक्षण यांचे केंद्र मानले जात असे. वडील हे कुटुंबप्रमुख असत, परंतु आईलाही कुटुंबात सन्मानाचे स्थान होते. मुलांना लहानपणापासून शेती, व्यापार, हस्तकला किंवा धार्मिक ज्ञान यांचे शिक्षण दिले जात असे. कुटुंबातील ज्येष्ठ सदस्य अनुभव आणि परंपरांचे जतन करत असत. त्यामुळे सामाजिक मूल्ये आणि सांस्कृतिक परंपरा पिढ्यान्पिढ्या टिकून राहिल्या.

स्त्रियांची स्थिती

सातवाहन काळातील स्त्रियांची स्थिती तुलनेने चांगली होती असे अनेक पुराव्यांवरून दिसून येते. राजघराण्यातील स्त्रियांना विशेष प्रतिष्ठा होती. **Naganika** आणि **Gautami Balashri** यांसारख्या स्त्रियांनी शिलालेख कोरून घेतले आणि सार्वजनिक जीवनात आपली उपस्थिती नोंदवली. यावरून स्त्रियांना सामाजिक आणि धार्मिक क्षेत्रात काही प्रमाणात स्वतंत्र स्थान होते असे दिसते.सामान्य स्त्रियाही कुटुंबव्यवस्था, शेती, घरगुती उद्योग आणि धार्मिक कार्यांमध्ये सक्रिय सहभाग घेत असत. काही स्त्रिया दानधर्म आणि धार्मिक संस्थांना मदत करत असल्याचे शिलालेखांमधून दिसून येते. बौद्ध लेण्यांना देणग्या देणाऱ्या स्त्रियांची नावेही अनेक लेखांमध्ये आढळतात.तथापि, समाज पूर्णपणे समानतावादी नव्हता. पुरुषप्रधान व्यवस्था अस्तित्वात होती आणि बहुतेक राजकीय व प्रशासकीय पदे पुरुषांच्या ताब्यात होती. तरीही त्या काळातील स्त्रियांना मिळालेला सामाजिक सन्मान हा पुढील काही कालखंडांच्या तुलनेत उल्लेखनीय मानला जातो.

विवाहसंस्था

विवाह हा सामाजिक आणि धार्मिक दृष्ट्या अत्यंत महत्त्वाचा संस्कार मानला जात होता. विवाहामुळे केवळ दोन व्यक्ती नव्हे तर दोन कुटुंबे जोडली जात असत. समाजात पारंपरिक विवाहपद्धती प्रचलित होती. कुटुंबाच्या संमतीने विवाह ठरवले जात असत. राजघराण्यांमध्ये राजकीय संबंध दृढ करण्यासाठी विवाहांचा उपयोग केला जात असे. काही वेळा वेगवेगळ्या प्रदेशांतील आणि राजघराण्यांतील वैवाहिक संबंधांमुळे राजकीय मैत्री वाढत असे. विवाहानंतर स्त्री पतीच्या कुटुंबात राहत असे, परंतु तिला धार्मिक आणि कौटुंबिक कार्यांमध्ये महत्त्वाची भूमिका असायची.

शिक्षणव्यवस्था

सातवाहन काळात शिक्षणाला महत्त्वाचे स्थान होते. ब्राह्मण आणि बौद्ध संस्थांमध्ये शिक्षण दिले जात असे. गुरुकुल पद्धती ही शिक्षणाची प्रमुख व्यवस्था होती. विद्यार्थी गुरूच्या आश्रमात राहून विविध विषयांचा अभ्यास करत असत.

शिक्षणामध्ये: धर्म ,तत्त्वज्ञान व्याकरण साहित्य गणित ज्योतिष प्रशासन

यांसारख्या विषयांचा समावेश होता.

प्राकृत भाषा या काळात विशेष लोकप्रिय होती. अनेक शिलालेख आणि साहित्यकृती प्राकृत भाषेत लिहिल्या गेल्या. त्यामुळे सामान्य लोकांपर्यंत ज्ञान पोहोचण्यास मदत झाली. संस्कृत भाषेलाही धार्मिक आणि विद्वत क्षेत्रात महत्त्व होते.

दैनंदिन जीवन

सातवाहन काळातील लोकांचे दैनंदिन जीवन साधे पण संघटित होते. पहाटेपासून लोक आपल्या कामांना सुरुवात करत असत. शेतकरी शेतात जात, व्यापारी बाजारपेठेत व्यापार करत आणि कारागीर आपल्या कार्यशाळांमध्ये वस्तू तयार करत असत.गावे आणि नगरे दोन्ही विकसित होत होती. **Pratishthana, Tagara** आणि इतर व्यापारी केंद्रांमध्ये बाजारपेठा, गोदामे आणि व्यापारी संघटना अस्तित्वात होत्या. बाजारात धान्य, कापड, मसाले, दागिने आणि विविध हस्तकला वस्तूंची खरेदी-विक्री होत असे.लोक सण, धार्मिक समारंभ आणि सामुदायिक कार्यक्रमांमध्ये सहभागी होत असत. कृषीचक्राशी संबंधित उत्सवांना विशेष

महत्त्व होते. संगीत, नृत्य आणि लोककला या मनोरंजनाच्या प्रमुख साधनांपैकी होत्या.

निवास आणि घरांची रचना

सामान्य लोकांची घरे माती, लाकूड आणि गवत यांच्या साहाय्याने बांधली जात असत. श्रीमंत व्यापारी आणि अधिकारी यांची घरे अधिक मोठी आणि मजबूत असत. घरांमध्ये धान्यसाठवण, स्वयंपाक आणि कुटुंबाच्या निवासासाठी स्वतंत्र जागा असायची.नगरी भागांमध्ये रस्ते, बाजारपेठा आणि सार्वजनिक जागांचा विकास झालेला दिसतो. यावरून सातवाहन काळातील नागरी जीवनाची प्रगती लक्षात येते.

सातवाहन काळातील समाजजीवन हे कृषी, व्यापार, धर्म आणि कुटुंबव्यवस्था यांवर आधारित होते. स्त्रियांना तुलनेने सन्मानाचे स्थान होते, शिक्षणव्यवस्था विकसित होत होती आणि सामाजिक जीवन संघटित स्वरूपाचे होते. ग्रामीण आणि नागरी जीवनाचा समतोल, विविध व्यवसायांचे अस्तित्व आणि धार्मिक सहिष्णुता यांमुळे हा काळ महाराष्ट्राच्या सामाजिक इतिहासातील सुवर्णकालांपैकी एक

मानला जातो. सातवाहन समाजाने पुढील अनेक शतकांसाठी महाराष्ट्राच्या सांस्कृतिक आणि सामाजिक विकासाचा पाया घातला

९.४ सातवाहन काळातील वेशभूषा, अलंकार, अन्नसंस्कृती, घरे आणि दैनंदिन जीवनशैली

प्रस्तावना

सातवाहन काळाचा इतिहास केवळ राजे, युद्धे आणि प्रशासन यांच्यापुरता मर्यादित नाही. त्या काळातील सामान्य लोक कसे राहत होते, कोणते कपडे परिधान करत होते, कोणते अन्न खात होते, घरे कशी बांधत होते, कोणते दागिने वापरत होते आणि त्यांची जीवनशैली कशी होती, हे जाणून घेतल्याशिवाय त्या युगाचे पूर्ण चित्र समोर येत नाही. पुरातत्त्वीय उत्खनने, शिल्पकला, लेणी, नाणी, शिलालेख आणि साहित्यिक स्रोत यांच्या आधारे सातवाहनकालीन जीवनाचे अनेक पैलू स्पष्ट होतात. विशेषतः **Ajanta Caves, Karla Caves, Nashik Caves** आणि

Bhaja Caves येथील शिल्पांमधून त्या काळातील वस्त्र, अलंकार आणि सामाजिक जीवनाची माहिती मिळते.

वेशभूषेची परंपरा सातवाहन काळातील वेशभूषा हवामान, सामाजिक स्तर, व्यवसाय आणि आर्थिक परिस्थिती यांवर अवलंबून होती. दख्खन प्रदेशात उष्ण हवामान असल्यामुळे हलक्या आणि सूती वस्त्रांचा वापर मोठ्या प्रमाणावर केला जात असे. त्या काळातील कापड उद्योग विकसित झाला होता आणि सूत कातणे व विणकाम हे महत्त्वाचे व्यवसाय होते.पुरुष सामान्यतः कमरेभोवती गुंडाळले जाणारे धोतरासारखे वस्त्र परिधान करत असत. काही वेळा खांद्यावर उत्तरीय नावाचे वस्त्र घेतले जात असे. व्यापारी, अधिकारी आणि राजघराण्यातील व्यक्ती अधिक दर्जेदार आणि नक्षीकाम केलेली वस्त्रे वापरत असत. काही शिल्पांमध्ये पगडी किंवा डोक्यावर बांधलेले वस्त्र दिसते. त्यामुळे विविध प्रकारचे शिरोवस्त्रही प्रचलित होते.

स्त्रियांची वेशभूषा आकर्षक आणि विविध प्रकारची होती. त्या लांब वस्त्र शरीराभोवती विशिष्ट पद्धतीने परिधान करत असत. आधुनिक साडीच्या प्रारंभिक स्वरूपाचा विकास

या काळात झालेला दिसतो. काही स्त्रिया अंगावरील वरचा भाग उत्तरीयाने झाकत असत. राजघराण्यातील स्त्रिया आणि श्रीमंत व्यापाऱ्यांच्या पत्नी रेशमी किंवा सुबक विणीची वस्त्रे वापरत असाव्यात.

अलंकार आणि दागिने

सातवाहन काळात अलंकारांना विशेष महत्त्व होते. स्त्रिया आणि पुरुष दोघेही विविध प्रकारचे दागिने वापरत असत. सोने, चांदी, तांबे, हस्तिदंत, मौल्यवान दगड, काच आणि मण्यांपासून दागिने तयार केले जात असत.

स्त्रिया गळ्यात हार, कानात कुंडले, हातात बांगड्या, पायात पैंजण आणि नाकात अलंकार वापरत असत. अनेक उत्खननांमध्ये काचेचे आणि अर्धमौल्यवान दगडांचे मणी सापडले आहेत. यावरून दागिन्यांची परंपरा अत्यंत विकसित होती हे दिसते.पुरुष देखील अंगठ्या, हार आणि काही वेळा कानातील अलंकार वापरत असत. राजे आणि सरदार मौल्यवान रत्नजडित दागिने परिधान करत असावेत. दागिने हे केवळ सौंदर्यासाठी नव्हे तर सामाजिक प्रतिष्ठेचे प्रतीकही होते.

अन्नसंस्कृती

सातवाहन काळातील अन्नसंस्कृती कृषीप्रधान अर्थव्यवस्थेशी निगडित होती. लोकांचे मुख्य अन्न धान्यांवर आधारित होते. तांदूळ, गहू, ज्वारी, बाजरी, हरभरा, मूग आणि तीळ यांचे उत्पादन मोठ्या प्रमाणावर होत असे. विविध प्रदेशांनुसार अन्नपद्धतीत काही फरक असू शकतो.शेतीसोबतच फळबागांचाही विकास झाला होता. आंबा, डाळिंब, नारळ, केळी आणि इतर स्थानिक फळांचा वापर केला जात असावा. भाज्या आणि कडधान्ये दैनंदिन आहाराचा भाग होती. दूध, ताक, दही आणि तूप यांसारख्या दुग्धजन्य पदार्थांचाही वापर होत असे.मसाल्यांचा वापर भारतीय परंपरेप्रमाणे प्राचीन काळापासून होत होता. काळी मिरी, हळद, जिरे आणि इतर स्थानिक मसाले स्वयंपाकात वापरले जात असावेत. श्रीमंत लोकांचा आहार अधिक वैविध्यपूर्ण असे, तर सामान्य लोकांचा आहार साधा पण पौष्टिक होता.

घरे आणि निवासपद्धती

सातवाहन काळातील घरे समाजाच्या आर्थिक स्थितीनुसार वेगवेगळी होती. ग्रामीण भागात घरे प्रामुख्याने माती, लाकूड, बांबू आणि गवत यांपासून बांधली जात असत. घरांचे छप्पर गवताचे किंवा लाकडी आधारांवर उभारलेले असे. घरात कुटुंबाच्या निवासासाठी, धान्यसाठवणीसाठी आणि स्वयंपाकासाठी स्वतंत्र जागा असायची.शहरी भागातील घरे तुलनेने अधिक मजबूत असत. काही घरांमध्ये विटांचा वापर झाल्याचे पुरावे मिळतात. व्यापारी आणि श्रीमंत लोकांची घरे मोठी, प्रशस्त आणि सुशोभित असू शकतात. बाजारपेठांच्या जवळ राहणाऱ्या व्यापाऱ्यांना व्यापारासाठी स्वतंत्र जागा असण्याची शक्यता आहे.

स्वच्छता आणि दैनंदिन सवयी

सातवाहन समाजात वैयक्तिक स्वच्छतेला महत्त्व होते. नदी, विहिरी आणि तलाव हे पाण्याचे मुख्य स्रोत होते. सकाळी स्नान करणे आणि धार्मिक विधी करणे ही सामान्य प्रथा असावी. घर आणि परिसर स्वच्छ ठेवण्यावर भर दिला जात असावा.तेल लावणे, सुगंधी द्रव्ये वापरणे आणि केसांची निगा राखणे यांचे उल्लेख काही साहित्यिक स्रोतांत

आढळतात. यावरून वैयक्तिक सौंदर्य आणि स्वच्छता यांना सामाजिक महत्त्व होते.

मनोरंजन आणि विरंगुळा

सातवाहन काळातील लोकांचे जीवन केवळ श्रमांपुरते मर्यादित नव्हते. उत्सव, धार्मिक मेळावे, संगीत, नृत्य आणि कथाकथन यांद्वारे लोक मनोरंजन करत असत. ग्रामीण भागात सामूहिक कार्यक्रम आयोजित केले जात असावेत.**Hala** यांच्या नावाशी संबंधित **Gatha Saptashati** या ग्रंथातून प्रेम, निसर्ग, ग्रामीण जीवन आणि मानवी भावना यांचे चित्रण आढळते. त्यामुळे साहित्य आणि लोकसंस्कृती यांचा विकास झालेला दिसतो.शिकार, प्राण्यांच्या शर्यती, संगीत आणि नृत्य हे उच्चवर्गीय समाजातील लोकप्रिय मनोरंजनाचे प्रकार असावेत. धार्मिक उत्सवांमध्ये सामूहिक सहभागामुळे सामाजिक ऐक्य वाढत असे.

बाजारपेठा आणि नागरी जीवन

सातवाहन काळात अनेक शहरे आणि व्यापारी केंद्रे विकसित झाली. **Pratishthana** आणि **Tagara** ही महत्त्वाची

व्यापारी केंद्रे होती. बाजारपेठांमध्ये धान्य, कापड, मसाले, धातूच्या वस्तू, दागिने आणि आयात केलेल्या वस्तूंची विक्री होत असे.व्यापारी संघटना आणि कारागिरांच्या संस्था अस्तित्वात असल्याचे संकेत मिळतात. त्यामुळे शहरी अर्थव्यवस्था विकसित आणि संघटित होती.

सातवाहन काळातील वेशभूषा, अलंकार, अन्नसंस्कृती, निवासपद्धती आणि दैनंदिन जीवनशैली यांवरून त्या काळातील समाजाची समृद्धी आणि सांस्कृतिक प्रगल्भता दिसून येते. कृषी, व्यापार, हस्तकला आणि धार्मिक जीवन यांच्या आधारावर हा समाज विकसित झाला होता. सामान्य लोकांपासून राजघराण्यांपर्यंत सर्व स्तरांमध्ये सांस्कृतिक अभिव्यक्तीचे विविध प्रकार आढळतात. त्यामुळे सातवाहन काळ हा महाराष्ट्राच्या सामाजिक आणि सांस्कृतिक इतिहासातील अत्यंत महत्त्वाचा आणि रंगतदार कालखंड मानला जातो.

९.५ सातवाहन काळातील अर्थव्यवस्था, शेती, उद्योग, व्यापार, रोमन संबंध, नाणी आणि व्यापारी मार्ग

प्रस्तावना

सातवाहन काळ हा महाराष्ट्राच्या आर्थिक इतिहासातील एक महत्त्वपूर्ण आणि परिवर्तनकारी कालखंड मानला जातो. या काळात शेती, उद्योग, हस्तकला, अंतर्गत व्यापार आणि परदेशी व्यापार यांचा अभूतपूर्व विकास झाला. सातवाहन साम्राज्याच्या विस्तीर्ण भौगोलिक क्षेत्रामुळे विविध नैसर्गिक संसाधने, व्यापारी मार्ग आणि बंदरांवर नियंत्रण मिळाले. यामुळे आर्थिक समृद्धी वाढली आणि महाराष्ट्रासह संपूर्ण दख्खन प्रदेश भारतीय उपखंडातील एक महत्त्वाचे आर्थिक केंद्र बनला. सातवाहनांच्या आर्थिक शक्तीचा आधार मजबूत

कृषीव्यवस्था, विकसित हस्तकला उद्योग, संघटित व्यापारी समुदाय आणि आंतरराष्ट्रीय व्यापारसंबंध यांमध्ये होता.

कृषीव्यवस्था : अर्थव्यवस्थेचा पाया

सातवाहन काळातील अर्थव्यवस्थेचा मुख्य आधार शेती होता. गोदावरी, भीमा, कृष्णा, तापी आणि त्यांच्या उपनद्यांच्या खोऱ्यांमध्ये सुपीक जमीन उपलब्ध असल्यामुळे शेतीचा मोठ्या प्रमाणावर विकास झाला. बहुसंख्य लोक शेतीवर अवलंबून होते. राज्याच्या महसुलाचा प्रमुख स्रोत देखील कृषी उत्पादनावर आधारित कर होता.तांदूळ, गहू, ज्वारी, बाजरी, हरभरा, मूग, उडीद आणि तीळ यांसारख्या पिकांची लागवड केली जात असे. काही भागांत कापूस हे महत्त्वाचे नगदी पीक होते. कापसाच्या उत्पादनामुळे वस्त्रोद्योगाला चालना मिळाली. कृषी उत्पादन वाढविण्यासाठी लोखंडी अवजारे वापरली जात होती. लोखंडी नांगर, फाळ, कोयते आणि इतर साधनांमुळे जमीन अधिक कार्यक्षमतेने कसली जाऊ लागली पावसावर आधारित शेती प्रमुख असली तरी काही भागांत विहिरी, तलाव आणि लहान सिंचनव्यवस्था अस्तित्वात होत्या. पाण्याचे नियोजन आणि

साठवण यांना महत्त्व दिले जात असे. कृषी समृद्धीमुळे लोकसंख्या वाढली आणि गावांची संख्या वाढत गेली.

पशुपालन आणि पूरक अर्थव्यवस्था

शेतीसोबतच पशुपालन हे अर्थव्यवस्थेचे दुसरे महत्त्वाचे अंग होते. गायी, बैल, म्हशी, मेंढ्या, शेळ्या आणि घोडे पाळले जात असत. बैलांचा वापर शेती आणि वाहतुकीसाठी केला जात असे. दूध, दही, तूप आणि इतर दुग्धजन्य पदार्थ लोकांच्या आहाराचा महत्त्वाचा भाग होते.पशुधन हे संपत्तीचे प्रतीक मानले जात असे. अनेक ग्रामीण कुटुंबांची आर्थिक सुरक्षितता पशुपालनावर अवलंबून होती. त्यामुळे शेती आणि पशुपालन यांचा परस्परपूरक विकास झाला. हस्तकला आणि उद्योगधंदे

सातवाहन काळात विविध उद्योगधंद्यांचा विकास झाला. ग्रामीण आणि शहरी भागांमध्ये अनेक प्रकारचे कारागीर कार्यरत होते. लोहार, सुतार, कुंभार, सोनार, विणकर, दगडकाम करणारे कारागीर आणि मणी तयार करणारे कलाकार हे समाजातील महत्त्वाचे घटक होते.वस्त्रोद्योग हा विशेष विकसित उद्योग होता. महाराष्ट्रातील कापूस आणि

विणकामकलेमुळे उत्कृष्ट दर्जाचे कापड तयार केले जात असे. ही वस्त्रे देशांतर्गत तसेच परदेशी बाजारातही लोकप्रिय होती. काही ऐतिहासिक स्रोतांनुसार दख्खनमधील सूती कापडांची मोठी मागणी होती.मातीची भांडी तयार करणे हा आणखी एक महत्त्वाचा उद्योग होता. विविध आकारांची भांडी, साठवणीची पात्रे, दिवे आणि धार्मिक उपयोगाच्या वस्तू मोठ्या प्रमाणावर तयार केल्या जात असत. धातुकाम, दागिनेनिर्मिती आणि हस्तिदंती वस्तू तयार करण्याचे उद्योग देखील विकसित झाले होते.

व्यापारी संघटना आणि श्रेणी

सातवाहन काळात व्यापारी आणि कारागिरांच्या संघटनांना विशेष महत्त्व होते. या संघटनांना "श्रेणी" असे म्हटले जाई. श्रेणी या आधुनिक व्यापारी संघटनांसारख्या कार्य करत असत. त्या उत्पादनाची गुणवत्ता, व्यापाराचे नियम, किंमती आणि सदस्यांचे हितसंबंध यांचे संरक्षण करत असत.व्यापारी आणि कारागीर धार्मिक संस्थांना देणग्या देत असत. अनेक बौद्ध लेण्यांमधील शिलालेखांत व्यापारी

संघटनांच्या देणग्यांचा उल्लेख आढळतो. यावरून व्यापारी वर्ग आर्थिकदृष्ट्या प्रभावशाली होता हे स्पष्ट होते.

अंतर्गत व्यापार

सातवाहन साम्राज्यातील अंतर्गत व्यापार अत्यंत विकसित होता. विविध प्रदेशांतील कृषी उत्पादने, हस्तकला वस्तू, धातू, दागिने आणि कापड यांची देवाणघेवाण केली जात असे. रस्ते आणि घाटमार्गांच्या साहाय्याने व्यापारी तांडे विविध शहरांना जोडत असत.

महत्त्वाची व्यापारी केंद्रे: **-- Pratishthana, Tagara, Junnar ,Nasik** ही शहरे व्यापार, उत्पादन आणि प्रशासनाची प्रमुख केंद्रे होती.

रोमन साम्राज्याशी व्यापार

सातवाहन काळातील सर्वात उल्लेखनीय वैशिष्ट्य म्हणजे रोमन साम्राज्याशी असलेले व्यापारी संबंध. भूमध्य समुद्राच्या किनाऱ्यावरील रोमन बाजारपेठांमध्ये भारतीय वस्तूंना मोठी मागणी होती. दख्खनमधील व्यापाऱ्यांनी या संधीचा मोठ्या प्रमाणावर लाभ घेतला. भारतातून निर्यात

होणाऱ्या वस्तूंमध्ये: - सूती कापड मसाले मौल्यवान दगड मोती हस्तिदंत सुगंधी पदार्थ यांचा समावेश होता. रोमन व्यापाऱ्यांकडून: सोन्याची नाणी ,चांदी काचसामान मद्यपात्रे आलिशान वस्तू आयात केल्या जात असत. महाराष्ट्रातील अनेक ठिकाणी सापडलेल्या रोमन नाण्यांमुळे या व्यापाराचे महत्त्व स्पष्ट होते. रोमन व्यापारामुळे सातवाहन साम्राज्यात मोठ्या प्रमाणावर संपत्ती आली आणि शहरी विकासाला चालना मिळाली.

सागरी व्यापार आणि बंदरे

सातवाहन काळात पश्चिम किनारपट्टीवरील बंदरांना विशेष महत्त्व होते. अरबी समुद्राच्या माध्यमातून पश्चिम आशिया आणि रोमन जगाशी व्यापार केला जात असे. व्यापारी जहाजांद्वारे मालाची वाहतूक होत असे. **Yajna Sri Satakarni** यांच्या नाण्यांवर जहाजांची चित्रे आढळतात. यावरून सागरी व्यापाराला राजाश्रय मिळत होता हे दिसून येते. सागरी मार्गांनी व्यापारी संपर्क अधिक वेगाने वाढले.

नाणी आणि चलनव्यवस्था -- सातवाहनांनी व्यापक प्रमाणात नाणी जारी केली. ही नाणी त्यांच्या आर्थिक

संघटनेचे प्रतीक मानली जातात. शिसे, तांबे, कांस्य आणि काही वेळा चांदी यांचा उपयोग नाण्यांसाठी केला जात असे. नाण्यांवर: --राजांची नावे ,प्रतीके ,जहाजे प्राणी ,धार्मिक चिन्हे आढळतात. नाणी केवळ व्यवहारासाठी नव्हे तर राजकीय सत्तेचे प्रतीक म्हणूनही वापरली जात. नाण्यांमुळे व्यापार अधिक सुलभ झाला आणि आर्थिक व्यवहारांमध्ये स्थिरता आली.

व्यापारी मार्गांचे महत्त्व

सातवाहन साम्राज्याच्या यशामागे व्यापारी मार्गांचे नियंत्रण हा महत्त्वाचा घटक होता. दख्खनमधील अनेक घाटमार्ग पश्चिम किनारपट्टीला अंतर्गत प्रदेशांशी जोडत होते. या मार्गांवर नियंत्रण मिळवल्यामुळे व्यापारावर देखरेख ठेवणे आणि कर गोळा करणे शक्य झाले. **Naneghat** हा अशाच महत्त्वाच्या व्यापारी मार्गांपैकी एक होता. या घाटमार्गाद्वारे अंतर्गत प्रदेशातील माल किनारपट्टीवरील बंदरांपर्यंत पोहोचवला जात असे. त्यामुळे नाणेघाटाचे आर्थिक आणि सामरिक महत्त्व अत्यंत मोठे होते.

सातवाहन काळातील अर्थव्यवस्था ही शेती, उद्योग, अंतर्गत व्यापार आणि आंतरराष्ट्रीय व्यापार यांच्या मजबूत आधारावर उभी होती. कृषी उत्पादनातील वाढ, विकसित हस्तकला, व्यापारी संघटनांचे जाळे, रोमन साम्राज्याशी असलेले संबंध आणि व्यापक नाणेव्यवस्था यांमुळे सातवाहन साम्राज्य आर्थिकदृष्ट्या अत्यंत सक्षम बनले. या आर्थिक समृद्धीमुळेच कला, साहित्य, धर्म ,नागरी जीवनाचा विकास शक्य झाला. त्यामुळे सातवाहन काळ हा महाराष्ट्राच्या आर्थिक इतिहासातील सुवर्णयुगांपैकी एक मानला जातो.

९.६ सातवाहन काळातील धर्म, बौद्ध धर्म, ब्राह्मण धर्म, जैन धर्म, यज्ञसंस्था, धार्मिक सहिष्णुता आणि सांस्कृतिक जीवन

प्रस्तावना

सातवाहन काळ हा महाराष्ट्राच्या धार्मिक आणि सांस्कृतिक इतिहासातील अत्यंत महत्त्वाचा कालखंड मानला जातो. या काळात विविध धर्म, श्रद्धा आणि तत्त्वज्ञान यांचा विकास झाला. सातवाहन राजांनी कोणत्याही एका धर्माला पूर्णपणे प्राधान्य न देता विविध धार्मिक परंपरांना आश्रय दिला. त्यामुळे धार्मिक सहिष्णुतेचे वातावरण निर्माण झाले. बौद्ध धर्म, ब्राह्मण धर्म, जैन धर्म आणि स्थानिक लोकधर्म यांचे सहअस्तित्व सातवाहन काळाचे एक महत्त्वाचे वैशिष्ट्य

होते. धार्मिक विविधतेमुळे सांस्कृतिक जीवन समृद्ध झाले आणि कला, साहित्य, स्थापत्यकला व सामाजिक मूल्यांवर दूरगामी परिणाम झाला.सातवाहन काळातील धर्माचा अभ्यास करण्यासाठी शिलालेख, नाणी, गुंफा, स्तूप, लेणी आणि साहित्यिक ग्रंथ हे महत्त्वाचे स्रोत आहेत. विशेषतः **Karla Caves, Bhaja Caves, Nashik Caves, Junnar Caves** आणि **Kanheri Caves** या ठिकाणांवरील पुरावे धार्मिक इतिहास समजण्यासाठी अत्यंत उपयुक्त आहेत.

ब्राह्मण धर्म आणि वैदिक परंपरा

सातवाहन राजे स्वतःला ब्राह्मण धर्माचे अनुयायी मानत असत. अनेक राजांनी वैदिक परंपरेनुसार यज्ञ केले. प्रारंभिक सातवाहन राजा **Satakarni I** याने अश्वमेध, राजसूय आणि इतर वैदिक यज्ञ केल्याचे पुरावे नाणेघाट शिलालेखात आढळतात. यज्ञसंस्था ही त्या काळातील राजकीय प्रतिष्ठा आणि धार्मिक अधिकाराचे प्रतीक मानली जात होती.ब्राह्मण धर्मात वेद, यज्ञ, देवपूजा आणि दानधर्म यांना महत्त्व होते. ब्राह्मणांना समाजात सन्मानाचे स्थान होते. राजे त्यांना

जमीन, धन आणि इतर स्वरूपातील दाने देत असत. त्यामुळे वैदिक परंपरेचे पुनरुज्जीवन सातवाहन काळात झाले असे मानले जाते.तथापि, हा ब्राह्मण धर्म केवळ कर्मकांडांपुरता मर्यादित नव्हता. समाजात नैतिक मूल्ये, दान, धर्मपालन आणि सामाजिक कर्तव्ये यांनाही महत्त्व दिले जात असे.

बौद्‌ध धर्माचा विकास

सातवाहन काळात बौद्‌ध धर्माला अभूतपूर्व प्रोत्साहन मिळाले. जरी सातवाहन राजे वैदिक परंपरेचे समर्थक होते, तरी त्यांनी बौद्‌ध भिक्षूंना, विहारांना आणि लेण्यांना उदार आश्रय दिला. व्यापारी, कारागीर आणि सामान्य लोकांमध्ये बौद्‌ध धर्म विशेष लोकप्रिय होता.

या काळात महाराष्ट्रात अनेक बौद्‌ध लेणी आणि विहारांची निर्मिती झाली. कार्ले, भाजे, नाशिक, जुन्नर आणि कान्हेरी येथील लेणी हे त्याचे उत्कृष्ट उदाहरण आहेत. या लेण्यांमध्ये प्रार्थनागृहे (चैत्यगृह) आणि भिक्षूंसाठी निवासस्थाने (विहार) तयार करण्यात आली.बौद्‌ध धर्माच्या प्रसारामध्ये व्यापारी वर्गाची महत्त्वाची भूमिका होती.

व्यापारी संघटनांनी लेण्यांना मोठ्या प्रमाणात आर्थिक मदत केली. अनेक शिलालेखांमध्ये व्यापाऱ्यांनी दिलेल्या देणग्यांचा उल्लेख आढळतो. यावरून धर्म आणि अर्थव्यवस्था यांचा निकट संबंध दिसून येतो.

जैन धर्माचा प्रभाव

सातवाहन काळात जैन धर्माचाही प्रभाव काही भागांमध्ये होता. जरी बौद्ध धर्माइतका व्यापक प्रसार झालेला दिसत नाही, तरी जैन साधू आणि अनुयायी महाराष्ट्रातील काही व्यापारी केंद्रांमध्ये कार्यरत होते.जैन धर्माने अहिंसा, सत्य, अपरिग्रह आणि संयम यांवर भर दिला. व्यापारी समाजात या तत्वांचा विशेष प्रभाव पडला. त्यामुळे व्यापारातील नैतिकता आणि सामाजिक जबाबदारी यांना चालना मिळाली.

लोकधर्म आणि स्थानिक श्रद्धा

ब्राह्मण, बौद्ध आणि जैन धर्मांबरोबरच स्थानिक लोकधर्म आणि ग्रामदैवतांची पूजा देखील प्रचलित होती. ग्रामीण भागातील लोक निसर्गशक्ती, पर्वत, नद्या, वृक्ष आणि ग्रामरक्षक देवतांची पूजा करत असत. कृषीप्रधान समाज

असल्यामुळे पाऊस, भूमी आणि पशुधन यांच्याशी संबंधित श्रद्धांना विशेष महत्त्व होते.अनेक प्राचीन धार्मिक परंपरा पुढे हिंदू धर्मात समाविष्ट झाल्या. त्यामुळे सातवाहन काळ हा विविध धार्मिक परंपरांच्या समन्वयाचा काळ मानला जातो.

धार्मिक सहिष्णुता

सातवाहन काळातील सर्वात उल्लेखनीय वैशिष्ट्य म्हणजे धार्मिक सहिष्णुता. राजे स्वतः वैदिक धर्माचे अनुयायी असूनही बौद्ध आणि जैन संस्थांना दान देत असत. व्यापारी वर्गही विविध धर्मांना आर्थिक सहाय्य करत असे.धर्माच्या आधारावर संघर्ष किंवा छळ झाल्याचे पुरावे या काळात फारसे आढळत नाहीत. उलट, विविध धर्मांचे अनुयायी एकाच समाजात शांततेने राहत होते. त्यामुळे धार्मिक विविधतेला प्रोत्साहन मिळाले आणि सांस्कृतिक विकास अधिक व्यापक झाला.

सांस्कृतिक जीवन

धार्मिक समृद्धीमुळे सांस्कृतिक जीवनही फुलले. साहित्य, संगीत, नृत्य, शिल्पकला आणि स्थापत्यकला यांचा विकास

झाला. सातवाहन राजे आणि व्यापारी वर्ग यांनी कलाकारांना आश्रय दिला. **Hala** यांच्या काळात प्राकृत साहित्याला विशेष प्रोत्साहन मिळाले. त्यांच्या नावाशी संबंधित **Gatha Saptashati** हा ग्रंथ प्राचीन भारतीय साहित्यातील महत्त्वपूर्ण कृती मानला जातो. या ग्रंथात ग्रामीण जीवन, प्रेम, निसर्ग आणि मानवी भावनांचे सुंदर चित्रण आढळते. प्राकृत भाषा सामान्य लोकांची भाषा होती. त्यामुळे साहित्य केवळ विद्वानांपुरते मर्यादित न राहता व्यापक समाजापर्यंत पोहोचले.

धार्मिक स्थापत्यकला

सातवाहन काळातील धार्मिक स्थापत्यकला भारतीय इतिहासातील एक महत्त्वाचा टप्पा मानली जाते. या काळात खडकात कोरलेल्या लेण्यांची परंपरा मोठ्या प्रमाणावर विकसित झाली. महत्त्वाची धार्मिक केंद्रे: **-- Karla Caves ,Bhaja Caves -- Nashik Caves Kanheri Caves Junnar Caves** या लेण्यांमधील स्तंभ, शिल्पे, कोरीवकाम आणि वास्तुरचना प्राचीन भारतीय कलाविकासाचे उत्कृष्ट उदाहरण मानली जातात.

धर्म आणि समाज

धर्म हा केवळ पूजा-अर्चेपुरता मर्यादित नव्हता. तो शिक्षण, दान, नैतिकता, सामाजिक एकता आणि सांस्कृतिक ओळख यांचा आधार होता. विहार आणि धार्मिक केंद्रे ही ज्ञानप्रसाराची महत्त्वाची केंद्रे होती. भिक्षू, विद्वान आणि धार्मिक नेते समाजाला मार्गदर्शन करत असत.धार्मिक उत्सव, यात्रांचे आयोजन आणि सामूहिक पूजा यांमुळे समाजात ऐक्य निर्माण होत असे. त्यामुळे धर्म हा सामाजिक जीवनाचा अविभाज्य भाग बनला होता.

सातवाहन काळातील धार्मिक जीवन हे विविधता, सहिष्णुता आणि सांस्कृतिक समृद्धी यांचे उत्कृष्ट उदाहरण होते. ब्राह्मण धर्माचे पुनरुज्जीवन, बौद्ध धर्माचा व्यापक प्रसार, जैन धर्माचा प्रभाव आणि स्थानिक श्रद्धांचा विकास या सर्वांनी मिळून महाराष्ट्राच्या सांस्कृतिक इतिहासाला समृद्ध केले. धर्मामुळे कला, साहित्य, स्थापत्यकला आणि सामाजिक जीवनाला नवी दिशा मिळाली. म्हणूनच सातवाहन काळ हा महाराष्ट्राच्या धार्मिक आणि सांस्कृतिक इतिहासातील सुवर्णकाल मानला जातो.

९.७ सातवाहन काळातील कला, शिल्पकला, लेणी, वास्तुकला, नाणी आणि सांस्कृतिक वारसा

प्रस्तावना

सातवाहन काळ हा महाराष्ट्राच्या कला आणि संस्कृतीच्या इतिहासातील एक महत्त्वपूर्ण पर्व मानला जातो. या काळात राजकीय स्थैर्य, आर्थिक समृद्धी, व्यापारी संपर्क आणि धार्मिक सहिष्णुता यांमुळे कला आणि स्थापत्यकलेचा अभूतपूर्व विकास झाला. सातवाहन राजांनी तसेच व्यापारी संघटनांनी आणि सामान्य लोकांनीही कला आणि धर्मसंस्थांना उदार आश्रय दिला. परिणामी महाराष्ट्रात भव्य लेणी, चैत्यगृहे, विहार, शिल्पकला, नाणी आणि साहित्य यांची समृद्ध परंपरा निर्माण झाली. आजही महाराष्ट्रातील अनेक प्राचीन स्मारके सातवाहन युगाच्या सांस्कृतिक वैभवाची साक्ष देतात. सातवाहनकालीन कलेचा अभ्यास केल्यास त्या काळातील समाज, धर्म, अर्थव्यवस्था आणि

जीवनपद्धती यांचे अनेक पैलू समोर येतात. त्यामुळे कला हा केवळ सौंदर्याचा विषय नसून इतिहास समजून घेण्याचे एक महत्त्वाचे साधन आहे.

सातवाहन काळातील कलेची वैशिष्ट्ये

सातवाहनकालीन कलेमध्ये साधेपणा, वास्तववाद आणि धार्मिक प्रेरणा यांचा सुंदर संगम दिसून येतो. कलाकारांनी दैनंदिन जीवन, धार्मिक प्रतीके, निसर्ग आणि मानवी भावना यांचे प्रभावी चित्रण केले. या काळातील कला केवळ राजदरबारापुरती मर्यादित नव्हती. व्यापारी, कारागीर आणि धार्मिक संस्था यांचाही कलाविकासात मोठा वाटा होता.बौद्ध धर्माच्या प्रभावामुळे चैत्यगृहे, विहार आणि स्तूप यांसारख्या धार्मिक वास्तूंना विशेष महत्त्व प्राप्त झाले. याच काळात दगडात कोरीवकाम करण्याचे तंत्र अत्यंत विकसित झाले.

लेणी स्थापत्याचा विकास

सातवाहन काळातील सर्वात मोठी कलात्मक देणगी म्हणजे खडकात कोरलेली लेणी होय. महाराष्ट्रातील अनेक पर्वतरांगांमध्ये भव्य बौद्ध लेणी निर्माण करण्यात आली. ही लेणी केवळ धार्मिक स्थळे नव्हती, तर ती शिक्षण,

ध्यान, निवास आणि सांस्कृतिक उपक्रमांची केंद्रे होतीया लेण्यांच्या निर्मितीसाठी प्रचंड श्रम, तांत्रिक कौशल्य आणि आर्थिक संसाधने आवश्यक होती. अनेक लेण्यांना व्यापारी संघटनांनी आणि श्रीमंत दात्यांनी आर्थिक सहाय्य केले होते.

कार्ले लेणी

Karla Caves हे सातवाहनकालीन स्थापत्यकलेचे सर्वोत्तम उदाहरण मानले जाते. येथे असलेले भव्य चैत्यगृह भारतातील सर्वात मोठ्या प्राचीन बौद्ध प्रार्थनागृहांपैकी एक आहे.

या चैत्यगृहात उंच स्तंभ, सुंदर कमानी आणि दगडात कोरलेले सूक्ष्म शिल्पकाम दिसते. वास्तुरचनेतील प्रमाणबद्धता आणि कलात्मकता पाहता त्या काळातील कारागिरांचे अद्वितीय कौशल्य लक्षात येते. कार्ले लेणी हे धार्मिक, सांस्कृतिक आणि व्यापारी जीवनाचे महत्त्वाचे केंद्र होते.

भाजे लेणी **Bhaja Caves** या महाराष्ट्रातील सर्वात प्राचीन बौद्ध लेण्यांपैकी आहेत. येथे चैत्यगृह आणि अनेक विहार आढळतात. भाजे येथील शिल्पांमध्ये घोडेस्वार,

योद्धे आणि विविध मानवी आकृत्यांचे चित्रण केलेले दिसते. या शिल्पांमधून त्या काळातील पोशाख, शस्त्रे आणि सामाजिक जीवनाची माहिती मिळते.

नाशिक लेणी

Nashik Caves या सातवाहन इतिहासासाठी विशेष महत्त्वाच्या आहेत. येथे सापडलेल्या शिलालेखांमधून सातवाहन राजे, राण्या आणि दाते यांच्याविषयी महत्त्वाची माहिती मिळते.विशेषतः **Gautami Balashri** यांनी कोरून घेतलेला शिलालेख भारतीय इतिहासातील महत्त्वाच्या ऐतिहासिक दस्तऐवजांपैकी एक मानला जातो. या लेखामुळे **Gautamiputra Satakarni** यांच्या कार्याची माहिती मिळते.

कान्हेरी लेणी

Kanheri Caves या पश्चिम भारतातील महत्त्वाच्या बौद्ध केंद्रांपैकी एक होत्या. येथे अनेक गुंफा, विहार, पाण्याची टाकी आणि शिलालेख आढळतात.कान्हेरी हे शिक्षण, ध्यान आणि धार्मिक चर्चांचे प्रमुख केंद्र होते.

व्यापारी मार्गांच्या जवळ असल्यामुळे येथे विविध प्रदेशांतील लोक येत असत.

शिल्पकला

सातवाहन काळातील शिल्पकला अत्यंत विकसित होती. लेण्यांच्या भिंती, स्तंभ आणि प्रवेशद्वारांवर विविध शिल्पे कोरण्यात आली. या शिल्पांमध्ये धार्मिक कथा, प्राणी, वनस्पती, मानव आणि सामाजिक जीवनाचे चित्रण दिसते.शिल्पकारांनी मानवी भावभावना आणि शरीररचनेचे वास्तववादी चित्रण करण्याचा प्रयत्न केला. स्त्री-पुरुषांच्या पोशाखांचे, दागिन्यांचे आणि केशरचनांचे सुंदर चित्रण आढळते. त्यामुळे त्या काळातील जीवनपद्धतीचा अभ्यास करण्यासाठी शिल्पकला अत्यंत उपयुक्त ठरते.

चित्रकला

सातवाहन काळात चित्रकलेची परंपरा अस्तित्वात होती. जरी त्या काळातील बहुतांश चित्रे नष्ट झाली असली तरी पुढील काळातील काही परंपरांची मुळे सातवाहन युगात दिसून येतात.भिंतींवर धार्मिक प्रसंग, निसर्गदृश्ये आणि मानवी जीवनाचे चित्रण केले जात असावे. नैसर्गिक रंगांचा वापर

करून चित्रे तयार केली जात असत. ही परंपरा पुढे महाराष्ट्रातील गुंफा चित्रकलेच्या विकासासाठी महत्त्वाची ठरली.

नाणी आणि त्यांची कलात्मकता

सातवाहन नाणी ही त्यांच्या कलात्मक आणि ऐतिहासिक महत्त्वासाठी प्रसिद्ध आहेत. विविध धातूंमध्ये तयार केलेल्या या नाण्यांवर राजांची नावे, धार्मिक चिन्हे, प्राणी आणि जहाजांची चित्रे आढळतात. **Yajna Sri Satakarni** यांच्या काही नाण्यांवर जहाजांचे चित्र कोरलेले आहे. यावरून सागरी व्यापाराचे महत्त्व स्पष्ट होते. नाणी ही केवळ चलन नव्हती; ती राजकीय सत्ता, धार्मिक श्रद्धा आणि आर्थिक सामर्थ्याचे प्रतीक होती.सातवाहन काळात साहित्यालाही विशेष प्रोत्साहन मिळाले. प्राकृत भाषेचा व्यापक वापर केला जात होता. या काळात प्राकृत साहित्याची मोठी भरभराट झाली. **Hala** यांच्या नावाशी संबंधित **Gatha Saptashati** हा ग्रंथ भारतीय साहित्याच्या इतिहासातील एक महत्त्वपूर्ण टप्पा मानला जातो. या ग्रंथातून ग्रामीण जीवन, स्त्रियांचे अनुभव, प्रेम,

निसर्ग आणि सामाजिक मूल्यांचे चित्रण दिसते. सातवाहन कलेचा पुढील काळावर प्रभावसातवाहन काळातील स्थापत्य, शिल्पकला आणि साहित्य यांचा पुढील अनेक राजवंशांवर प्रभाव पडला. वाकाटक, चालुक्य, राष्ट्रकूट आणि यादव काळातील अनेक कलात्मक परंपरांची मुळे सातवाहन युगात आढळतात.महाराष्ट्रातील लेणी स्थापत्याची परंपरा पुढील अनेक शतकांपर्यंत टिकून राहिली. धार्मिक सहिष्णुता, व्यापारी आश्रय आणि सांस्कृतिक समन्वय या सातवाहन परंपरांचा प्रभाव पुढील इतिहासातही दिसून येतो.

सातवाहन काळातील कला, स्थापत्यकला, शिल्पकला, नाणी आणि साहित्य यांनी महाराष्ट्राच्या सांस्कृतिक इतिहासाला भक्कम पाया दिला. कार्ले, भाजे, नाशिक आणि कान्हेरी येथील लेणी आजही त्या वैभवाची साक्ष देतात. सातवाहन कलाकारांनी निर्माण केलेल्या कलाकृती केवळ धार्मिक स्मारके नसून त्या त्या काळातील समाज, अर्थव्यवस्था आणि संस्कृतीचे जिवंत दस्तऐवज आहेत. त्यामुळे सातवाहन युग हे महाराष्ट्राच्या सांस्कृतिक इतिहासातील पहिले महान सुवर्णपर्व मानले जाते.

९.८ सातवाहन प्रशासन, करव्यवस्था, लष्कर, न्यायव्यवस्था आणि राज्यसंघटना

प्रस्तावना

सातवाहन राजवंश हा दख्खनमधील पहिला व्यापक आणि संघटित साम्राज्य निर्माण करणारा राजवंश मानला जातो. जवळपास चार शतकांहून अधिक काळ टिकून राहिलेल्या या साम्राज्याच्या यशामागे केवळ पराक्रमी राजे किंवा आर्थिक समृद्धी नव्हती, तर एक सुदृढ प्रशासन, प्रभावी करव्यवस्था, संघटित लष्कर आणि स्थिर न्यायव्यवस्था यांचा मोठा वाटा होता. सातवाहन राज्यकर्त्यांनी विविध प्रदेश, जमाती, व्यापारी केंद्रे आणि कृषीप्रधान भाग यांना एकत्र बांधून एक प्रभावी राज्यव्यवस्था उभारली. उपलब्ध शिलालेख, नाणी, पुराणे आणि परकीय प्रवाशांच्या

उल्लेखांच्या आधारे सातवाहन प्रशासनाचे स्वरूप समजून घेता येते.

सातवाहन राज्यसत्तेचे स्वरूप -- सातवाहन काळात राजेशाही पद्धतीची शासनव्यवस्था अस्तित्वात होती. राजा हा राज्याचा सर्वोच्च प्रमुख मानला जात असे. प्रशासन, न्यायदान, युद्ध, करव्यवस्था आणि धार्मिक कार्यांवर अंतिम अधिकार राजाकडेच असे. राजाला दैवी संरक्षण प्राप्त असल्याची भावना समाजात प्रचलित होती. तथापि, सातवाहन राजे केवळ निरंकुश शासक नव्हते; त्यांना प्रजेचे कल्याण, राज्याचे संरक्षण आणि आर्थिक विकास यांची जबाबदारी पार पाडावी लागत असे.**Gautamiputra Satakarni** यांसारख्या राजांनी साम्राज्याच्या विस्ताराबरोबरच प्रशासन अधिक सक्षम बनवले. राजाचे व्यक्तिमत्त्व राज्याच्या स्थैर्यासाठी अत्यंत महत्त्वाचे मानले जात असे. त्यामुळे राजकुमारांना लहानपणापासून प्रशासन, युद्धकला आणि धर्मशास्त्र यांचे प्रशिक्षण दिले जात असे.

राजदरबार आणि मंत्रिमंडळ

राज्यकारभार चालवण्यासाठी राजाला विविध अधिकाऱ्यांची मदत मिळत असे. राजदरबार हा प्रशासनाचा केंद्रबिंदू होता. येथे महत्त्वाचे निर्णय घेतले जात आणि विविध प्रदेशांतील अहवाल सादर केले जात.

राजाच्या सल्लागारांमध्ये मंत्री, पुरोहित, सेनापती आणि आर्थिक अधिकारी यांचा समावेश असे. मंत्रीमंडळ राजाला धोरणात्मक निर्णयांमध्ये मदत करत असे. पुरोहित धार्मिक विधी आणि राजकीय वैधतेशी संबंधित कार्य पाहत असत. सेनापती लष्कराचे नेतृत्व करत असे, तर महसूल अधिकारी आर्थिक व्यवहारांचे नियमन करत असत.

प्रादेशिक प्रशासन

सातवाहन साम्राज्य विशाल असल्यामुळे संपूर्ण राज्याचे प्रशासन केंद्रातून चालवणे शक्य नव्हते. त्यामुळे साम्राज्याचे विविध प्रशासकीय विभाग करण्यात आले होते. प्रत्येक विभागावर स्वतंत्र अधिकारी नेमले जात असत.

प्रांतांचे प्रशासन स्थानिक राज्यपाल किंवा अधिकाऱ्यांकडे असे. हे अधिकारी करसंकलन, कायदा-सुव्यवस्था आणि स्थानिक प्रशासन यांची जबाबदारी सांभाळत असत. काही

भागांमध्ये स्थानिक सरदारांना मर्यादित स्वायत्तता देण्यात आली होती, परंतु ते सातवाहन राजाच्या अधिपत्याखाली कार्य करत असत.

ग्रामव्यवस्था

गाव हे सातवाहन प्रशासनाचे मूलभूत एकक होते. ग्रामीण भागातील प्रशासन स्थानिक पातळीवर चालवले जात असे. गावातील ज्येष्ठ व्यक्ती, जमीनधारक आणि प्रमुख कुटुंबे स्थानिक निर्णयप्रक्रियेत सहभागी होत असत.शेती, पाणीपुरवठा, धान्यसाठवण, करसंकलन आणि सार्वजनिक कामे यांचे व्यवस्थापन गावपातळीवर केले जात असे. ग्रामीण समाज स्वयंपूर्ण असल्यामुळे गावांचा आर्थिक आणि सामाजिक विकास प्रशासनासाठी महत्त्वाचा होता.

करव्यवस्था

सातवाहन साम्राज्याच्या आर्थिक स्थैर्याचा मुख्य आधार करव्यवस्था होती. राज्याला मिळणाऱ्या महसुलाचा मोठा भाग कृषी उत्पादनातून मिळत असे. शेतकऱ्यांना त्यांच्या उत्पादनाचा ठराविक भाग कर म्हणून द्यावा लागत असे.जमीनकर हा महसुलाचा प्रमुख स्रोत होता. याशिवाय

व्यापार, उद्योग, वाहतूक आणि बाजारपेठांवरही कर आकारले जात असत. व्यापारी मार्गांवरील शुल्क आणि बंदरांमधून मिळणारे कर हे राज्यासाठी महत्त्वाचे उत्पन्नाचे स्रोत होते. **Naneghat** हा एक महत्त्वाचा व्यापारी मार्ग होता. या घाटमार्गातून जाणाऱ्या व्यापाऱ्यांकडून कर आकारला जात असे. त्यामुळे राज्याला मोठ्या प्रमाणावर महसूल मिळत असे.करव्यवस्था तुलनेने संघटित होती आणि राज्याच्या लष्करी, प्रशासकीय आणि सार्वजनिक कामांसाठी निधी उपलब्ध करून देत असे.

व्यापार आणि महसूल प्रशासन

व्यापार हा सातवाहन अर्थव्यवस्थेचा प्रमुख आधार असल्यामुळे प्रशासनाने व्यापारी व्यवहारांना विशेष संरक्षण दिले. व्यापारी संघटनांना (श्रेणींना) काही प्रमाणात स्वायत्तता होती. त्या उत्पादनाची गुणवत्ता, व्यापाराचे नियम आणि सदस्यांचे हित जपत असत.

महसूल अधिकाऱ्यांचे काम कर गोळा करणे, त्याची नोंद ठेवणे आणि राजकोषात जमा करणे असे होते. व्यापारी

शहरांमध्ये करसंकलनासाठी विशेष व्यवस्था असावी असे पुराव्यांवरून दिसून येते.

लष्कराची रचना

सातवाहन साम्राज्याच्या संरक्षणासाठी एक सक्षम आणि संघटित लष्कर अस्तित्वात होते. साम्राज्याच्या सीमांचे रक्षण करणे, बंडखोरी दडपणे आणि शत्रूंविरुद्ध युद्ध करणे ही लष्कराची प्रमुख कार्ये होती.लष्करामध्ये पायदळ, घोडदळ, हत्तीदल आणि काही प्रमाणात रथदलाचा समावेश होता. पायदळ हे सर्वात मोठे आणि महत्त्वाचे दल होते. सैनिक तलवारी, भाले, धनुष्यबाण आणि ढाली यांसारखी शस्त्रे वापरत असत.घोडदळ युद्धातील वेगवान हालचालींसाठी महत्त्वाचे होते. हत्ती युद्धामध्ये मानसिक आणि भौतिक दबाव निर्माण करण्यासाठी वापरले जात असत. सेनापती संपूर्ण लष्कराचे नेतृत्व करत असे.

सातवाहनांचे युद्ध आणि संरक्षण

सातवाहनांना त्यांच्या कारकीर्दीत अनेक शत्रूंचा सामना करावा लागला. विशेषतः शक, यवन आणि पहलव शक्तींविरुद्ध त्यांनी संघर्ष केला.**Gautamiputra**

Satakarni यांनी पश्चिम भारतातील शक क्षत्रपांचा पराभव करून सातवाहन साम्राज्याची प्रतिष्ठा पुन्हा प्रस्थापित केली. त्यांच्या विजयामुळे महाराष्ट्र आणि दख्खन प्रदेशातील सातवाहनांचे वर्चस्व मजबूत झाले.लष्कराच्या सामर्थ्यामुळेच सातवाहन साम्राज्य दीर्घकाळ टिकून राहिले आणि व्यापारी मार्गांचे संरक्षण शक्य झाले.

न्यायव्यवस्था

सातवाहन काळातील न्यायव्यवस्था धर्मशास्त्र, परंपरा आणि स्थानिक रूढींवर आधारित होती. राजा हा सर्वोच्च न्यायाधीश मानला जात असे. गंभीर प्रकरणांमध्ये अंतिम निर्णय राजाकडे असे.स्थानिक पातळीवर गावप्रमुख, ज्येष्ठ व्यक्ती आणि अधिकारी लहान वाद सोडवत असत. मालमत्ता, व्यापार, कर्ज आणि कौटुंबिक प्रश्न यांसंबंधीचे वाद स्थानिक पातळीवर निकाली काढले जात असत. न्यायदानात नैतिक मूल्यांना आणि सामाजिक समतोलाला महत्त्व दिले जात असे. कठोर शिक्षांपेक्षा सामाजिक सुव्यवस्था राखण्यावर भर दिला जात होता.

प्रशासनातील स्त्रियांची भूमिका -- सातवाहन काळातील काही स्त्रियांनी सार्वजनिक जीवनात महत्त्वाची भूमिका बजावली. विशेषतः **Naganika** आणि **Gautami Balashri** यांचे शिलालेख प्रसिद्ध आहेत.या स्त्रियांनी धार्मिक आणि सामाजिक कार्यांमध्ये सहभाग घेतला. यावरून राजघराण्यातील स्त्रियांना काही प्रमाणात प्रभावी स्थान होते असे दिसते.

राज्यसंघटनेची वैशिष्ट्ये -- सातवाहन प्रशासनाची काही प्रमुख वैशिष्ट्ये पुढीलप्रमाणे होती ,मजबूत राजेशाही व्यवस्था प्रादेशिक प्रशासनाची स्पष्ट रचना ,संघटित करव्यवस्था ,व्यापारी मार्गांवर नियंत्रण सक्षम लष्कर धर्मनिरपेक्ष आणि सहिष्णू शासन स्थानिक स्वराज्य घटकांना काही प्रमाणात स्वायत्तता या वैशिष्ट्यांमुळे सातवाहन साम्राज्य दीर्घकाळ टिकून राहिले आणि आर्थिक व सांस्कृतिक विकास साध्य करू शकले.

सातवाहन प्रशासन हे प्राचीन महाराष्ट्रातील सर्वात संघटित आणि प्रभावी प्रशासनांपैकी एक मानले जाते. राजसत्ता, प्रादेशिक व्यवस्था, करसंकलन, न्यायदान आणि लष्करी

संघटना यांचा समतोल साधण्यात सातवाहन यशस्वी ठरले. त्यांच्या प्रशासनामुळे व्यापार, शेती, धर्म आणि संस्कृती यांचा विकास झाला. त्यामुळे सातवाहन साम्राज्य केवळ एक राजकीय सत्ता नव्हती, तर महाराष्ट्राच्या प्राचीन राज्यव्यवस्थेचा भक्कम पाया होती.

९.९ सातवाहन साम्राज्याचा ऱ्हास, पतनाची कारणे, उत्तरकालीन राजे आणि महाराष्ट्रावर झालेला प्रभाव

प्रस्तावना

सातवाहन साम्राज्य हे प्राचीन महाराष्ट्र आणि दख्खन प्रदेशातील सर्वात प्रभावशाली राजसत्तांपैकी एक होते. जवळपास चार शतकांहून अधिक काळ सातवाहनांनी दख्खनच्या राजकीय, आर्थिक, सामाजिक आणि सांस्कृतिक जीवनावर अधिराज्य गाजवले. परंतु इतिहासातील प्रत्येक साम्राज्याप्रमाणे सातवाहन साम्राज्यालाही ऱ्हासाचा सामना करावा लागला. साम्राज्याचा विस्तार, सततची युद्धे, आर्थिक दबाव, प्रादेशिक शक्तींचा उदय आणि कमकुवत नेतृत्व या कारणांमुळे सातवाहन सत्ता हळूहळू दुर्बल होत गेली. अखेरीस इ.स.च्या तिसऱ्या शतकाच्या पूर्वार्धात

सातवाहन साम्राज्याचे विघटन झाले. तथापि, त्यांचा वारसा अनेक शतकांपर्यंत महाराष्ट्राच्या इतिहासात जिवंत राहिला.

सातवाहन साम्राज्याचे सर्वोच्च वैभव

सातवाहन साम्राज्याच्या ऱ्हासाची कारणे समजून घेण्यासाठी प्रथम त्याच्या वैभवाच्या शिखराचा विचार करणे आवश्यक आहे. **Gautamiputra Satakarni** यांच्या कारकीर्दीत साम्राज्याने सर्वाधिक विस्तार आणि प्रतिष्ठा प्राप्त केली. त्यांनी शक क्षत्रपांचा पराभव करून महाराष्ट्र, विदर्भ, मालवा, गुजरातचा काही भाग आणि आंध्र प्रदेशातील विस्तृत प्रदेश पुन्हा सातवाहनांच्या अधिपत्याखाली आणले. त्यांचे उत्तराधिकारी **Vasisthiputra Pulumavi** आणि **Yajna Sri Satakarni** यांनीही साम्राज्य टिकवून ठेवण्याचा प्रयत्न केला. तथापि, या काळानंतर साम्राज्याची शक्ती हळूहळू कमी होऊ लागली.

सततची युद्धे आणि लष्करी खर्च

सातवाहन साम्राज्याच्या ऱ्हासामागील एक प्रमुख कारण म्हणजे दीर्घकालीन युद्धे. पश्चिम भारतातील शक क्षत्रप, स्थानिक सरदार आणि इतर उदयोन्मुख राजसत्तांविरुद्ध

सातवाहनांना सतत संघर्ष करावा लागत होता.युद्धांमुळे राज्याच्या खजिन्यावर मोठा ताण पडत होता. लष्कराचे वेतन, शस्त्रसामग्री, किल्ल्यांची देखभाल आणि सीमांचे संरक्षण यासाठी मोठ्या प्रमाणात खर्च होत असे. सततच्या संघर्षांमुळे आर्थिक संसाधने कमी होऊ लागली आणि प्रशासनावर ताण वाढला.

प्रादेशिक सरदारांचे वाढते सामर्थ्यसाम्राज्य मोठे झाल्यानंतर स्थानिक प्रशासक आणि प्रादेशिक सरदार अधिक प्रभावशाली बनू लागले. सुरुवातीला हे सरदार सातवाहन राजांच्या अधीन कार्य करत होते, परंतु कालांतराने त्यांनी स्वतःचे स्वतंत्र राजकीय हितसंबंध विकसित केले.

केंद्रीय सत्ता कमकुवत होत गेल्यानंतर अनेक प्रादेशिक शासकांनी स्वायत्तता मिळवण्याचा प्रयत्न केला. परिणामी साम्राज्याची एकता ढासळू लागली आणि अनेक भागांमध्ये स्वतंत्र सत्ता उदयास आली.

आर्थिक अडचणी

सातवाहन अर्थव्यवस्थेचा मोठा आधार व्यापार आणि कृषी उत्पादन होता. परंतु साम्राज्याच्या उत्तरार्धात आर्थिक

समस्यांचा उदय झाला. रोमन साम्राज्याशी असलेला व्यापार काही प्रमाणात कमी झाला. रोमन साम्राज्याच्या अंतर्गत आर्थिक बदलांचा परिणाम भारतीय व्यापारावरही झाला. परदेशी व्यापारातील घट झाल्यामुळे सोन्याचा आणि मौल्यवान धातूंचा ओघ कमी झाला.युद्धखर्च, प्रशासनाचा वाढता खर्च आणि महसूल संकलनातील अडचणी यांमुळे आर्थिक संकट अधिक गंभीर झाले. त्यामुळे राज्याच्या आर्थिक पायाला तडे जाऊ लागले.

कमकुवत उत्तराधिकारी

महान राजांच्या मृत्यूनंतर अनेकदा साम्राज्यांना सक्षम नेतृत्वाचा अभाव जाणवतो. सातवाहन साम्राज्यातही अशीच परिस्थिती निर्माण झाली. गौतमीपुत्र सातकर्णी आणि यज्ञश्री सातकर्णी यांच्यासारख्या शक्तिशाली राजांनंतर आलेले काही राजे तुलनेने कमी प्रभावी होते.कमकुवत नेतृत्वामुळे प्रशासनातील शिस्त कमी झाली, प्रादेशिक अधिकाऱ्यांचे नियंत्रण कमी झाले आणि साम्राज्याच्या संरक्षणक्षमतेवर परिणाम झाला.

शक क्षत्रपांचा पुनरुत्थान

सातवाहनांच्या ऱ्हासाच्या काळात पश्चिम भारतातील शक क्षत्रप पुन्हा शक्तिशाली झाले. त्यांनी गुजरात, मालवा आणि पश्चिम किनारपट्टीवरील काही महत्त्वाच्या प्रदेशांवर नियंत्रण मिळवले.या प्रदेशांचे आर्थिक महत्त्व खूप मोठे होते. व्यापारी मार्ग आणि बंदरांवरील नियंत्रण गमावल्यामुळे सातवाहन साम्राज्याला मोठा आर्थिक फटका बसला. त्यामुळे साम्राज्याची आर्थिक आणि राजकीय ताकद दोन्ही कमी झाली.

साम्राज्याचे विघटन

इ.स.च्या तिसऱ्या शतकाच्या प्रारंभी सातवाहन साम्राज्याचे विघटन होऊ लागले. विविध प्रादेशिक सत्तांनी स्वतंत्र अस्तित्व निर्माण केले. साम्राज्याची केंद्रीय सत्ता केवळ काही प्रदेशांपुरती मर्यादित राहिली.

अखेरीस सातवाहन राजसत्तेचा अंत झाला आणि दख्खनमध्ये नवीन राजवंशांचा उदय झाला. या नव्या सत्तांनी सातवाहनांच्या अनेक प्रशासकीय आणि सांस्कृतिक परंपरा स्वीकारल्या.

सातवाहनांनंतर उदयास आलेल्या सत्ता

सातवाहनांच्या पतनानंतर दख्खनमध्ये अनेक प्रादेशिक राजवंश उदयास आले. यामध्ये पुढे विशेषतः **Vindhyashakti** यांच्या नेतृत्वाखालील **Vakataka Dynasty** राजवंश महत्त्वाचा ठरला.वाकाटकांनी विदर्भ आणि महाराष्ट्राच्या मोठ्या भागावर सत्ता प्रस्थापित केली. त्यांनी सातवाहनांच्या सांस्कृतिक आणि प्रशासकीय परंपरांचा वारसा पुढे चालवला. पुढे चालुक्य, राष्ट्रकूट आणि यादव यांसारख्या राजवंशांवरही सातवाहन परंपरेचा प्रभाव दिसून येतो.

महाराष्ट्रावर सातवाहनांचा प्रभाव

सातवाहन साम्राज्याचा महाराष्ट्राच्या इतिहासावर अत्यंत खोल आणि दीर्घकालीन प्रभाव पडला. महाराष्ट्राच्या राजकीय एकीकरणाची प्रक्रिया प्रथमच व्यापक स्वरूपात सातवाहन काळात दिसून येते.**Pratishthana** ही राजधानी दीर्घकाळ दख्खनच्या राजकीय आणि सांस्कृतिक जीवनाचे केंद्र राहिली. व्यापार, प्रशासन आणि संस्कृती यांचे महत्त्वपूर्ण जाळे सातवाहनांनी विकसित केले.त्यांच्या काळात विकसित झालेली व्यापारी केंद्रे, रस्ते, घाटमार्ग

आणि बंदरे पुढील अनेक शतकांपर्यंत वापरात राहिली. त्यामुळे महाराष्ट्राच्या आर्थिक विकासासाठी सातवाहन काळ अत्यंत महत्त्वाचा ठरला.

सांस्कृतिक वारसा

सातवाहनांचा सर्वात मोठा वारसा म्हणजे त्यांची सांस्कृतिक देणगी होय. त्यांनी प्राकृत भाषेला प्रोत्साहन दिले. **Hala** यांच्या नावाशी संबंधित **Gatha Saptashati** हा ग्रंथ आजही प्राचीन भारतीय साहित्याचा महत्त्वाचा स्रोत मानला जातो.धार्मिक सहिष्णुतेमुळे बौद्ध, ब्राह्मण आणि जैन परंपरांचा विकास झाला. महाराष्ट्रातील कार्ले, भाजे, नाशिक आणि कान्हेरी येथील लेणी आजही त्यांच्या सांस्कृतिक वैभवाची साक्ष देतात.

प्रशासकीय वारसा

सातवाहन प्रशासनाने पुढील अनेक राजसत्तांसाठी आदर्श निर्माण केला. प्रादेशिक प्रशासन, महसूल संकलन, व्यापारी संरक्षण आणि लष्करी संघटना या क्षेत्रांतील त्यांच्या पद्धती पुढील काळातही वापरल्या गेल्या.त्यांच्या राज्यव्यवस्थेने महाराष्ट्रातील राजकीय संघटनांच्या विकासाला दिशा दिली.

त्यामुळे सातवाहनांचा प्रभाव केवळ त्यांच्या काळापुरता मर्यादित राहिला नाही.

इतिहासातील स्थान

भारतीय इतिहासात सातवाहनांना उत्तर भारतातील मौर्य आणि गुप्त साम्राज्यांच्या समकक्ष दख्खनमधील महान राजवंश मानले जाते. त्यांनी दख्खनला स्वतंत्र राजकीय ओळख दिली आणि महाराष्ट्राच्या सांस्कृतिक विकासासाठी भक्कम पाया घातला.त्यांच्या साम्राज्यामुळे महाराष्ट्र प्रथमच व्यापक ऐतिहासिक नोंदींमध्ये ठळकपणे दिसू लागला. त्यामुळे महाराष्ट्राच्या प्राचीन इतिहासात सातवाहनांचे स्थान अत्यंत महत्त्वाचे आहे.

सातवाहन साम्राज्याचा ऱ्हास हा अनेक राजकीय, आर्थिक आणि लष्करी घटकांचा परिणाम होता. तथापि, साम्राज्य नष्ट झाले तरी त्यांची परंपरा, संस्कृती, प्रशासन, साहित्य आणि कला पुढील अनेक शतकांपर्यंत जिवंत राहिली. महाराष्ट्राच्या राजकीय एकीकरणापासून व्यापारविकास, धार्मिक सहिष्णुता आणि सांस्कृतिक समृद्धीपर्यंत अनेक क्षेत्रांमध्ये सातवाहनांचे योगदान अमूल्य आहे. त्यामुळे

सातवाहन राजवंश हा महाराष्ट्राच्या इतिहासातील पहिला महान साम्राज्यनिर्माता आणि सांस्कृतिक पाया घालणारा राजवंश म्हणून कायम स्मरणात राहतो.

प्रकरण १० : वाकाटक साम्राज्याचा उदय आणि महाराष्ट्रातील राजकीय पुनर्रचना

प्रस्तावना

सातवाहन साम्राज्याच्या पतनानंतर दख्खन प्रदेशात राजकीय अस्थिरतेचा काळ सुरू झाला. एकेकाळी विस्तीर्ण प्रदेशावर अधिराज्य गाजवणारी सातवाहन सत्ता दुर्बल झाल्यानंतर अनेक लहान-मोठ्या स्थानिक सत्तांचा उदय झाला. या संक्रमणकाळात महाराष्ट्र, विदर्भ आणि मध्य भारतातील प्रदेशांमध्ये नवीन राजकीय शक्ती उदयास येऊ लागल्या. अशा परिस्थितीत वाकाटक राजवंशाचा उदय झाला. वाकाटकांनी केवळ सातवाहनांच्या राजकीय वारशाचा स्वीकार केला नाही, तर महाराष्ट्र आणि विदर्भातील राजकीय स्थैर्य पुन्हा प्रस्थापित केले. इ.स.च्या तिसऱ्या शतकापासून सहाव्या शतकापर्यंत वाकाटकांनी दख्खनच्या इतिहासात महत्त्वपूर्ण स्थान निर्माण केले.वाकाटक राजवंश

हा महाराष्ट्राच्या इतिहासातील अत्यंत प्रभावशाली राजवंशांपैकी एक मानला जातो. त्यांच्या कारकीर्दीत राजकीय संघटन, सांस्कृतिक विकास, धार्मिक आश्रय, साहित्य, शिक्षण आणि कला यांना मोठी चालना मिळाली. विशेषतः अजिंठा लेण्यांशी संबंधित कलाविकासामुळे वाकाटकांचे नाव भारतीय इतिहासात अजरामर झाले.

वाकाटक राजवंशाची उत्पत्ती

वाकाटकांच्या उत्पत्तीबाबत इतिहासकारांमध्ये काही मतभेद आढळतात. उपलब्ध शिलालेख, ताम्रपट आणि पुराणांतील उल्लेखांच्या आधारे वाकाटकांचा उगम विदर्भ प्रदेशात झाल्याचे मानले जाते. या राजवंशाचा संस्थापक **Vindhyashakti** मानला जातो.विंध्यशक्ती हा एक पराक्रमी आणि महत्त्वाकांक्षी शासक होता. सातवाहन साम्राज्याच्या पतनामुळे निर्माण झालेल्या राजकीय पोकळीचा फायदा घेत त्याने स्वतंत्र सत्ता निर्माण केली. जरी त्याच्या कारकीर्दीविषयी फारशी माहिती उपलब्ध नसली तरी त्याने पुढील वाकाटक साम्राज्याचा पाया घातला हे निर्विवाद आहे.इतिहासकारांच्या मते विंध्यशक्तीचा कालखंड

साधारणतः इ.स. २५० ते २७० च्या दरम्यान असावा. त्याच्या कार्यामुळे विदर्भात एक नवीन राजकीय शक्ती उदयास आली.

प्रवरसेन प्रथम : साम्राज्यनिर्माता राजा

विंध्यशक्तीनंतर त्याचा पुत्र **Pravarasena I** सत्तेवर आला. वाकाटक इतिहासातील सर्वात महान आणि प्रभावशाली राजा म्हणून त्याची ओळख आहे. प्रत्यक्षात वाकाटक साम्राज्याचा खरा विस्तार आणि सामर्थ्य प्रवरसेन प्रथम यांच्या काळातच विकसित झाले.

प्रवरसेन प्रथमने अनेक विजय मिळवून विदर्भाबाहेरील प्रदेशांवरही सत्ता प्रस्थापित केली. त्याने उत्तर महाराष्ट्र, मध्य प्रदेशातील काही भाग आणि दख्खनमधील विस्तृत प्रदेश आपल्या अधिपत्याखाली आणले. त्यामुळे वाकाटक राज्याचे रूपांतर एका मोठ्या साम्राज्यात झाले.त्याने अनेक वैदिक यज्ञ केले. अश्वमेध यज्ञ हा त्याच्या राजकीय सामर्थ्याचा पुरावा मानला जातो. अशा यज्ञांद्वारे त्याने स्वतःची सार्वभौम सत्ता जाहीर केली. प्रवरसेन प्रथमला

"सम्राट" ही पदवी प्राप्त झाली होती, जे त्याच्या सामर्थ्याचे द्योतक आहे.

वाकाटक साम्राज्याचा विस्तार

प्रवरसेन प्रथमच्या काळात वाकाटक साम्राज्याचा विस्तार मोठ्या प्रमाणावर झाला. विदर्भ हा साम्राज्याचा केंद्रबिंदू असला तरी त्याची सत्ता विदर्भाच्या सीमांपलीकडे पोहोचली होती.

साम्राज्याचा प्रभाव खालील प्रदेशांवर होता: -- विदर्भ ,उत्तर महाराष्ट्र ,मराठवाड्याचे काही भाग मध्य प्रदेशातील काही प्रदेश ,छत्तीसगडच्या काही भागांवर प्रभाव दख्खनमधील अंतर्गत प्रदेश या विस्तारामुळे वाकाटक साम्राज्य उत्तर भारत आणि दक्षिण भारत यांमधील महत्त्वाचा दुवा बनले.

प्रशासनाची सुरुवात

वाकाटकांनी सातवाहन प्रशासनातील अनेक परंपरा स्वीकारल्या. राजा हा सर्वोच्च सत्ताधारी होता. प्रशासन अधिक कार्यक्षम करण्यासाठी विविध प्रांतांची निर्मिती करण्यात आली. प्रत्येक प्रांतावर स्वतंत्र अधिकारी नियुक्त

केले जात. स्थानिक प्रशासनासाठी गावपातळीवरील व्यवस्था कायम ठेवण्यात आली. कृषी उत्पादन, महसूल संकलन, व्यापार आणि कायदा-सुव्यवस्था यांवर प्रशासनाचे विशेष लक्ष होते. वाकाटकांच्या प्रशासनामुळे विदर्भ आणि महाराष्ट्रातील अनेक भागांमध्ये राजकीय स्थैर्य निर्माण झाले. याच स्थैर्यामुळे पुढे आर्थिक आणि सांस्कृतिक विकास शक्य झाला.

आर्थिक परिस्थिती

वाकाटक अर्थव्यवस्थेचा मुख्य आधार शेती होता. विदर्भातील सुपीक जमीन आणि नद्यांच्या खोऱ्यांमुळे कृषी उत्पादन मोठ्या प्रमाणावर वाढले. धान्य, कापूस, कडधान्ये आणि इतर पिकांचे उत्पादन होत असे.व्यापारालाही महत्त्वाचे स्थान होते. सातवाहन काळात विकसित झालेल्या व्यापारी मार्गांचा वापर वाकाटक काळातही सुरू राहिला. व्यापारी संघटना, कारागीर आणि स्थानिक बाजारपेठा अर्थव्यवस्थेचे महत्त्वाचे घटक होते.

राज्याला महसूल मुख्यतः जमीनकर, व्यापारकर आणि इतर शुल्कांमधून मिळत असे.

धार्मिक जीवन

वाकाटक राजे वैदिक आणि ब्राह्मण धर्माचे समर्थक होते. त्यांनी अनेक यज्ञ केले आणि ब्राह्मणांना दान दिले. तथापि, त्यांनी इतर धर्मांनाही सहिष्णुतेने वागणूक दिली. या काळात हिंदू धर्मातील वैष्णव आणि शैव परंपरांचा विकास झाला. विविध देवतांची मंदिरे बांधली जाऊ लागली. धार्मिक जीवनाचा सामाजिक आणि सांस्कृतिक जीवनावर मोठा प्रभाव होता.

गुप्त साम्राज्याशी संबंध

वाकाटक इतिहासातील एक महत्त्वपूर्ण घटना म्हणजे गुप्त राजवंशाशी झालेला वैवाहिक संबंध. **Prabhavatigupta** या **Chandragupta II** यांच्या कन्या होत्या. त्यांचा विवाह वाकाटक राजा **Rudrasena II** यांच्याशी झाला.या विवाहामुळे वाकाटक आणि **Gupta Empire** यांच्यात मैत्रीपूर्ण संबंध निर्माण झाले. परिणामी उत्तर आणि दक्षिण भारतातील सांस्कृतिक देवाणघेवाण वाढली.रुद्रसेन द्वितीय यांच्या मृत्यूनंतर प्रभावतीगुप्तांनी काही काळ राज्यकारभार

सांभाळला. भारतीय इतिहासातील प्रभावशाली महिला शासकांमध्ये त्यांची गणना केली जाते.

समाजजीवन

वाकाटक काळातील समाज कृषीप्रधान होता. गाव हे सामाजिक आणि आर्थिक जीवनाचे केंद्र होते. व्यापारी, कारागीर, शेतकरी, ब्राह्मण आणि सैनिक हे समाजातील महत्त्वाचे घटक होते.शिक्षणाला महत्त्व होते. संस्कृत भाषा प्रतिष्ठेची भाषा बनली. धार्मिक ग्रंथ, साहित्य आणि विद्वत्तेचा विकास झाला. स्त्रियांना काही प्रमाणात सामाजिक प्रतिष्ठा होती, विशेषतः राजघराण्यातील स्त्रियांनी प्रशासनात भूमिका बजावल्याचे पुरावे उपलब्ध आहेत.

सांस्कृतिक पुनर्जागरणाची सुरुवात

वाकाटक काळात कला आणि साहित्याचा विकास वेगाने होऊ लागला. राजाश्रयामुळे कलाकार, शिल्पकार, चित्रकार आणि विद्वान यांना प्रोत्साहन मिळाले.याच काळात पुढे विकसित होणाऱ्या अजिंठा चित्रकलेची पायाभरणी झाली. धार्मिक

आणि सांस्कृतिक आश्रयामुळे महाराष्ट्रातील कलाविकासाला नवीन दिशा मिळाली.

प्रकरण १० : वाकाटक साम्राज्याचा उदय आणि महाराष्ट्रातील राजकीय पुनर्रचना

प्रस्तावना

सातवाहन साम्राज्याच्या पतनानंतर दख्खन प्रदेशात राजकीय अस्थिरतेचा काळ सुरू झाला. एकेकाळी विस्तीर्ण प्रदेशावर अधिराज्य गाजवणारी सातवाहन सत्ता दुर्बल झाल्यानंतर अनेक लहान-मोठ्या स्थानिक सत्तांचा उदय झाला. या संक्रमणकाळात महाराष्ट्र, विदर्भ आणि मध्य भारतातील प्रदेशांमध्ये नवीन राजकीय शक्ती उदयास येऊ लागल्या. अशा परिस्थितीत वाकाटक राजवंशाचा उदय झाला. वाकाटकांनी केवळ सातवाहनांच्या राजकीय वारशाचा स्वीकार केला नाही, तर महाराष्ट्र आणि विदर्भातील राजकीय स्थैर्य पुन्हा प्रस्थापित केले. इ.स.च्या तिसऱ्या शतकापासून सहाव्या शतकापर्यंत वाकाटकांनी दख्खनच्या इतिहासात महत्त्वपूर्ण स्थान निर्माण केले.वाकाटक राजवंश

हा महाराष्ट्राच्या इतिहासातील अत्यंत प्रभावशाली राजवंशांपैकी एक मानला जातो. त्यांच्या कारकीर्दीत राजकीय संघटन, सांस्कृतिक विकास, धार्मिक आश्रय, साहित्य, शिक्षण आणि कला यांना मोठी चालना मिळाली. विशेषतः अजिंठा लेण्यांशी संबंधित कलाविकासामुळे वाकाटकांचे नाव भारतीय इतिहासात अजरामर झाले.

वाकाटक राजवंशाची उत्पत्ती

वाकाटकांच्या उत्पत्तीबाबत इतिहासकारांमध्ये काही मतभेद आढळतात. उपलब्ध शिलालेख, ताम्रपट आणि पुराणांतील उल्लेखांच्या आधारे वाकाटकांचा उगम विदर्भ प्रदेशात झाल्याचे मानले जाते. या राजवंशाचा संस्थापक **Vindhyashakti** मानला जातो. विंध्यशक्ती हा एक पराक्रमी आणि महत्त्वाकांक्षी शासक होता. सातवाहन साम्राज्याच्या पतनामुळे निर्माण झालेल्या राजकीय पोकळीचा फायदा घेत त्याने स्वतंत्र सत्ता निर्माण केली. जरी त्याच्या कारकीर्दीविषयी फारशी माहिती उपलब्ध नसली तरी त्याने पुढील वाकाटक साम्राज्याचा पाया घातला हे निर्विवाद आहे.इतिहासकारांच्या मते विंध्यशक्तीचा कालखंड

साधारणतः इ.स. २५० ते २७० च्या दरम्यान असावा. त्याच्या कार्यामुळे विदर्भात एक नवीन राजकीय शक्ती उदयास आली.

प्रवरसेन प्रथम : साम्राज्यनिर्माता राजा

विंध्यशक्तीनंतर त्याचा पुत्र **Pravarasena I** सत्तेवर आला. वाकाटक इतिहासातील सर्वात महान आणि प्रभावशाली राजा म्हणून त्याची ओळख आहे. प्रत्यक्षात वाकाटक साम्राज्याचा खरा विस्तार आणि सामर्थ्य प्रवरसेन प्रथम यांच्या काळातच विकसित झाले.

प्रवरसेन प्रथमने अनेक विजय मिळवून विदर्भाबाहेरील प्रदेशांवरही सत्ता प्रस्थापित केली. त्याने उत्तर महाराष्ट्र, मध्य प्रदेशातील काही भाग आणि दख्खनमधील विस्तृत प्रदेश आपल्या अधिपत्याखाली आणले. त्यामुळे वाकाटक राज्याचे रूपांतर एका मोठ्या साम्राज्यात झाले. त्याने अनेक वैदिक यज्ञ केले. अश्वमेध यज्ञ हा त्याच्या राजकीय सामर्थ्याचा पुरावा मानला जातो. अशा यज्ञांद्वारे त्याने स्वतःची सार्वभौम सत्ता जाहीर केली. प्रवरसेन प्रथमला

"सम्राट" ही पदवी प्राप्त झाली होती, जे त्याच्या सामर्थ्याचे द्योतक आहे.

वाकाटक साम्राज्याचा विस्तार -- प्रवरसेन प्रथमच्या काळात वाकाटक साम्राज्याचा विस्तार मोठ्या प्रमाणावर झाला. विदर्भ हा साम्राज्याचा केंद्रबिंदू असला तरी त्याची सत्ता विदर्भाच्या सीमांपलीकडे पोहोचली होती. साम्राज्याचा प्रभाव खालील प्रदेशांवर होता: -- विदर्भ ,उत्तर महाराष्ट्र ,मराठवाड्याचे काही भागमध्य प्रदेशातील काही प्रदेश छत्तीसगडच्या काही भागांवर प्रभाव ,दख्खनमधील अंतर्गत प्रदेशया विस्तारामुळे वाकाटक साम्राज्य उत्तर भारत आणि दक्षिण भारत यांमधील महत्त्वाचा दुवा बनले.

प्रशासनाची सुरुवात

वाकाटकांनी सातवाहन प्रशासनातील अनेक परंपरा स्वीकारल्या. राजा हा सर्वोच्च सत्ताधारी होता. प्रशासन अधिक कार्यक्षम करण्यासाठी विविध प्रांतांची निर्मिती करण्यात आली. प्रत्येक प्रांतावर स्वतंत्र अधिकारी नियुक्त केले जात.स्थानिक प्रशासनासाठी गावपातळीवरील व्यवस्था कायम ठेवण्यात आली. कृषी उत्पादन, महसूल संकलन,

व्यापार आणि कायदा-सुव्यवस्था यांवर प्रशासनाचे विशेष लक्ष होते.वाकाटकांच्या प्रशासनामुळे विदर्भ आणि महाराष्ट्रातील अनेक भागांमध्ये राजकीय स्थैर्य निर्माण झाले. याच स्थैर्यामुळे पुढे आर्थिक आणि सांस्कृतिक विकास शक्य झाला.

आर्थिक परिस्थिती

वाकाटक अर्थव्यवस्थेचा मुख्य आधार शेती होता. विदर्भातील सुपीक जमीन आणि नद्यांच्या खोऱ्यांमुळे कृषी उत्पादन मोठ्या प्रमाणावर वाढले. धान्य, कापूस, कडधान्ये आणि इतर पिकांचे उत्पादन होत असे.

व्यापारालाही महत्त्वाचे स्थान होते. सातवाहन काळात विकसित झालेल्या व्यापारी मार्गांचा वापर वाकाटक काळातही सुरू राहिला. व्यापारी संघटना, कारागीर आणि स्थानिक बाजारपेठा अर्थव्यवस्थेचे महत्त्वाचे घटक होते.

राज्याला महसूल मुख्यतः जमीनकर, व्यापारकर आणि इतर शुल्कांमधून मिळत असे.

धार्मिक जीवन

वाकाटक राजे वैदिक आणि ब्राह्मण धर्माचे समर्थक होते. त्यांनी अनेक यज्ञ केले आणि ब्राह्मणांना दान दिले. तथापि, त्यांनी इतर धर्मांनाही सहिष्णुतेने वागणूक दिली.

या काळात हिंदू धर्मातील वैष्णव आणि शैव परंपरांचा विकास झाला. विविध देवतांची मंदिरे बांधली जाऊ लागली. धार्मिक जीवनाचा सामाजिक आणि सांस्कृतिक जीवनावर मोठा प्रभाव होता.

गुप्त साम्राज्याशी संबंध

वाकाटक इतिहासातील एक महत्त्वपूर्ण घटना म्हणजे गुप्त राजवंशाशी झालेला वैवाहिक संबंध. **Prabhavatigupta** या **Chandragupta II** यांच्या कन्या होत्या. त्यांचा विवाह वाकाटक राजा **Rudrasena II** यांच्याशी झाला.

या विवाहामुळे वाकाटक आणि **Gupta Empire** यांच्यात मैत्रीपूर्ण संबंध निर्माण झाले. परिणामी उत्तर आणि दक्षिण भारतातील सांस्कृतिक देवाणघेवाण वाढली.

रुद्रसेन द्वितीय यांच्या मृत्यूनंतर प्रभावतीगुप्तांनी काही काळ राज्यकारभार सांभाळला. भारतीय इतिहासातील प्रभावशाली महिला शासकांमध्ये त्यांची गणना केली जाते.

समाजजीवन

वाकाटक काळातील समाज कृषीप्रधान होता. गाव हे सामाजिक आणि आर्थिक जीवनाचे केंद्र होते. व्यापारी, कारागीर, शेतकरी, ब्राह्मण आणि सैनिक हे समाजातील महत्त्वाचे घटक होते.

शिक्षणाला महत्त्व होते. संस्कृत भाषा प्रतिष्ठेची भाषा बनली. धार्मिक ग्रंथ, साहित्य आणि विद्वत्तेचा विकास झाला. स्त्रियांना काही प्रमाणात सामाजिक प्रतिष्ठा होती, विशेषतः राजघराण्यातील स्त्रियांनी प्रशासनात भूमिका बजावल्याचे पुरावे उपलब्ध आहेत.

सांस्कृतिक पुनर्जागरणाची सुरुवात

वाकाटक काळात कला आणि साहित्याचा विकास वेगाने होऊ लागला. राजाश्रयामुळे कलाकार, शिल्पकार, चित्रकार आणि विद्वान यांना प्रोत्साहन मिळाले.

याच काळात पुढे विकसित होणाऱ्या अजिंठा चित्रकलेची पायाभरणी झाली. धार्मिक आणि सांस्कृतिक आश्रयामुळे महाराष्ट्रातील कलाविकासाला नवीन दिशा मिळाली.

१०.२ वाकाटक प्रशासन, राज्यव्यवस्था, करप्रणाली, लष्कर आणि न्यायव्यवस्था

प्रस्तावना

वाकाटक साम्राज्य हे प्राचीन महाराष्ट्रातील सर्वात संघटित आणि प्रभावशाली राज्यांपैकी एक मानले जाते. सातवाहन साम्राज्याच्या पतनानंतर महाराष्ट्र आणि विदर्भ प्रदेशात राजकीय स्थैर्य निर्माण करण्याचे महत्त्वपूर्ण कार्य वाकाटक राजांनी केले. इ.स. तिसऱ्या ते सहाव्या शतकादरम्यान त्यांनी केवळ विशाल साम्राज्य उभे केले नाही, तर एक सक्षम प्रशासनिक यंत्रणा विकसित केली. राज्यकारभार, महसूल व्यवस्था, लष्करी संघटना, न्यायदान आणि स्थानिक प्रशासन यांची त्यांनी प्रभावी मांडणी केली. वाकाटक प्रशासनाची माहिती ताम्रपट, शिलालेख, दानपत्रे

आणि साहित्यिक पुराव्यांतून मिळते. विशेषतः विदर्भातील अनेक ताम्रपट वाकाटक शासनपद्धतीवर प्रकाश टाकतात.

वाकाटक राज्यव्यवस्थेचे स्वरूप

वाकाटक काळात राजेशाही शासनपद्धती अस्तित्वात होती. राजा हा राज्याचा सर्वोच्च प्रमुख मानला जात असे. प्रशासन, लष्कर, न्याय, महसूल आणि धार्मिक संरक्षण यांचे अंतिम अधिकार राजाकडे असत. राजाला प्रजेचा संरक्षक आणि धर्माचा पालक मानले जाई.राजाची सत्ता वंशपरंपरागत होती. राजपुत्राला लहानपणापासून प्रशासन, युद्धनीती, धर्मशास्त्र आणि राजकारणाचे शिक्षण दिले जात असे. त्यामुळे सत्तांतराच्या वेळी प्रशासनात सातत्य राहण्यास मदत होत असे.वाकाटक राजे स्वतःला धर्मरक्षक समजत असले तरी ते केवळ धार्मिक शासक नव्हते. कृषी, व्यापार, सामाजिक कल्याण आणि सांस्कृतिक विकास यांनाही त्यांनी महत्त्व दिले. यामुळे राज्यकारभार अधिक व्यापक स्वरूपाचा झाला.

राजाचे स्थान आणि अधिकार

राजा हा राज्याचा केंद्रबिंदू होता. युद्‌ध जाहीर करणे, तह करणे, अधिकाऱ्यांची नेमणूक करणे, जमीनदान देणे आणि न्यायदान करणे हे अधिकार त्याच्याकडे असत.**Pravarasena I** आणि **Harishena** यांसारख्या राजांनी आपल्या सामर्थ्याने आणि प्रशासनिक क्षमतेने साम्राज्याची प्रतिष्ठा वाढवली.वाकाटक शिलालेखांमध्ये राजांना पराक्रमी, धर्मनिष्ठ, दानशूर आणि प्रजावत्सल असे विशेषण दिलेले आढळतात. यावरून आदर्श राजाची संकल्पना त्या काळात महत्त्वाची होती हे स्पष्ट होते.

मंत्रिमंडळ आणि केंद्रीय प्रशासन

राजाला प्रशासन चालवण्यासाठी विविध अधिकाऱ्यांची मदत मिळत असे. मंत्रीमंडळ हे राज्यकारभाराचे महत्त्वाचे अंग होते. विविध विभागांची जबाबदारी स्वतंत्र अधिकाऱ्यांकडे दिली जात असे.मुख्य मंत्र्यांचे कार्य राजाला सल्ला देणे, प्रशासकीय निर्णयांची अंमलबजावणी करणे आणि प्रादेशिक अधिकाऱ्यांवर देखरेख ठेवणे हे होते. पुरोहित धार्मिक विधी आणि राजकीय वैधतेशी संबंधित कार्य पाहत असत.सेनापती, महसूल अधिकारी, दूत आणि सचिववर्ग

यांचाही प्रशासनात महत्त्वाचा सहभाग होता. त्यामुळे शासन अधिक संघटित आणि कार्यक्षम बनले.

प्रादेशिक प्रशासन

वाकाटक साम्राज्य विस्तीर्ण असल्यामुळे त्याचे विविध प्रशासकीय विभाग करण्यात आले होते. प्रत्येक विभागासाठी स्वतंत्र अधिकारी नेमले जात असत.राज्याचे मोठे प्रांत, जिल्ह्यासदृश भाग आणि गावे अशा स्तरांवर प्रशासन कार्यरत होते. प्रांतिक अधिकाऱ्यांची जबाबदारी करसंकलन, कायदा-सुव्यवस्था, सार्वजनिक कामे आणि राजाज्ञांची अंमलबजावणी करणे ही होती.केंद्रीय सत्तेचे नियंत्रण कायम ठेवताना स्थानिक अधिकाऱ्यांना काही प्रमाणात स्वायत्तता देण्यात आली होती. त्यामुळे स्थानिक प्रश्नांचे निराकरण वेगाने होत असे.

ग्रामव्यवस्था आणि स्थानिक प्रशासन

गाव हे प्रशासनाचे मूलभूत एकक होते. कृषीप्रधान अर्थव्यवस्थेमुळे गावांचे महत्त्व खूप मोठे होते. गावांमध्ये स्थानिक प्रमुख, जमीनधारक आणि ज्येष्ठ व्यक्तींचा प्रभाव असत.पाणीपुरवठा, शेतीची व्यवस्था, सार्वजनिक कामे

आणि करसंकलन यांचे व्यवस्थापन स्थानिक पातळीवर केले जात असे. गावातील अनेक वाद गावपातळीवरच सोडवले जात असत. ग्रामीण समाज मोठ्या प्रमाणावर स्वयंपूर्ण होता. त्यामुळे राज्याला प्रत्येक छोट्या प्रश्नात हस्तक्षेप करण्याची आवश्यकता पडत नव्हती.

करप्रणाली

वाकाटक साम्राज्याच्या आर्थिक व्यवस्थेचा पाया करप्रणालीवर आधारित होता. राज्याचा मुख्य महसूल शेतीतून मिळत असे. शेतकऱ्यांकडून उत्पादनाच्या ठराविक भागाच्या स्वरूपात कर आकारला जात असे.जमीनकर हा महसुलाचा प्रमुख स्रोत होता. याशिवाय व्यापार, उद्योग, बाजारपेठा, पशुपालन आणि वाहतूक यांवरही विविध प्रकारचे कर आकारले जात असत. कर गोळा करण्यासाठी विशेष अधिकारी नेमले जात असत. महसूल नोंदी ठेवण्याची पद्धती अस्तित्वात होती. त्यामुळे आर्थिक व्यवहारांवर नियंत्रण ठेवणे शक्य होत असे.

भूमिदान व्यवस्था

वाकाटक काळातील एक महत्त्वपूर्ण वैशिष्ट्य म्हणजे भूमिदान व्यवस्था. राजे ब्राह्मण, विद्वान, धार्मिक संस्था आणि मठ यांना जमीन दान देत असत. या दानांची माहिती अनेक ताम्रपटांमधून मिळते. दान दिलेल्या जमिनीवरील काही करमाफीची तरतूदही केली जात असे. त्यामुळे धार्मिक आणि शैक्षणिक केंद्रांच्या विकासाला चालना मिळाली. भूमिदानामुळे ग्रामीण भागात नवीन वसाहती निर्माण झाल्या आणि कृषी विकासास मदत झाली. तथापि, दीर्घकालीन दृष्टीने यामुळे राज्याच्या महसुलात काही प्रमाणात घटही झाली असावी.

लष्कराची रचना

वाकाटक साम्राज्याच्या सुरक्षेसाठी एक सक्षम लष्कर अस्तित्वात होते. साम्राज्याच्या विस्तारासाठी तसेच सीमांच्या संरक्षणासाठी लष्कराची महत्त्वपूर्ण भूमिका होती.लष्करामध्ये पायदळ, घोडदळ, हत्तीदल आणि काही प्रमाणात रथदलाचा समावेश होता. पायदळ हे सर्वात मोठे दल होते. सैनिक भाले, तलवारी, धनुष्यबाण आणि ढाली यांसारखी शस्त्रे वापरत असत. घोडदळ वेगवान हल्ल्यांसाठी

आणि दूरच्या मोहिमांसाठी उपयुक्त होते. युद्धात हत्तींचा वापर शत्रूवर मानसिक दबाव निर्माण करण्यासाठी केला जात असे.

युद्धनीती आणि संरक्षण

वाकाटक राजांनी राज्याच्या संरक्षणासाठी किल्ले, सीमाचौक्या आणि लष्करी तळ उभारले होते. महत्त्वाच्या व्यापारी मार्गांवर विशेष नियंत्रण ठेवले जात असे. **Pravarasena I** यांनी राज्यविस्तारासाठी अनेक यशस्वी मोहिमा केल्या. तर **Harishena** यांच्या काळात साम्राज्याने पुन्हा वैभव प्राप्त केले.

लष्करी शक्तीमुळेच वाकाटकांना दीर्घकाळ राज्य टिकवून ठेवणे शक्य झाले.

न्यायव्यवस्था

वाकाटक न्यायव्यवस्था धर्मशास्त्र, सामाजिक परंपरा आणि स्थानिक रूढींवर आधारित होती. राजा हा सर्वोच्च न्यायाधीश मानला जात असे.स्थानिक स्तरावर गावप्रमुख आणि अधिकारी लहान वाद सोडवत असत. जमीन, कर्ज,

व्यापार आणि कौटुंबिक प्रश्न यांशी संबंधित प्रकरणे स्थानिक पातळीवर निकाली काढली जात. गंभीर प्रकरणांमध्ये राजदरबारात सुनावणी होत असे. न्यायदानात सत्य, नैतिकता आणि सामाजिक समतोल यांना महत्त्व दिले जात असे.

प्रभावतीगुप्ता आणि प्रशासन

Prabhavatigupta यांची कारकीर्द वाकाटक प्रशासनाच्या इतिहासात विशेष महत्त्वाची आहे. पतीच्या मृत्यूनंतर त्यांनी अनेक वर्षे राज्यकारभार यशस्वीपणे सांभाळला. त्यांच्या कारकीर्दीत प्रशासन स्थिर राहिले. अनेक ताम्रपट त्यांच्या नावाने जारी करण्यात आले. त्यामुळे त्या प्राचीन भारतातील प्रभावी महिला प्रशासकांपैकी एक मानल्या जातात.

प्रशासनाची वैशिष्ट्ये

वाकाटक प्रशासनाची काही महत्त्वाची वैशिष्ट्ये पुढीलप्रमाणे होती: मजबूत राजेशाही शासन संघटित प्रादेशिक प्रशासन प्रभावी करप्रणाली भूमिदानाची विकसित व्यवस्था सक्षम लष्करी संघटना स्थानिक स्वराज्य घटकांना महत्त्व धर्म

आणि प्रशासन यांचा समन्वय कायदा आणि सुव्यवस्थेवर भर

वाकाटक प्रशासन हे प्राचीन महाराष्ट्रातील अत्यंत विकसित आणि प्रभावी प्रशासनांपैकी एक होते. राजसत्ता, महसूल व्यवस्था, प्रादेशिक प्रशासन, न्यायदान आणि लष्करी संघटना यांचा योग्य समन्वय त्यांनी साधला. त्यांच्या प्रशासनामुळे राज्यात स्थैर्य निर्माण झाले, कृषी आणि व्यापाराला चालना मिळाली आणि सांस्कृतिक विकासासाठी अनुकूल वातावरण निर्माण झाले. त्यामुळे वाकाटक राजवटीचा काळ महाराष्ट्राच्या राजकीय आणि प्रशासकीय इतिहासातील एक महत्त्वपूर्ण अध्याय मानला जातो.

१०.३ वाकाटक काळातील समाजजीवन, स्त्रियांची स्थिती, शिक्षण, वेशभूषा, अन्नसंस्कृती आणि दैनंदिन जीवन

प्रस्तावना

वाकाटक काळ (इ.स. तिसरे ते सहावे शतक) हा महाराष्ट्राच्या सामाजिक आणि सांस्कृतिक इतिहासातील एक महत्त्वपूर्ण टप्पा मानला जातो. या काळात राजकीय स्थैर्य, आर्थिक समृद्धी, कृषी विकास, व्यापारवृद्धी आणि धार्मिक सहिष्णुता यांमुळे समाजजीवनात मोठी प्रगती झाली. वाकाटक राजांनी कला, साहित्य, धर्म आणि शिक्षण यांना आश्रय दिल्यामुळे समाज अधिक संघटित आणि समृद्ध झाला. या काळातील समाजजीवनाची माहिती ताम्रपट, शिलालेख, साहित्यिक ग्रंथ आणि विशेषतः **Ajanta Caves** येथील चित्रांमधून मिळते. अजिंठा

चित्रांमध्ये त्या काळातील लोकांचे जीवन, पोशाख, दागिने, उत्सव, स्त्रियांची भूमिका आणि सामाजिक रचना यांचे जिवंत चित्रण आढळते.

वाकाटककालीन समाजरचना

वाकाटक काळातील समाज मुख्यतः वर्णव्यवस्थेवर आधारित होता. ब्राह्मण, क्षत्रिय, वैश्य आणि शूद्र हे चार प्रमुख वर्ण समाजात अस्तित्वात होते. ब्राह्मणांना धार्मिक आणि शैक्षणिक क्षेत्रात विशेष स्थान होते. क्षत्रिय वर्ग राज्यकारभार आणि युद्धाशी संबंधित होता. वैश्य वर्ग व्यापार, शेती आणि उद्योगधंद्यांमध्ये कार्यरत होता, तर शूद्र वर्ग विविध सेवा आणि उत्पादन क्षेत्रात कार्य करत होता.तथापि, प्रत्यक्ष समाजजीवन केवळ वर्णव्यवस्थेपुरते मर्यादित नव्हते. अनेक व्यावसायिक समूह, कारागीर, व्यापारी संघटना आणि ग्रामीण समुदाय समाजाचा महत्त्वाचा भाग होते. समाजात परस्परावलंबनाची भावना होती आणि विविध व्यवसायांना आर्थिकदृष्ट्या महत्त्व प्राप्त झाले होते.

कुटुंबव्यवस्था

वाकाटक काळात संयुक्त कुटुंबपद्धती प्रचलित होती. कुटुंब हे समाजाचे मूलभूत एकक मानले जात असे. घरातील ज्येष्ठ पुरुष कुटुंबप्रमुख असत आणि कुटुंबातील महत्त्वाचे निर्णय घेत असत.कुटुंबात आई-वडील, मुले, आजी-आजोबा आणि इतर नातेवाईक एकत्र राहत असत. शेती, व्यापार आणि इतर व्यवसायांमध्ये कुटुंबातील सर्व सदस्यांचा सहभाग असे. कुटुंबव्यवस्था सामाजिक सुरक्षा आणि आर्थिक स्थैर्य प्रदान करणारी संस्था म्हणून कार्य करत होती.

स्त्रियांची स्थिती वाकाटक काळात स्त्रियांना समाजात तुलनेने सन्मानाचे स्थान होते. विशेषतः राजघराण्यातील स्त्रिया धार्मिक, सामाजिक आणि काही वेळा राजकीय कार्यांमध्ये सहभागी होत असत. याचे सर्वोत्तम उदाहरण म्हणजे **Prabhavatigupta** होय. प्रभावतीगुप्ताने पतीच्या मृत्यूनंतर अनेक वर्षे राज्यकारभार सांभाळला. तिच्या नावाने जारी केलेले ताम्रपट उपलब्ध आहेत. यावरून स्त्रियांना काही परिस्थितींमध्ये प्रशासनात महत्त्वपूर्ण भूमिका निभावण्याची संधी मिळत होती. सामान्य स्त्रिया घरगुती कामे, मुलांचे संगोपन, धार्मिक कार्ये आणि कृषी

सहाय्यक कामांमध्ये सहभागी होत असत. काही स्त्रिया शिक्षित असल्याचे पुरावेही आढळतात. अजिंठा चित्रांमध्ये स्त्रियांचे सौंदर्य, आत्मविश्वास आणि सामाजिक स्थान यांचे प्रभावी चित्रण दिसते.

विवाहसंस्था

विवाह हा समाजातील महत्त्वाचा संस्कार मानला जात असे. विवाहाद्वारे दोन कुटुंबांमध्ये सामाजिक आणि धार्मिक संबंध प्रस्थापित होत असत. बहुतेक विवाह कुटुंबाच्या संमतीने होत असत. राजघराण्यांमध्ये राजकीय उद्देशाने विवाह केले जात. उदाहरणार्थ, **Prabhavatigupta** हिचा विवाह **Rudrasena II** यांच्याशी झाला. या विवाहामुळे वाकाटक आणि गुप्त साम्राज्य यांच्यात राजकीय संबंध दृढ झाले.

शिक्षण व्यवस्था

वाकाटक काळात शिक्षणाला महत्त्वाचे स्थान होते. धार्मिक केंद्रे, आश्रम आणि मंदिरे ही शिक्षणाची प्रमुख केंद्रे होती. ब्राह्मण विद्वान वेद, उपनिषदे, व्याकरण, तर्कशास्त्र, धर्मशास्त्र आणि खगोलशास्त्र यांचे शिक्षण देत असत.

विद्यार्थी गुरुकुल पद्धतीने शिक्षण घेत असत. शिक्षणाचा उद्देश केवळ ज्ञानप्राप्ती नसून नैतिक मूल्ये आणि सामाजिक जबाबदारी विकसित करणे हा देखील होता. या काळात संस्कृत भाषा विद्वत्तेची भाषा म्हणून प्रतिष्ठित झाली. साहित्यनिर्मिती आणि ज्ञानपरंपरेच्या विकासामुळे वाकाटक काळ हा बौद्धिक प्रगतीचा महत्त्वाचा टप्पा ठरला.

वेशभूषा

वाकाटक काळातील वेशभूषेची माहिती मुख्यतः अजिंठा चित्रांमधून मिळते. पुरुष साधारणतः धोतर, उत्तरीय आणि पागोटे वापरत असत. राजे आणि सरदार अधिक आकर्षक व महागडे वस्त्र परिधान करत असत. स्त्रिया विविध प्रकारची वस्त्रे परिधान करत असत. त्यांचे कपडे सुबक, रंगीत आणि अलंकारिक असत. रेशीम, कापूस आणि इतर उत्कृष्ट वस्त्रांचा वापर केला जात असे. अजिंठा चित्रांमध्ये विविध प्रकारच्या वस्त्रांची घडी, नक्षीकाम आणि रंगसंगती यांचे सुंदर चित्रण आढळते. यावरून त्या काळातील वस्त्रकला अत्यंत विकसित होती हे दिसून येते.

दागिने आणि अलंकार

वाकाटक काळात दागिन्यांना विशेष महत्त्व होते. स्त्री-पुरुष दोघेही विविध प्रकारचे अलंकार वापरत असत. सोन्याचे, चांदीचे, मौल्यवान रत्नांचे आणि मोत्यांचे दागिने लोकप्रिय होते.गळ्यातील हार, कर्णफुले, बांगड्या, कडे, अंगठ्या आणि कमरपट्टे यांचा मोठ्या प्रमाणात वापर होत असे. राजघराण्यातील व्यक्ती विशेषतः भव्य दागिने परिधान करत असत. अजिंठा चित्रांमधील दागिन्यांचे चित्रण पाहता त्या काळातील सुवर्णकारांची कला अत्यंत प्रगत होती हे स्पष्ट होते.

अन्नसंस्कृती

वाकाटक काळातील लोकांचे प्रमुख अन्नधान्य भात, गहू, ज्वारी, बाजरी आणि विविध कडधान्ये होते. शेती विकसित असल्यामुळे अन्नधान्याची उपलब्धता चांगली होती. दूध, दही, तूप, लोणी आणि दुग्धजन्य पदार्थांचा आहारात समावेश होता. फळे, भाज्या आणि मसाल्यांचाही वापर केला जात असे. राजघराण्यात आणि श्रीमंत वर्गात अधिक वैविध्यपूर्ण भोजन तयार केले जात असे. धार्मिक सण आणि उत्सवांच्या वेळी विशेष भोजनाची व्यवस्था केली जात होती.

मनोरंजन आणि उत्सव

वाकाटक समाजात संगीत, नृत्य आणि नाट्यकलेला महत्त्वाचे स्थान होते. धार्मिक उत्सव, विवाह समारंभ आणि सार्वजनिक कार्यक्रमांमध्ये सांस्कृतिक कार्यक्रम आयोजित केले जात असत. वीणा, बासरी, मृदंग आणि इतर वाद्ये वापरली जात असत. नृत्य आणि गायन ही राजदरबारातील तसेच धार्मिक समारंभातील महत्त्वाची कला होती. अजिंठा चित्रांमध्ये संगीतकार, नर्तक आणि उत्सवांची दृश्ये आढळतात. यावरून सांस्कृतिक जीवन अत्यंत समृद्ध होते हे स्पष्ट होते.

ग्रामीण जीवन

वाकाटक काळातील बहुसंख्य लोक ग्रामीण भागात राहत होते. शेती हा प्रमुख व्यवसाय होता. शेतकरी पाऊस आणि जलस्रोतांवर आधारित शेती करत असत. गावांमध्ये परस्पर सहकार्याची भावना होती. सुतार, लोहार, कुंभार, विणकर आणि इतर कारागीर ग्रामीण अर्थव्यवस्थेचा महत्त्वाचा भाग होते. गाव हे सामाजिक, आर्थिक आणि धार्मिक जीवनाचे

केंद्र होते. अनेक परंपरा आणि लोकसंस्कृती याच ग्रामीण समाजातून विकसित झाल्या.

नागरी जीवन

व्यापार आणि प्रशासनामुळे अनेक नगरे विकसित झाली होती. शहरांमध्ये व्यापारी, अधिकारी, कारागीर आणि विद्वान राहत असत. बाजारपेठा, मंदिरे, विहिरी, रस्ते आणि सार्वजनिक इमारती

यांमुळे नागरी जीवन अधिक विकसित झाले होते. व्यापारामुळे विविध प्रदेशांतील लोकांचा परस्पर संपर्क वाढला.

१०.४ वाकाटक काळातील धर्म, धार्मिक जीवन, ब्राह्मण धर्म, बौद्ध धर्म, जैन धर्म, धार्मिक सहिष्णुता आणि सांस्कृतिक प्रभाव

प्रस्तावना

वाकाटक काळ हा महाराष्ट्राच्या धार्मिक आणि सांस्कृतिक इतिहासातील अत्यंत महत्त्वाचा कालखंड मानला जातो. इ.स. तिसऱ्या ते सहाव्या शतकादरम्यान वाकाटक राजांनी विदर्भ, मराठवाडा आणि मध्य भारतातील विस्तृत प्रदेशावर राज्य केले. या काळात धर्म हा केवळ श्रद्धेचा विषय नव्हता, तर तो समाजव्यवस्था, शिक्षण, कला, साहित्य, राजकारण आणि संस्कृती यांचा केंद्रबिंदू होता. वाकाटक राजे मुख्यतः ब्राह्मण धर्माचे अनुयायी होते, परंतु त्यांनी बौद्ध

आणि जैन धर्मांबाबतही सहिष्णु धोरण स्वीकारले. त्यामुळे विविध धार्मिक परंपरांचा विकास होऊ शकला. या धार्मिक वातावरणामुळे महाराष्ट्रात कला, स्थापत्यकला, चित्रकला आणि साहित्य यांना मोठी चालना मिळाली. वाकाटककालीन धर्माचा अभ्यास करण्यासाठी ताम्रपट, शिलालेख, संस्कृत साहित्य आणि विशेषतः **Ajanta Caves** येथील चित्रे व लेणी हे महत्त्वाचे स्रोत आहेत. या पुराव्यांमधून त्या काळातील धार्मिक विचार, पूजा-पद्धती, सामाजिक मूल्ये आणि सांस्कृतिक जीवनाचे दर्शन घडते.

वाकाटक काळातील धार्मिक वातावरण

वाकाटक काळात धार्मिक जीवन अत्यंत सक्रिय आणि वैविध्यपूर्ण होते. समाजात ब्राह्मण धर्म, बौद्ध धर्म, जैन धर्म आणि विविध लोकश्रद्धा एकत्र अस्तित्वात होत्या. धार्मिक संस्था केवळ उपासनेसाठी नसून शिक्षण, समाजसेवा आणि सांस्कृतिक विकासाची केंद्रे होती. राजे, सरदार, व्यापारी आणि सामान्य जनता विविध धार्मिक कार्यांमध्ये सहभागी होत असत. दानधर्म, यज्ञ, मंदिरनिर्मिती, विहारांना मदत आणि धार्मिक उत्सव यांना

विशेष महत्त्व होते. धर्मामुळे समाजात नैतिक मूल्ये, सामाजिक एकता आणि सांस्कृतिक ओळख निर्माण होत होती.

ब्राह्मण धर्माचा विकास

वाकाटक राजे प्रामुख्याने ब्राह्मण धर्माचे अनुयायी होते. त्यांनी वैदिक परंपरा, यज्ञसंस्था आणि संस्कृत शिक्षणाला विशेष प्रोत्साहन दिले. वाकाटक शिलालेखांमध्ये अनेक राजांना धर्मनिष्ठ, वेदज्ञ आणि यज्ञकर्ता म्हणून गौरवण्यात आले आहे. **Pravarasena I** यांनी अनेक वैदिक यज्ञ केले. अश्वमेध, वाजपेय आणि इतर राजसूचक यज्ञांच्या माध्यमातून त्यांनी आपली सार्वभौम सत्ता प्रस्थापित केली. यज्ञ हे धार्मिक विधी असले तरी त्यांना राजकीय महत्त्वही होते.या काळात विष्णू, शिव, सूर्य आणि इतर देवतांची पूजा वाढू लागली. मंदिरसंस्कृतीचा विकास सुरू झाला. पुराणकालीन हिंदू धर्माची अनेक वैशिष्ट्ये याच काळात अधिक दृढ झाली.

वैष्णव धर्माचा प्रभाव

वाकाटक काळात वैष्णव धर्माला विशेष महत्त्व प्राप्त झाले. विशेषतः **Prabhavatigupta** हिच्या प्रभावामुळे वैष्णव परंपरेचा प्रसार झाला.ती गुप्त साम्राज्याच्या राजघराण्यातील असल्यामुळे विष्णू उपासनेला प्रोत्साहन मिळाले. तिच्या ताम्रपटांमध्ये विष्णुभक्तीचे उल्लेख आढळतात. या काळात विष्णूच्या विविध अवतारांशी संबंधित धार्मिक श्रद्धा लोकप्रिय झाल्या. वैष्णव धर्माने भक्ती, नैतिकता आणि धर्मपालन यांवर भर दिला. त्यामुळे सामान्य लोकांमध्ये त्याचा प्रभाव वाढत गेला.

शैव धर्माचा विकास

शिवपूजेलाही वाकाटक काळात मोठे महत्त्व होते. महाराष्ट्रातील अनेक भागांत शिवलिंगांची स्थापना करण्यात आली. पर्वत, नद्या आणि नैसर्गिक स्थळांशी संबंधित शिवपूजेच्या परंपरा लोकप्रिय होत्या. शैव धर्मात तपश्चर्या, योग, ध्यान आणि भक्ती यांना महत्त्व होते. त्यामुळे अनेक साधू आणि संन्यासी समाजात कार्यरत होते. पुढील काळात महाराष्ट्रातील शैव परंपरांच्या विकासासाठी वाकाटक काळाने महत्त्वाची भूमिका बजावली.

बौद्ध धर्माची स्थिती

जरी वाकाटक राजे ब्राह्मण धर्माचे समर्थक होते, तरी बौद्ध धर्मालाही या काळात महत्त्वपूर्ण स्थान होते. विशेषतः व्यापारी वर्ग आणि काही स्थानिक शासकांनी बौद्ध संस्थांना आश्रय दिला. **Ajanta Caves** हे बौद्ध धर्माच्या प्रभावाचे सर्वात महत्त्वाचे उदाहरण आहे. वाकाटक काळात अजिंठा लेण्यांचा मोठ्या प्रमाणावर विकास झाला. येथे विहार, चैत्यगृहे आणि भित्तिचित्रे तयार करण्यात आली. अजिंठा चित्रांमध्ये बुद्धांच्या जीवनातील प्रसंग, जातककथा, राजदरबार, व्यापारी जीवन आणि सामान्य लोकांचे जीवन यांचे अत्यंत सुंदर चित्रण आढळते. त्यामुळे बौद्ध धर्माचा सांस्कृतिक प्रभाव स्पष्टपणे दिसून येतो.

जैन धर्माचा प्रभाव

वाकाटक काळात जैन धर्माचाही काही भागांमध्ये प्रभाव होता. जैन साधू, व्यापारी आणि अनुयायी समाजात सक्रिय होते. अहिंसा, सत्य, अपरिग्रह आणि संयम या तत्त्वांमुळे जैन धर्माला व्यापारी वर्गात विशेष मान्यता मिळाली.

जरी जैन धर्माला ब्राह्मण किंवा बौद्ध धर्माइतका राजाश्रय मिळाला नाही, तरी त्याचे अस्तित्व आणि प्रभाव कायम होता. महाराष्ट्रातील काही व्यापारी केंद्रांमध्ये जैन समुदाय प्रभावी होता.

धार्मिक सहिष्णुता

वाकाटक काळातील सर्वात महत्त्वाचे वैशिष्ट्य म्हणजे धार्मिक सहिष्णुता होय. राजे स्वतः ब्राह्मण धर्माचे अनुयायी असूनही इतर धर्मांबाबत सहिष्णू होते. विविध धर्मांच्या संस्था, साधू आणि विद्वान यांना समाजात स्थान होते.धार्मिक संघर्षांचे पुरावे फारसे आढळत नाहीत. उलट, विविध धार्मिक परंपरांमध्ये परस्पर संवाद आणि सांस्कृतिक देवाणघेवाण होत असल्याचे दिसते. या सहिष्णु वातावरणामुळे कला आणि साहित्याचा विकास अधिक व्यापक झाला.

धर्म आणि शिक्षण

धार्मिक संस्था या शिक्षणाची प्रमुख केंद्रे होती. मंदिरे, आश्रम आणि विहार यांमध्ये विद्यार्थ्यांना शिक्षण दिले जात असे. वेद, व्याकरण, तत्त्वज्ञान, धर्मशास्त्र, गणित आणि

खगोलशास्त्र यांचे अध्ययन केले जात होते. ब्राह्मण विद्वान संस्कृत शिक्षण देत असत, तर बौद्ध विहारांमध्ये बौद्ध तत्वज्ञान आणि साहित्याचा अभ्यास होत असे. त्यामुळे धर्म आणि शिक्षण यांचा घनिष्ठ संबंध होता.

धर्म आणि कला

वाकाटक काळातील कला मोठ्या प्रमाणावर धार्मिक प्रेरणेतून विकसित झाली. मंदिरे, लेणी, शिल्पे आणि चित्रे ही धार्मिक उद्देशाने निर्माण करण्यात आली होती. विशेषतः अजिंठा येथील चित्रकला भारतीय कलाइतिहासातील सर्वोच्च उपलब्धी मानली जाते. या चित्रांमध्ये धार्मिक कथांबरोबरच सामाजिक जीवनाचेही चित्रण आढळते. त्यामुळे धर्म आणि कला यांचा सुंदर संगम दिसून येतो.

धर्म आणि समाज

धर्म हा समाजजीवनाचा अविभाज्य भाग होता. जन्म, विवाह, मृत्यू आणि इतर संस्कार धार्मिक विधींशी संबंधित होते. सण, उत्सव, यात्रांचे आयोजन आणि दानधर्म यांमुळे सामाजिक ऐक्य वाढत असे.धार्मिक मूल्यांमुळे समाजात नैतिकता, शिस्त आणि कर्तव्यभावना निर्माण होत होती.

त्यामुळे धर्म सामाजिक स्थैर्य टिकवून ठेवण्यात महत्त्वाची भूमिका बजावत होता.

वाकाटक काळाचा सांस्कृतिक प्रभाववाकाटक काळातील धार्मिक आणि सांस्कृतिक वातावरणामुळे महाराष्ट्रात कला, साहित्य आणि स्थापत्यकलेचा सुवर्णकाळ निर्माण झाला. अजिंठा चित्रकला, संस्कृत साहित्य, धार्मिक वास्तू आणि शैक्षणिक परंपरा यांचा प्रभाव पुढील अनेक शतकांपर्यंत टिकून राहिला. वाकाटक राजांनी निर्माण केलेली सांस्कृतिक परंपरा पुढे चालुक्य, राष्ट्रकूट आणि यादव राजवटींमध्ये अधिक विकसित झाली. त्यामुळे महाराष्ट्राच्या सांस्कृतिक इतिहासात वाकाटक काळाचे स्थान अत्यंत महत्त्वाचे आहे.

१०.५ वाकाटक काळातील कला, अजिंठा लेणी, चित्रकला, शिल्पकला, वास्तुकला, साहित्य आणि सांस्कृतिक वारसा

प्रस्तावना

वाकाटक काळ हा महाराष्ट्राच्या कला, साहित्य आणि संस्कृतीच्या इतिहासातील सुवर्णयुग मानला जातो. इ.स. तिसऱ्या ते सहाव्या शतकादरम्यान वाकाटक राजांनी विदर्भ, मराठवाडा आणि दख्खनच्या विस्तृत प्रदेशावर राज्य केले. या काळात राजकीय स्थैर्य, आर्थिक समृद्धी, धार्मिक सहिष्णुता आणि विद्वानांना मिळालेला आश्रय यांमुळे कला आणि संस्कृतीचा अभूतपूर्व विकास झाला. विशेषतः वाकाटक राजांच्या आश्रयाखाली निर्माण झालेली अजिंठा लेणी आणि त्यांतील भित्तिचित्रे ही भारतीय तसेच जागतिक कलाइतिहासातील अमूल्य ठेवा मानली जातात.

वाकाटककालीन कलेमध्ये धर्म, समाज, निसर्ग, मानवी भावना आणि सांस्कृतिक जीवन यांचे अत्यंत सुंदर आणि वास्तववादी चित्रण दिसून येते. या काळातील कलाकृती केवळ धार्मिक अभिव्यक्ती नसून त्या तत्कालीन समाजजीवनाचे जिवंत दस्तऐवज आहेत. त्यामुळे वाकाटक कला ही इतिहास, समाजशास्त्र, धर्म आणि साहित्य यांच्या अभ्यासासाठी महत्त्वाचा स्रोत ठरते.

वाकाटक काळातील कलेची वैशिष्ट्ये

वाकाटक कलेमध्ये सौंदर्य, वास्तववाद, भावनात्मकता आणि तांत्रिक परिपूर्णता यांचा सुंदर समन्वय दिसून येतो. कलाकारांनी मानवी जीवनाचे विविध पैलू अत्यंत सूक्ष्मतेने मांडले आहेत. चेहऱ्यावरील भाव, वस्त्रांची घडी, दागिन्यांची रचना, प्राण्यांची हालचाल आणि निसर्गातील सौंदर्य यांचे चित्रण अत्यंत प्रभावी आहे.या काळातील कला मुख्यतः धार्मिक प्रेरणेतून विकसित झाली असली तरी तिच्यात सामाजिक जीवनाचेही विपुल दर्शन घडते. त्यामुळे वाकाटक कला ही केवळ धार्मिक नसून मानवी जीवनाचा व्यापक पट उलगडणारी कला मानली जाते.

अजिंठा लेणी : वाकाटक कलेचा सर्वोच्च आविष्कार

Ajanta Caves हे वाकाटक काळातील सर्वात महान सांस्कृतिक स्मारक मानले जाते. महाराष्ट्रातील वाघोरा नदीच्या दरीत वसलेल्या या लेण्या जागतिक कीर्तीच्या आहेत.अजिंठा येथे एकूण ३० पेक्षा अधिक लेण्या आहेत. यांपैकी अनेक लेण्यांचा विकास वाकाटक राजा **Harishena** यांच्या काळात झाला. या लेण्या बौद्ध धर्माशी संबंधित असून त्यामध्ये विहार (भिक्षूंची निवासस्थाने) आणि चैत्यगृहे (प्रार्थनागृहे) यांचा समावेश आहे. अजिंठा लेण्यांची रचना, कोरीवकाम आणि चित्रकला यांमधून त्या काळातील कलाकारांचे असामान्य कौशल्य दिसून येते. १९८३ मध्ये अजिंठा लेण्यांचा समावेश **UNESCO World Heritage Centre** च्या जागतिक वारसा स्थळांच्या यादीत करण्यात आला.

अजिंठा चित्रकला

अजिंठा चित्रकला ही भारतीय चित्रकलेचा सर्वोच्च नमुना मानली जाते. या चित्रांमध्ये बुद्धांचे जीवन, जातककथा, राजदरबार, व्यापारी जीवन, सामाजिक जीवन, स्त्रियांचे

सौंदर्य, निसर्ग आणि धार्मिक प्रसंग यांचे चित्रण केले आहे. चित्रकारांनी नैसर्गिक रंगांचा वापर करून भिंतींवर चित्रे रेखाटली. लाल, पिवळा, हिरवा, निळा, काळा आणि पांढरा अशा रंगांचा सुंदर वापर दिसतो. चित्रांमध्ये प्रकाश आणि सावली यांचे उत्कृष्ट संतुलन आढळते. अजिंठ्यातील प्रसिद्ध चित्रांमध्ये पद्मपाणी बोधिसत्त्व, वज्रपाणी बोधिसत्त्व आणि विविध जातककथांची दृश्ये विशेष प्रसिद्ध आहेत. या चित्रांमधून त्या काळातील वेशभूषा, दागिने, राजवाडे, संगीत, नृत्य आणि सामाजिक जीवन यांची मौल्यवान माहिती मिळते.

पद्मपाणी आणि वज्रपाणी

अजिंठ्यातील सर्वात प्रसिद्ध चित्रांमध्ये पद्मपाणी आणि वज्रपाणी बोधिसत्त्व यांची चित्रे गणली जातात.पद्मपाणीच्या चित्रामध्ये चेहऱ्यावरील शांतता, करुणा आणि आध्यात्मिक तेज यांचे अप्रतिम चित्रण केलेले आहे. हे चित्र भारतीय चित्रकलेच्या इतिहासातील सर्वोच्च कलाकृतींपैकी एक मानले जाते.

शिल्पकला

वाकाटक काळातील शिल्पकला अत्यंत विकसित होती. लेण्यांच्या प्रवेशद्वारांवर, स्तंभांवर आणि भिंतींवर सुंदर कोरीवकाम करण्यात आले होते. शिल्पांमध्ये बुद्धमूर्ती, बोधिसत्त्व, यक्ष, यक्षिणी, प्राणी आणि विविध धार्मिक प्रतीकांचे चित्रण आढळते. कलाकारांनी दगडामध्ये जिवंतपणा निर्माण करण्याचे अद्भुत कौशल्य दाखवले आहे. मानवी शरीररचना, वस्त्रांची रचना आणि भावनांचे चित्रण पाहता वाकाटक शिल्पकला भारतीय शिल्पपरंपरेतील एक महत्त्वाचा टप्पा मानली जाते.

वास्तुकला

वाकाटक वास्तुकला मुख्यतः लेणी, विहार, चैत्यगृहे आणि धार्मिक स्थापत्यांमध्ये दिसून येते. खडकामध्ये कोरलेल्या विशाल संरचना त्या काळातील तांत्रिक ज्ञानाची साक्ष देतात.

चैत्यगृहांमध्ये मोठे सभामंडप, स्तंभ आणि स्तूप असत. विहारांमध्ये भिक्षूंसाठी निवासकक्ष, प्रार्थनास्थळे आणि अभ्यासासाठी जागा उपलब्ध असत. वास्तुरचनेत सौंदर्य आणि उपयुक्तता यांचा समन्वय आढळतो. त्यामुळे

वाकाटक स्थापत्यकलेचा पुढील चालुक्य, राष्ट्रकूट आणि यादव स्थापत्यावर प्रभाव पडला.

साहित्याचा विकास

वाकाटक काळ हा संस्कृत साहित्याच्या विकासासाठी महत्त्वाचा मानला जातो. राजाश्रयामुळे अनेक विद्वान, कवी आणि तत्त्वज्ञ उदयास आले. **Pravarasena II** यांना साहित्याचा मोठा आश्रयदाता मानले जाते. त्यांच्या काळात संस्कृत भाषा विद्वत्तेची प्रमुख भाषा बनली. धर्म, तत्त्वज्ञान, व्याकरण, ज्योतिष, पुराणे आणि काव्य यांवर विविध ग्रंथांची निर्मिती झाली. त्यामुळे वाकाटक दरबार ज्ञान आणि साहित्याचे केंद्र बनला.

संगीत आणि नृत्य

वाकाटक समाजात संगीत आणि नृत्याला विशेष महत्त्व होते. अजिंठा चित्रांमध्ये विविध वाद्ये वाजवणारे कलाकार, नर्तक आणि सांस्कृतिक कार्यक्रमांची दृश्ये दिसतात. वीणा, मृदंग, बासरी आणि इतर वाद्यांचा वापर होत असे. धार्मिक समारंभ, राजदरबार आणि उत्सवांमध्ये संगीत आणि

नृत्याचे आयोजन केले जात असे.यावरून वाकाटक समाज सांस्कृतिकदृष्ट्या अत्यंत समृद्ध होता हे स्पष्ट होते.

वाकाटक कलेचा सामाजिक इतिहासासाठी उपयोग

वाकाटक काळातील चित्रे आणि शिल्पे ही केवळ कलाकृती नसून ऐतिहासिक स्रोत आहेत. त्यांच्यामधून त्या काळातील: वेशभूषा दागिने राजकीय जीवन सामाजिक रचना स्त्रियांची स्थिती व्यापार शिक्षण धार्मिक श्रद्धा यांविषयी सविस्तर माहिती मिळते. इतिहासकारांसाठी अजिंठा लेणी म्हणजे वाकाटक समाजाचा दृश्य इतिहास मानला जातो.

वाकाटक कलेचा जागतिक प्रभाव

अजिंठा चित्रकलेचा प्रभाव केवळ भारतापुरता मर्यादित राहिला नाही. जगभरातील कला इतिहासकारांनी अजिंठा चित्रांना मानवी सर्जनशीलतेचा सर्वोच्च आविष्कार मानले आहे. युरोप, अमेरिका, जपान आणि इतर देशांतील संशोधकांनी अजिंठ्यावर विस्तृत संशोधन केले आहे. आजही लाखो पर्यटक आणि अभ्यासक अजिंठा लेण्यांना भेट देतात.

सांस्कृतिक वारसा

वाकाटकांनी महाराष्ट्राला दिलेला सर्वात मोठा वारसा म्हणजे कला, साहित्य आणि सांस्कृतिक समृद्धी होय. अजिंठा लेणी, संस्कृत साहित्य, धार्मिक स्थापत्य आणि चित्रकलेच्या परंपरा आजही महाराष्ट्राच्या सांस्कृतिक ओळखीचा अविभाज्य भाग आहेत.त्यांच्या सांस्कृतिक परंपरांनी पुढील चालुक्य, राष्ट्रकूट, यादव आणि मराठा काळातील कलाविकासावर प्रभाव टाकला. त्यामुळे वाकाटकांचा वारसा भारतीय संस्कृतीच्या विकासातील एक महत्त्वाचा दुवा मानला जातो.

१०.६ वाकाटक साम्राज्याचा ऱ्हास, पतनाची कारणे, उत्तरकालीन राजे आणि महाराष्ट्रावरील प्रभाव

प्रस्तावना

वाकाटक साम्राज्य हे सातवाहनांनंतर महाराष्ट्रात उदयास आलेले सर्वात प्रभावशाली आणि सांस्कृतिकदृष्ट्या समृद्ध राजघराणे होते. इ.स. तिसऱ्या शतकाच्या मध्यापासून ते सहाव्या शतकाच्या प्रारंभीपर्यंत वाकाटकांनी विदर्भ, मराठवाडा, मध्य प्रदेश आणि दख्खनच्या विस्तृत प्रदेशावर सत्ता गाजवली. त्यांनी राजकीय स्थैर्य निर्माण केले, संस्कृत साहित्याला प्रोत्साहन दिले, धार्मिक सहिष्णुता जोपासली आणि अजिंठा लेण्यांसारखा अमूल्य सांस्कृतिक ठेवा निर्माण केला. परंतु इतिहासातील इतर महान साम्राज्यांप्रमाणे वाकाटक साम्राज्यालाही ऱ्हास आणि पतनाचा सामना करावा

लागला. अंतर्गत दुर्बलता, प्रादेशिक संघर्ष, उत्तराधिकाराचे प्रश्न आणि नव्या शक्तींचा उदय यांमुळे हे साम्राज्य हळूहळू कमजोर झाले आणि अखेरीस इतिहासाच्या पडद्याआड गेले.

वाकाटक साम्राज्याचे वैभव

वाकाटक साम्राज्याने आपल्या उत्कर्षकाळात मोठे राजकीय आणि सांस्कृतिक यश मिळवले. **Pravarasena I** यांच्या काळात साम्राज्याचा मोठ्या प्रमाणावर विस्तार झाला. पुढे **Prabhavatigupta** यांच्या प्रशासनामुळे राज्याला स्थैर्य मिळाले. त्यानंतरच्या काळात **Harishena** यांच्या कारकीर्दीत वाकाटक साम्राज्याने सांस्कृतिक वैभवाचे सर्वोच्च शिखर गाठले. अजिंठा लेण्यांतील अनेक भव्य चित्रे आणि वास्तू हरिषेणाच्या काळात निर्माण झाल्या. त्यामुळे वाकाटक राज्य केवळ राजकीय शक्ती नव्हते, तर सांस्कृतिक आणि कलात्मक प्रगतीचे केंद्र बनले होते.

उत्तराधिकाराचा प्रश्न

अनेक प्राचीन साम्राज्यांप्रमाणे वाकाटकांनाही उत्तराधिकाराच्या समस्येचा सामना करावा लागला. एखाद्या शक्तिशाली राजाच्या मृत्यूनंतर त्याचा उत्तराधिकारी

तितकाच सक्षम असेलच असे नाही. परिणामी केंद्रीय सत्तेची ताकद कमी होत गेली. वाकाटक साम्राज्य विविध शाखांमध्ये विभागले गेले होते. नंदीवर्धन आणि वत्सगुल्म या शाखांनी स्वतंत्र राजकीय अस्तित्व निर्माण केले होते. सुरुवातीला हे व्यवस्थापन प्रभावी होते, परंतु कालांतराने शाखांमधील एकात्मता कमी होत गेली.यामुळे केंद्रीय नियंत्रण कमकुवत झाले आणि साम्राज्याच्या दीर्घकालीन स्थैर्यावर परिणाम झाला.

साम्राज्याची विभागणी

वाकाटक साम्राज्याचे विविध शाखांमध्ये झालेले विभाजन हे पतनाचे एक महत्त्वाचे कारण मानले जाते. मोठ्या साम्राज्याचे प्रशासन सुलभ करण्यासाठी विभागणी करण्यात आली होती, परंतु त्यामुळे राजकीय एकात्मता कमी झाली. विभागलेल्या शाखांनी स्वतःचे स्वतंत्र हितसंबंध जोपासण्यास सुरुवात केली. परिणामी साम्राज्याची एकसंध शक्ती कमी झाली. बाह्य शत्रूंविरुद्ध एकत्रितपणे लढण्याची क्षमता घटली.

स्थानिक सरदारांचे वाढते सामर्थ्य

वाकाटक साम्राज्याच्या उत्तरार्धात प्रादेशिक अधिकारी आणि स्थानिक सरदार अधिक प्रभावशाली बनू लागले. केंद्रीय सत्ता कमकुवत होत गेल्याने त्यांनी स्वायत्ततेचा मार्ग स्वीकारला. अनेक भागांमध्ये स्थानिक शासकांनी स्वतःची सत्ता मजबूत केली. त्यामुळे राजाच्या आदेशांची प्रभावी अंमलबजावणी करणे कठीण झाले. हळूहळू केंद्रीय प्रशासनाचा प्रभाव कमी होत गेला.

आर्थिक अडचणी

साम्राज्य चालवण्यासाठी मोठ्या प्रमाणावर आर्थिक संसाधनांची आवश्यकता असते. प्रशासन, लष्कर, सार्वजनिक कामे आणि धार्मिक संस्थांना दिल्या जाणाऱ्या मदतीमुळे खर्च वाढत गेला.वाकाटक काळात मोठ्या प्रमाणावर भूमिदाने देण्यात आली. ब्राह्मण, धार्मिक संस्था आणि विद्वानांना जमिनी दान दिल्यामुळे सांस्कृतिक विकास झाला; परंतु दीर्घकालीन दृष्टीने राज्याच्या महसुलावर त्याचा परिणाम झाला. काही प्रदेशांवरील

नियंत्रण कमी झाल्यामुळे करसंकलनातही अडचणी निर्माण झाल्या. यामुळे आर्थिक स्थैर्य कमकुवत झाले.

बाह्य आक्रमणे आणि नवीन शक्तींचा उदय

वाकाटक साम्राज्य दुर्बल होत असताना भारताच्या विविध भागांत नवीन राजसत्तांचा उदय होत होता. मध्य भारत आणि दख्खनमध्ये अनेक प्रादेशिक शक्ती प्रभावी बनत होत्या.या नव्या राजसत्तांनी वाकाटकांच्या सीमांवर दबाव निर्माण केला. काही भागांमध्ये लष्करी संघर्ष वाढले. कमकुवत होत चाललेल्या साम्राज्यासाठी या आव्हानांचा सामना करणे कठीण झाले.

हरिषेणानंतरची परिस्थिती

Harishena हा वाकाटकांचा शेवटचा महान शासक मानला जातो. त्याच्या कारकीर्दीत साम्राज्याने सांस्कृतिक आणि राजकीय वैभव प्राप्त केले.

परंतु हरिषेणाच्या मृत्यूनंतर परिस्थिती झपाट्याने बदलली. सक्षम नेतृत्वाचा अभाव निर्माण झाला. विविध प्रादेशिक शक्तींनी स्वातंत्र्य मिळवण्याचा प्रयत्न केला. अजिंठा

लेण्यांमधील अनेक कामे अपूर्ण राहिलेली दिसतात. काही इतिहासकारांच्या मते ही बाब हरिषेणानंतर अचानक झालेल्या राजकीय अस्थिरतेचे द्योतक आहे.

वाकाटक साम्राज्याचा अंत

इ.स.च्या सहाव्या शतकाच्या प्रारंभी वाकाटक साम्राज्याचे स्वतंत्र अस्तित्व संपुष्टात आले. त्यांच्या प्रदेशांवर विविध स्थानिक राजसत्तांनी नियंत्रण मिळवले.साम्राज्याचे राजकीय अस्तित्व संपले असले तरी त्यांची सांस्कृतिक आणि प्रशासकीय परंपरा पुढील अनेक शतकांपर्यंत टिकून राहिली.

वाकाटकांनंतर उदयास आलेल्या सत्ता

वाकाटकांच्या पतनानंतर महाराष्ट्र आणि दख्खनमध्ये नवीन राजवंशांचा उदय झाला. यामध्ये विशेषतः **Chalukya Dynasty** राजवंश महत्त्वाचा ठरला. चालुक्यांनी पुढे दख्खनमध्ये मोठे साम्राज्य निर्माण केले. त्यांच्या प्रशासन, स्थापत्यकला आणि धार्मिक धोरणांमध्ये काही प्रमाणात वाकाटक परंपरेचा प्रभाव दिसून येतो.

महाराष्ट्रावरील वाकाटकांचा प्रभाव

वाकाटकांचा महाराष्ट्राच्या इतिहासावर अत्यंत खोल परिणाम झाला. त्यांनी विदर्भ आणि मराठवाडा प्रदेशाला राजकीय स्थैर्य दिले. कृषी, व्यापार आणि शिक्षणाला चालना दिली.संस्कृत भाषा आणि साहित्याच्या विकासात त्यांनी मोठे योगदान दिले. धार्मिक सहिष्णुतेमुळे विविध परंपरांना वाढण्याची संधी मिळाली. त्यांच्या काळात महाराष्ट्रातील सांस्कृतिक जीवन अधिक समृद्ध आणि संघटित झाले.

अजिंठा : वाकाटकांचा अमर वारसा

वाकाटक साम्राज्याचा सर्वात मोठा सांस्कृतिक वारसा म्हणजे **Ajanta Caves** होय. अजिंठा येथील चित्रकला, शिल्पकला आणि वास्तुकला जगातील सर्वोत्तम कलासंपदांपैकी एक मानली जाते. या कलाकृतींमधून वाकाटक समाज, धर्म, वेशभूषा, संगीत, नृत्य आणि दैनंदिन जीवनाचे जिवंत चित्रण दिसते. आजही अजिंठा लेणी महाराष्ट्राच्या सांस्कृतिक अभिमानाचे प्रतीक आहेत.

भारतीय इतिहासातील वाकाटकांचे स्थान

भारतीय इतिहासात वाकाटकांना उत्तर भारतातील गुप्त साम्राज्याचे समकालीन आणि दख्खनमधील प्रमुख शक्ती म्हणून ओळखले जाते. त्यांनी उत्तर आणि दक्षिण भारतातील सांस्कृतिक देवाणघेवाण सुलभ केली.त्यांच्या काळात निर्माण झालेली कला, साहित्य आणि धार्मिक परंपरा भारतीय संस्कृतीच्या विकासातील महत्त्वाचा टप्पा मानल्या जातात. म्हणूनच वाकाटक काळाला महाराष्ट्राच्या सांस्कृतिक इतिहासातील सुवर्णयुगांपैकी एक मानले जाते.

प्रकरण ११ : चालुक्य साम्राज्य — उदय, विस्तार, राजे,

प्रशासन, समाजजीवन, धर्म, कला, वास्तुकला आणि महाराष्ट्रावरील प्रभाव

प्रस्तावना

वाकाटक साम्राज्याच्या पतनानंतर दख्खन प्रदेशात अनेक लहान-मोठ्या राजसत्तांचा उदय झाला. या राजकीय अस्थिरतेच्या काळात सहाव्या शतकाच्या मध्यावर एक नवीन आणि शक्तिशाली राजवंश उदयास आला, तो म्हणजे **Chalukya Dynasty** होय. चालुक्यांनी दख्खनच्या इतिहासात राजकीय स्थैर्य, सांस्कृतिक विकास आणि स्थापत्यकलेचा नवा अध्याय सुरू केला. इ.स. सहाव्या शतकापासून आठव्या शतकापर्यंत त्यांनी महाराष्ट्र, कर्नाटक, आंध्र प्रदेश, तेलंगणा, गुजरात आणि मध्य भारताच्या काही भागांवर प्रभावी सत्ता प्रस्थापित केली. चालुक्य राजवटीने दक्षिण आणि उत्तर भारतातील सांस्कृतिक परंपरांचा संगम घडवून आणला. प्रशासन,

लष्कर, व्यापार, धर्म, साहित्य आणि स्थापत्यकला या सर्व क्षेत्रांत त्यांनी महत्त्वपूर्ण योगदान दिले. त्यामुळे चालुक्य राजवंश भारतीय इतिहासातील महान राजसत्तांपैकी एक मानला जातो.

चालुक्यांचा उगम

चालुक्यांच्या उगमाबाबत इतिहासकारांमध्ये विविध मते आहेत. काहींच्या मते ते स्थानिक दख्खनी क्षत्रिय होते, तर काही विद्‍वान त्यांचा संबंध प्राचीन दक्षिण भारतीय योद्‍धा समुदायांशी जोडतात. तथापि, उपलब्ध शिलालेख आणि ताम्रपटांच्या आधारे ते दख्खनमधील स्वतंत्र आणि प्रभावशाली राजवंश होते हे निश्चित मानले जाते.चालुक्यांचा प्रारंभिक इतिहास काहीसा अस्पष्ट असला तरी सहाव्या शतकात त्यांनी राजकीय क्षेत्रात वेगाने प्रगती केली. त्यांनी स्थानिक शासकांवर विजय मिळवत स्वतंत्र राज्याची स्थापना केली.

पुलकेशी प्रथम : साम्राज्याचा संस्थापक

Pulakeshin I हा चालुक्य सत्तेचा वास्तविक संस्थापक मानला जातो. त्याने दख्खनमध्ये स्वतंत्र सत्ता निर्माण केली

आणि मजबूत प्रशासनाचा पाया घातला. त्याने आपली राजधानी **Badami** येथे स्थापन केली. पुढे हे शहर चालुक्य साम्राज्याचे प्रमुख राजकीय आणि सांस्कृतिक केंद्र बनले.पुलकेशी प्रथमने किल्ले, प्रशासनिक यंत्रणा आणि लष्कर मजबूत केले. त्यामुळे पुढील विस्तारासाठी राज्य तयार झाले.

कीर्तिवर्मन प्रथम -- **Kirtivarman I** हा पुलकेशी प्रथमचा उत्तराधिकारी होता. त्याने राज्याचा विस्तार करण्यासाठी अनेक यशस्वी मोहिमा केल्या.

त्याने कदंब, मौर्य आणि इतर प्रादेशिक सत्तांचा पराभव करून चालुक्य राज्याचा विस्तार केला. त्यामुळे चालुक्य सत्ता दख्खनमधील एक प्रमुख शक्ती म्हणून उदयास आली.कीर्तिवर्मनच्या विजयांमुळे राज्याचे आर्थिक आणि लष्करी सामर्थ्य वाढले.

मंगलेश

कीर्तिवर्मनच्या मृत्यूनंतर त्याचा भाऊ **Mangalesha** सत्तेवर आला. त्याने राज्यविस्ताराची परंपरा पुढे चालू ठेवली.मंगलेशाने अनेक मोहिमा राबवून राज्याची सीमा

वाढवली. परंतु पुढे उत्तराधिकाराच्या प्रश्नामुळे राजघराण्यात संघर्ष निर्माण झाला.हा संघर्ष पुढे चालुक्य इतिहासातील सर्वात महान राजाच्या उदयाला कारणीभूत ठरला.

पुलकेशी द्वितीय : चालुक्यांचा महान सम्राट

Pulakeshin II हा चालुक्य इतिहासातील सर्वात महान शासक मानला जातो. त्याच्या कारकीर्दीत चालुक्य साम्राज्याने वैभवाचे सर्वोच्च शिखर गाठले.पुलकेशी द्वितीयने अनेक शत्रूंचा पराभव करून विशाल साम्राज्य निर्माण केले. त्याने गुजरातपासून कावेरी नदीपर्यंत आणि अरबी समुद्रापासून आंध्र प्रदेशापर्यंत सत्ता प्रस्थापित केली. त्याच्या राज्यकाळात चालुक्य साम्राज्य भारतातील सर्वात शक्तिशाली राज्यांपैकी एक बनले.

हर्षवर्धनावरील विजय

पुलकेशी द्वितीयच्या कारकीर्दीतील सर्वात प्रसिद्ध घटना म्हणजे उत्तर भारतातील महान सम्राट **Harshavardhana** याचा पराभव होय. नर्मदा नदीच्या परिसरात झालेल्या संघर्षात पुलकेशी द्वितीयने हर्षवर्धनाच्या दक्षिणेकडील विस्ताराला अटकाव केला. या

विजयामुळे चालुक्य साम्राज्याची कीर्ती संपूर्ण भारतभर पसरली. हा विजय भारतीय इतिहासातील उत्तर आणि दक्षिण भारतातील दोन महान सत्तांमधील महत्त्वपूर्ण घटना मानला जातो.

पल्लवांशी संघर्ष

चालुक्य आणि **Pallava Dynasty** यांच्यात दीर्घकाळ संघर्ष चालू होता. पल्लव हे दक्षिण भारतातील एक शक्तिशाली राजघराणे होते. पुलकेशी द्वितीयने पल्लवांवर अनेक विजय मिळवले. तथापि, पुढे पल्लव राजा **Narasimhavarman I** याने प्रतिहल्ला करून चालुक्य राजधानी बदामीवर आक्रमण केले.

या संघर्षामुळे काही काळ चालुक्य सत्तेला धक्का बसला, परंतु नंतर त्यांनी पुन्हा आपले सामर्थ्य पुनर्स्थापित केले.

चालुक्य साम्राज्याचा विस्तार

चालुक्य साम्राज्याचा विस्तार पुढील प्रदेशांपर्यंत झाला होता: महाराष्ट्राचा मोठा भाग,कर्नाटक, तेलंगणा ,आंध्र प्रदेश ,गुजरातचा काही भाग ,मध्य प्रदेशातील काही प्रदेश

,तामिळनाडूच्या सीमावर्ती भागया विशाल साम्राज्यामुळे चालुक्य दख्खनमधील प्रमुख राजकीय शक्ती बनले.

महाराष्ट्राशी संबंध

चालुक्य साम्राज्याचा महाराष्ट्राच्या इतिहासाशी घनिष्ठ संबंध होता. महाराष्ट्रातील अनेक प्रदेश चालुक्यांच्या अधिपत्याखाली होते.व्यापारमार्ग, कृषी विकास आणि धार्मिक केंद्रांच्या संरक्षणामुळे महाराष्ट्रातील आर्थिक आणि सांस्कृतिक जीवन समृद्ध झाले. अनेक मंदिरे आणि धार्मिक केंद्रे या काळात विकसित झाली.

चालुक्यांचे ऐतिहासिक महत्त्व

चालुक्यांनी दख्खनमध्ये दीर्घकालीन राजकीय स्थैर्य निर्माण केले. त्यांनी उत्तर आणि दक्षिण भारतातील सांस्कृतिक परंपरांचा संगम घडवून आणला.त्यांच्या कारकीर्दीत व्यापार, शेती, शिक्षण, साहित्य आणि स्थापत्यकलेचा मोठा विकास झाला. पुढील राष्ट्रकूट आणि यादव राजसत्तांवर चालुक्य परंपरेचा स्पष्ट प्रभाव दिसून येतो.

११.२ चालुक्य प्रशासन, राज्यव्यवस्था, करप्रणाली, लष्कर आणि न्यायव्यवस्था

प्रस्तावना

चालुक्य साम्राज्य हे प्राचीन दख्खनमधील सर्वात संघटित आणि प्रभावशाली राजसत्तांपैकी एक होते. इ.स. सहाव्या ते आठव्या शतकादरम्यान चालुक्यांनी महाराष्ट्र, कर्नाटक, आंध्र प्रदेश, तेलंगणा आणि मध्य भारतातील विस्तृत प्रदेशांवर सत्ता प्रस्थापित केली. एवढ्या विशाल साम्राज्याचे यश केवळ लष्करी शक्तीमुळे नव्हे तर प्रभावी प्रशासनामुळे शक्य झाले. चालुक्यांनी राज्यकारभार, महसूल व्यवस्था, न्यायव्यवस्था आणि लष्करी संघटना यांचा उत्कृष्ट समन्वय साधला होता. त्यांचे प्रशासन इतके प्रभावी होते की पुढील **Rashtrakuta Dynasty** आणि **Yadava Dynasty** राजसत्तांनीही त्यातील अनेक पद्धती स्वीकारल्या. चालुक्य प्रशासनाची माहिती शिलालेख,

ताम्रपट, मंदिर लेख, साहित्य आणि परदेशी प्रवाशांच्या नोंदींमधून मिळते. विशेषतः **Pulakeshin II** यांच्या काळातील लेखांमधून राज्यव्यवस्थेचे स्पष्ट चित्र दिसून येते.

चालुक्य राज्यव्यवस्थेचे स्वरूप

चालुक्य राज्यव्यवस्था ही राजेशाही स्वरूपाची होती. राजा हा राज्याचा सर्वोच्च शासक मानला जात असे. सर्व प्रशासकीय, लष्करी, आर्थिक आणि न्यायविषयक अधिकार राजाकडे केंद्रित असत. राजाला "महाराजाधिराज", "परमेश्वर", "श्री पृथ्वीवल्लभ" यांसारख्या उपाध्या दिल्या जात असत. राजा हा प्रजेचा रक्षक, न्यायाचा संरक्षक आणि धर्माचा पालक मानला जाई. राज्याच्या सुरक्षिततेपासून ते धार्मिक संस्थांच्या संरक्षणापर्यंत सर्व जबाबदाऱ्या त्याच्यावर असत. तथापि, तो एकट्याने राज्यकारभार करत नसे; त्याला विविध अधिकारी आणि मंत्रिमंडळाची मदत मिळत असे.

राजाचे अधिकार आणि कर्तव्ये

चालुक्य राजाकडे सर्वश्रेष्ठ सत्ता असली तरी त्याच्यावर अनेक जबाबदाऱ्या होत्या. युद्ध किंवा शांतता याविषयी निर्णय घेणे, कर निश्चित करणे, अधिकाऱ्यांची नियुक्ती करणे, जमीनदान देणे आणि न्यायदान करणे हे त्याचे प्रमुख अधिकार होते. **Pulakeshin II** यांसारखे राजे नियमितपणे लष्करी मोहिमांचे नेतृत्व करत असत. राजाच्या व्यक्तिमत्त्वावर राज्याचे यश किंवा अपयश अवलंबून असे. त्यामुळे राजपुत्रांना लहानपणापासूनच प्रशासन, युद्धकला, धर्मशास्त्र आणि राजकारणाचे शिक्षण दिले जात असे.

मंत्रिमंडळ आणि केंद्रीय प्रशासन

राजाला प्रशासन चालवण्यासाठी मंत्रिमंडळाची मदत मिळत असे. मंत्रिमंडळातील सदस्य अनुभवी, विद्वान आणि विश्वासू असत. ते विविध विभागांचे प्रमुख म्हणून कार्य करत. महामात्य, प्रधान मंत्री, सेनापती, कोषाध्यक्ष, सचिव आणि धार्मिक सल्लागार यांसारख्या पदांची व्यवस्था होती. प्रत्येक अधिकारी विशिष्ट विभागासाठी जबाबदार असे. त्यामुळे प्रशासन अधिक कार्यक्षम आणि सुव्यवस्थित बनले.

महत्त्वाचे निर्णय घेताना राजा मंत्रिमंडळाचा सल्ला घेत असे. त्यामुळे शासनात काही प्रमाणात सामूहिक निर्णयप्रक्रिया अस्तित्वात होती.

प्रादेशिक प्रशासन

चालुक्य साम्राज्य विस्तृत असल्यामुळे त्याचे अनेक प्रशासकीय विभाग करण्यात आले होते. प्रशासनाची कार्यक्षमता वाढवण्यासाठी साम्राज्य विविध स्तरांमध्ये विभागले गेले. सर्वात मोठ्या विभागाला "राष्ट्र" म्हटले जाई. राष्ट्राखाली "विषय" आणि त्याखाली गावे असत. प्रत्येक स्तरावर स्वतंत्र अधिकारी नेमले जात. प्रांतिक अधिकाऱ्यांची जबाबदारी करसंकलन, कायदा-सुव्यवस्था राखणे, सार्वजनिक कामांची देखरेख करणे आणि राजाज्ञांची अंमलबजावणी करणे ही होती. त्यामुळे केंद्र सरकारचा प्रभाव दूरवरच्या प्रदेशांपर्यंत पोहोचत असे.

ग्राम प्रशासन

गाव हे प्रशासनाचे मूलभूत एकक होते. भारताची अर्थव्यवस्था कृषीप्रधान असल्यामुळे गावांना विशेष महत्त्व होते. प्रत्येक गावात गावप्रमुख, महसूल अधिकारी आणि

स्थानिक पंच असत.शेती, सिंचन, करसंकलन, रस्ते, विहिरी आणि सार्वजनिक कामांची जबाबदारी गावपातळीवर पार पाडली जात असे. अनेक वाद स्थानिक पंचायत सोडवत असे. ग्रामव्यवस्थेमुळे प्रशासनाचा भार कमी होत असे आणि स्थानिक लोकांना निर्णयप्रक्रियेत सहभाग मिळत असे.

महसूल आणि करप्रणाली

चालुक्य साम्राज्याच्या अर्थव्यवस्थेचा पाया महसूल व्यवस्थेवर आधारित होता. राज्याचा प्रमुख महसूल स्रोत शेती होता. शेतकऱ्यांकडून उत्पादनाच्या ठराविक भागाच्या स्वरूपात जमीनकर आकारला जात असे. याशिवाय व्यापारकर, बाजारकर, बंदरकर, पशुधन कर आणि उद्योगधंद्यांवरील करही आकारले जात. व्यापारी मार्ग आणि बाजारपेठांमुळे राज्याला मोठ्या प्रमाणावर उत्पन्न मिळत असे. महसूल संकलनासाठी विशेष अधिकारी नेमलेले असत. कर नोंदी व्यवस्थित ठेवण्याची पद्धत अस्तित्वात होती. त्यामुळे राज्याच्या आर्थिक व्यवहारांवर नियंत्रण ठेवणे सोपे होत असे.

भूमिदान व्यवस्था

चालुक्य काळात भूमिदानाची परंपरा मोठ्या प्रमाणात प्रचलित होती. राजे ब्राह्मण, मंदिरे, विद्वान आणि धार्मिक संस्थांना जमीन दान देत असत. ताम्रपटांमधून अशा अनेक दानांची माहिती मिळते. या जमिनींवर काही वेळा करमाफी दिली जात असे. त्यामुळे धार्मिक संस्था आणि शैक्षणिक केंद्रांचा विकास झाला. भूमिदानामुळे शेतीखालील क्षेत्र वाढले, नवीन गावे निर्माण झाली आणि कृषी उत्पादनात वाढ झाली.

लष्कराची रचना

चालुक्य साम्राज्याचे लष्कर अत्यंत शक्तिशाली होते. त्यांच्या साम्राज्यविस्तारामागे सक्षम लष्कराचा मोठा वाटा होता. लष्करामध्ये पायदळ, घोडदळ, हत्तीदल आणि काही प्रमाणात रथदलाचा समावेश होता. घोडदळ विशेषतः वेगवान हल्ले आणि दूरच्या मोहिमांसाठी वापरले जात असे. हत्तीदल युद्धातील सर्वात प्रभावी घटक मानले जात असे. हत्तींच्या मदतीने शत्रूच्या सैन्यात भीती निर्माण केली जात असे.

युद्धनीती आणि संरक्षणव्यवस्था

चालुक्यांनी राज्याच्या संरक्षणासाठी मजबूत किल्ले बांधले होते. विशेषतः **Badami** येथील नैसर्गिक संरक्षणयुक्त राजधानी प्रसिद्ध होती.महत्त्वाच्या व्यापारी मार्गांवर आणि सीमांवर लष्करी चौक्या उभारण्यात आल्या होत्या. त्यामुळे बाह्य आक्रमणांचा सामना करणे सोपे जात असे.चालुक्य राजांनी युद्धामध्ये रणनीती, गुप्तचर व्यवस्था आणि वेगवान लष्करी हालचालींना विशेष महत्त्व दिले.

न्यायव्यवस्था

चालुक्य काळात न्यायव्यवस्था धर्मशास्त्र, प्रथा आणि राजाज्ञांवर आधारित होती. राजा हा सर्वोच्च न्यायाधीश मानला जात असे.गावपातळीवर लहान वाद पंचायत सोडवत असे. जमीन, व्यापार, कर्ज आणि कौटुंबिक वाद यांचे निराकरण स्थानिक पातळीवर केले जाई.गंभीर गुन्ह्यांमध्ये राजदरबारात सुनावणी होत असे. गुन्ह्याच्या स्वरूपानुसार दंड, मालमत्ता जप्ती किंवा इतर शिक्षा दिल्या जात.न्यायदानामध्ये निष्पक्षता, सामाजिक सुव्यवस्था आणि धर्मशास्त्रीय तत्त्वांना महत्त्व दिले जात असे.

व्यापार आणि प्रशासन

चालुक्य प्रशासनाने व्यापाराला प्रोत्साहन दिले. व्यापारी मार्गांची सुरक्षा, बाजारपेठांची स्थापना आणि बंदरांचा विकास यामुळे आर्थिक प्रगती झाली. अरबी समुद्र किनाऱ्यावरील व्यापारी संपर्कामुळे भारताचा पश्चिम आशिया आणि इतर देशांशी व्यापार वाढला. या व्यापारामुळे राज्याच्या महसुलात मोठी वाढ झाली.

प्रशासनाची प्रमुख वैशिष्ट्ये

चालुक्य प्रशासनाची काही महत्त्वाची वैशिष्ट्ये पुढीलप्रमाणे होती: मजबूत राजेशाही सत्ता ,संघटित प्रादेशिक प्रशासन ,प्रभावी करप्रणाली ,विकसित ग्रामव्यवस्था ,शक्तिशाली लष्कर ,न्यायपूर्ण शासनव्यवस्था ,व्यापाराला प्रोत्साहन ,भूमिदानाची विकसित परंपरा

११.३ चालुक्यकालीन समाजजीवन, स्त्रियांचे स्थान, शिक्षण, वेशभूषा, आहारसंस्कृती, व्यापार आणि दैनंदिन जीवन

प्रस्तावना

चालुक्यांच्या राज्यकाळात दख्खन प्रदेशात राजकीय स्थैर्य, आर्थिक समृद्धी आणि सांस्कृतिक प्रगती यांचा सुवर्णकाळ अनुभवास आला. या काळात समाजजीवन अत्यंत संघटित, समृद्ध आणि वैविध्यपूर्ण होते. शेती, व्यापार, हस्तकला, धर्म, शिक्षण आणि कला यांच्या आधारे समाजाची उभारणी झाली होती. चालुक्य राजांनी प्रजेच्या कल्याणासाठी केलेल्या कार्यांमुळे सामाजिक आणि आर्थिक विकासाला मोठी चालना मिळाली. या काळातील समाजाची माहिती

शिलालेख, ताम्रपट, मंदिरे, शिल्पे आणि साहित्य यांमधून मिळते.

समाजरचना

चालुक्यकालीन समाज हा विविध घटकांनी बनलेला होता. समाजात ब्राह्मण, क्षत्रिय, वैश्य आणि शूद्र असे प्रमुख वर्ण अस्तित्वात होते. परंतु प्रत्यक्ष जीवनात व्यवसायावर आधारित अनेक जाती आणि उपजाती निर्माण झाल्या होत्या. समाजातील प्रत्येक घटकाची विशिष्ट भूमिका होती.ब्राह्मण वर्ग धार्मिक कार्ये, शिक्षण आणि ज्ञानप्रसार यामध्ये कार्यरत होता. क्षत्रिय वर्ग राज्यसंरक्षण आणि प्रशासनाशी संबंधित होता. वैश्य वर्ग व्यापार, पशुपालन आणि शेतीमध्ये कार्यरत होता. शूद्र वर्ग विविध सेवा, हस्तकला आणि उत्पादन व्यवसायांमध्ये गुंतलेला होता. या सर्व घटकांच्या सहकार्यामुळे समाजव्यवस्था सुरळीत चालत होती.

कुटुंबव्यवस्था

संयुक्त कुटुंबपद्धती ही चालुक्यकालीन समाजाची प्रमुख वैशिष्ट्य होती. एका घरात अनेक पिढ्या एकत्र राहत असत.

कुटुंबातील ज्येष्ठ पुरुष हा कुटुंबप्रमुख मानला जाई. कुटुंब हे आर्थिक, सामाजिक आणि धार्मिक जीवनाचे केंद्र होते. शेती, व्यापार आणि इतर व्यवसायांमध्ये सर्व सदस्य सहभागी होत असत. वृद्ध व्यक्तींना विशेष आदर दिला जात असे. कुटुंबातील परस्पर सहकार्यामुळे सामाजिक स्थैर्य टिकून राहिले.

स्त्रियांचे स्थान

चालुक्यकालीन समाजात स्त्रियांना तुलनेने सन्मानाचे स्थान होते. राजघराण्यातील स्त्रिया धार्मिक, सामाजिक आणि काही वेळा राजकीय कार्यांमध्ये सहभागी होत असत. अनेक स्त्रिया दानधर्म, मंदिरनिर्मिती आणि सांस्कृतिक उपक्रमांमध्ये सक्रिय होत्या.

सामान्य स्त्रिया घरगुती कामे, मुलांचे संगोपन, शेतीस मदत आणि धार्मिक कार्ये करत असत. काही उच्चवर्णीय स्त्रियांना शिक्षणाची संधी उपलब्ध होती. साहित्य, संगीत आणि नृत्य यांमध्येही स्त्रियांचा सहभाग होता. शिल्पांमध्ये आणि मंदिरांवरील कलाकृतींमध्ये स्त्रियांचे सौंदर्य, आत्मविश्वास

आणि सामाजिक स्थान यांचे प्रभावी चित्रण आढळते. यावरून त्यांचे महत्त्व स्पष्ट होते.

विवाहसंस्था

विवाह हा समाजातील अत्यंत महत्त्वाचा संस्कार मानला जात असे. विवाहामुळे दोन कुटुंबांमध्ये सामाजिक आणि धार्मिक संबंध प्रस्थापित होत असत. बहुतेक विवाह कुटुंबांच्या संमतीने होत असत. विवाहसोहळे धार्मिक विधींनी संपन्न होत असत. समाजातील प्रतिष्ठित कुटुंबांमध्ये विवाहाला विशेष महत्त्व दिले जाई. विवाहानंतर स्त्री कुटुंबाचा अविभाज्य भाग बनत असे आणि घराच्या व्यवस्थापनात महत्त्वाची भूमिका पार पाडत असे.

शिक्षणव्यवस्था

चालुक्य काळात शिक्षणाला विशेष महत्त्व प्राप्त झाले होते. मंदिरे, आश्रम आणि विद्याकेंद्रे ही शिक्षणाची प्रमुख ठिकाणे होती. विद्यार्थ्यांना वेद, व्याकरण, तत्त्वज्ञान, गणित, ज्योतिष, राज्यशास्त्र आणि धर्मशास्त्र यांचे शिक्षण दिले जात असे.गुरु-शिष्य परंपरेवर आधारित शिक्षणपद्धती प्रचलित होती. विद्यार्थी गुरुकुलात राहून शिक्षण घेत असत.

शिक्षणाचा उद्देश केवळ ज्ञानप्राप्ती नसून चारित्र्यनिर्मिती आणि सामाजिक जबाबदारी विकसित करणे हा होता.

वेशभूषा

चालुक्यकालीन लोकांची वेशभूषा साधी पण आकर्षक होती. पुरुष सामान्यतः धोतर, उत्तरीय आणि फेटा वापरत असत. राजे, सरदार आणि अधिकारी रेशमी आणि अलंकारिक वस्त्रे परिधान करत असत. स्त्रिया विविध प्रकारची साडीसदृश वस्त्रे वापरत असत. वस्त्रांवर सुंदर नक्षीकाम आणि रंगसंगती असत. कापूस आणि रेशीम या दोन्ही प्रकारच्या वस्त्रांचा वापर होत असे. मंदिरांवरील शिल्पांमधून त्या काळातील वस्त्रांची शैली, घडी आणि अलंकरण यांची माहिती मिळते.

दागिने आणि अलंकार

दागिन्यांना चालुक्यकालीन समाजात विशेष महत्त्व होते. स्त्री-पुरुष दोघेही विविध प्रकारचे अलंकार वापरत असत. सोन्याचे, चांदीचे, मोत्यांचे आणि रत्नजडित दागिने लोकप्रिय होते.हार, कर्णभूषणे, बांगड्या, कडे, अंगठ्या, पैंजण आणि कमरपट्टे यांचा मोठ्या प्रमाणात वापर होत

असे. राजघराणे आणि श्रीमंत वर्ग अत्यंत मौल्यवान दागिने वापरत असे.

आहारसंस्कृती

चालुक्यकालीन लोकांचा प्रमुख व्यवसाय शेती असल्यामुळे धान्य हा आहाराचा मुख्य भाग होता. तांदूळ, गहू, ज्वारी, बाजरी आणि विविध कडधान्यांचा वापर केला जात असे.दूध, दही, तूप आणि लोणी हे आहारातील महत्त्वाचे घटक होते. भाज्या, फळे आणि मसाल्यांचाही वापर होत असे. सण-उत्सवांच्या वेळी विशेष पदार्थ तयार केले जात. आहार पौष्टिक आणि स्थानिक कृषी उत्पादनांवर आधारित होता. त्यामुळे लोकांचे आरोग्य तुलनेने चांगले होते.

व्यापार आणि उद्योग

चालुक्य काळात व्यापार आणि उद्योगधंद्यांचा मोठा विकास झाला. देशांतर्गत तसेच परदेशी व्यापार चालत होता. व्यापारी संघटना आर्थिक जीवनाचा महत्त्वाचा भाग होत्या.कापडनिर्मिती, धातुकाम, मातीची भांडी, दागिने आणि शिल्पनिर्मिती हे प्रमुख उद्योग होते. व्यापारी मार्ग सुरक्षित असल्यामुळे विविध प्रदेशांतील वस्तूंची देवाणघेवाण

सुलभ झाली.समुद्रमार्गे पश्चिम आशिया आणि इतर प्रदेशांशी व्यापार होत असे. त्यामुळे राज्याची आर्थिक समृद्धी वाढली.

ग्रामजीवन

बहुसंख्य जनता गावांमध्ये राहत होती. शेती हा प्रमुख व्यवसाय होता. शेतकरी नद्या, तलाव आणि विहिरींच्या पाण्यावर आधारित शेती करत असत. गावांमध्ये सुतार, लोहार, कुंभार, विणकर आणि इतर कारागीर राहत असत. ग्रामसमाज परस्पर सहकार्यावर आधारित होता. धार्मिक उत्सव, जत्रा आणि सामुदायिक कार्यक्रमांमुळे सामाजिक ऐक्य वाढत असे.

नागरी जीवन

शहरे व्यापार, प्रशासन आणि संस्कृतीची केंद्रे होती. बाजारपेठा, मंदिरे, प्रशासकीय इमारती आणि कारागीरांची वसाहत यांमुळे शहरी जीवन विकसित झाले होते.शहरांमध्ये व्यापारी, अधिकारी, विद्वान आणि कलाकार राहत असत. त्यामुळे शहरांमध्ये आर्थिक आणि सांस्कृतिक चैतन्य कायम असे.

मनोरंजन आणि सांस्कृतिक जीवन

संगीत, नृत्य, नाटक आणि काव्य यांना समाजात विशेष स्थान होते. धार्मिक उत्सव, विवाहसमारंभ आणि राजदरबारात सांस्कृतिक कार्यक्रम आयोजित केले जात असत.वीणा, मृदंग, बासरी आणि इतर वाद्यांचा वापर केला जात असे. लोककला आणि धार्मिक कला यांचा विकास मोठ्या प्रमाणात झाला.

११.४ चालुक्य काळातील धर्म, धार्मिक जीवन, मंदिरे, धार्मिक सहिष्णुता, तत्त्वज्ञान आणि सांस्कृतिक प्रभाव

प्रस्तावना

चालुक्यांचा कालखंड हा दख्खनच्या धार्मिक आणि सांस्कृतिक इतिहासातील अत्यंत महत्त्वाचा टप्पा मानला जातो. इ.स. सहाव्या ते आठव्या शतकादरम्यान चालुक्य राजांनी केवळ राजकीय सत्ता प्रस्थापित केली नाही, तर धार्मिक आणि सांस्कृतिक जीवनालाही नवी दिशा दिली. या काळात विविध धर्म, पंथ आणि तत्त्वज्ञान यांचा विकास झाला. धार्मिक सहिष्णुता, मंदिरनिर्मिती, दानधर्म, शिक्षणकेंद्रांचा विकास आणि कलांना मिळालेला आश्रय यांमुळे समाजजीवन समृद्ध झाले. चालुक्य राजे प्रामुख्याने हिंदू धर्माचे अनुयायी होते, परंतु त्यांनी बौद्ध आणि जैन

धर्मांनाही आश्रय दिला. त्यामुळे विविध धार्मिक परंपरांचे सहअस्तित्व निर्माण झाले आणि दख्खनमध्ये सांस्कृतिक ऐक्य दृढ झाले.

धार्मिक वातावरण

चालुक्यकालीन समाजात धर्माला अत्यंत महत्त्वाचे स्थान होते. धार्मिक श्रद्धा या केवळ वैयक्तिक जीवनापुरत्या मर्यादित नव्हत्या, तर त्या समाजव्यवस्था, शिक्षण, कला, साहित्य आणि प्रशासनाशीही निगडित होत्या. प्रत्येक व्यक्तीच्या जीवनातील जन्म, नामकरण, विवाह, मृत्यू आणि इतर संस्कार धार्मिक विधींनुसार पार पडत असत. राजे, सरदार, व्यापारी आणि सामान्य जनता धार्मिक कार्यांमध्ये सक्रिय सहभाग घेत असत. मंदिरे, मठ आणि तीर्थक्षेत्रे ही केवळ उपासनेची केंद्रे नसून सामाजिक आणि सांस्कृतिक जीवनाची केंद्रे होती.

हिंदू धर्माचा विकास

चालुक्य काळात हिंदू धर्माचा मोठ्या प्रमाणात विस्तार झाला. वैदिक परंपरा, पुराणकालीन श्रद्धा आणि भक्तीपरंपरा यांचा सुंदर संगम या काळात दिसून येतो.

शिव, विष्णू, सूर्य, देवी, गणेश आणि कार्तिकेय यांसारख्या देवतांची पूजा मोठ्या प्रमाणावर केली जात होती. राजे स्वतः धार्मिक विधींमध्ये सहभागी होत असत. यज्ञ, दान, पूजा आणि मंदिरनिर्मिती यांना विशेष महत्त्व दिले जात असे. अनेक शिलालेखांमध्ये राजांनी दिलेल्या धार्मिक दानांचा उल्लेख आढळतो.हिंदू धर्मामुळे समाजात नैतिक मूल्ये, कर्तव्यभावना आणि सामाजिक शिस्त टिकून राहिली.

शैव परंपरा

चालुक्य राजांमध्ये अनेक शासक शिवभक्त होते. त्यामुळे शैव धर्माचा मोठ्या प्रमाणावर विकास झाला. शिवलिंगपूजा, मंदिरनिर्मिती आणि विविध धार्मिक उत्सव यांना प्रोत्साहन मिळाले.शिवाला सृष्टीचा संहारक आणि पुनर्निर्माता मानले जात असे. अनेक ठिकाणी भव्य शिवमंदिरे उभारण्यात आली. मंदिरांमध्ये नियमित पूजा, अभिषेक आणि धार्मिक उत्सव आयोजित केले जात असत.

शैव परंपरेचा प्रभाव समाजाच्या सर्व स्तरांवर दिसून येत होता.

वैष्णव परंपरा

विष्णू उपासनेलाही चालुक्य काळात विशेष महत्त्व प्राप्त झाले. विष्णूला विश्वाचा पालनकर्ता मानले जात असे. राम आणि कृष्ण या विष्णूच्या अवतारांबद्दल लोकांमध्ये विशेष श्रद्धा होती विष्णूची मंदिरे, मूर्ती आणि धार्मिक कथा समाजात लोकप्रिय होत्या. धार्मिक साहित्यामध्येही वैष्णव विचारांचा प्रभाव दिसून येतो.भक्ती, दया, धर्मपालन आणि सदाचार यांवर वैष्णव परंपरेने भर दिला.

शक्ती उपासना

देवीची उपासना देखील चालुक्यकालीन समाजात महत्त्वाची होती. दुर्गा, लक्ष्मी, सरस्वती आणि पार्वती या देवींची पूजा मोठ्या प्रमाणावर केली जात असे.शक्तीला सृष्टीची ऊर्जा मानले जात होते. विविध उत्सव आणि धार्मिक विधींमध्ये देवीपूजेला विशेष स्थान होते.

जैन धर्म

चालुक्य काळात जैन धर्माचा मोठ्या प्रमाणावर विकास झाला. अनेक राजांनी आणि सरदारांनी जैन साधूंना आश्रय दिला. जैन धर्मातील अहिंसा, सत्य, संयम आणि अपरिग्रह या तत्त्वांमुळे समाजात त्याला मान्यता मिळाली.जैन मठ,

मंदिरे आणि शिक्षणकेंद्रे निर्माण झाली. व्यापारी वर्गामध्ये जैन धर्माचा प्रभाव विशेषतः आढळतो. जैन विद्वानांनी साहित्य, तत्त्वज्ञान आणि शिक्षण क्षेत्रात महत्त्वपूर्ण योगदान दिले.

बौद्ध धर्म

चालुक्य काळात बौद्ध धर्माचा प्रभाव पूर्वीपेक्षा काहीसा कमी झाला होता, तरी त्याचे अस्तित्व कायम होते. काही प्रदेशांमध्ये बौद्ध विहार आणि उपासना केंद्रे कार्यरत होती. बौद्ध भिक्षू शिक्षण आणि धर्मप्रसाराचे कार्य करत होते. करुणा, अहिंसा आणि मध्यममार्ग या बौद्ध तत्त्वांचा समाजावर प्रभाव होता.

धार्मिक सहिष्णुता

चालुक्य राज्याचे सर्वात महत्त्वाचे वैशिष्ट्य म्हणजे धार्मिक सहिष्णुता होय. राजे स्वतः एका विशिष्ट धर्माचे अनुयायी असले तरी त्यांनी इतर धर्मांवर बंधने घातली नाहीत. हिंदू, जैन आणि बौद्ध धर्मीयांना आपापल्या श्रद्धेनुसार धार्मिक जीवन जगण्याचे स्वातंत्र्य होते. विविध धर्मांच्या संस्था आणि विद्वानांना राजाश्रय मिळत असे.या सहिष्णु

धोरणामुळे सामाजिक शांतता आणि सांस्कृतिक समृद्धी टिकून राहिली.

मंदिरसंस्कृती

चालुक्य काळात मंदिरसंस्कृतीचा मोठ्या प्रमाणावर विकास झाला. मंदिरे ही धार्मिक, सामाजिक, शैक्षणिक आणि सांस्कृतिक केंद्रे होती. मंदिरांमध्ये पूजा, प्रवचने, शिक्षण आणि सांस्कृतिक कार्यक्रम आयोजित केले जात असत.**Badami Cave Temples, Aihole** आणि **Pattadakal** येथील मंदिरे चालुक्य स्थापत्यकलेची उत्कृष्ट उदाहरणे आहेत. या मंदिरांमधील शिल्पकला, वास्तुरचना आणि धार्मिक प्रतीके त्या काळातील उच्च कलात्मक दर्जा दर्शवितात.

धर्म आणि शिक्षण

धार्मिक संस्था या शिक्षणाची प्रमुख केंद्रे होती. मंदिरे, मठ आणि आश्रमांमध्ये विद्यार्थ्यांना धर्म, तत्त्वज्ञान, व्याकरण, गणित, खगोलशास्त्र आणि साहित्य यांचे शिक्षण दिले जात असे. गुरु-शिष्य परंपरेवर आधारित शिक्षणपद्धतीमुळे

ज्ञानाचा प्रसार होत होता. धार्मिक शिक्षणाबरोबरच नैतिक मूल्यांचेही संवर्धन केले जात असे.

धर्म आणि कला

चालुक्यकालीन कला ही धर्माशी निगडित होती. मंदिरे, शिल्पे, चित्रकला आणि स्थापत्य यांमध्ये धार्मिक विषयांचे चित्रण आढळते. शिव, विष्णू, देवी, जैन तीर्थंकर आणि इतर धार्मिक व्यक्तिमत्त्वांच्या प्रतिमा मोठ्या प्रमाणावर निर्माण करण्यात आल्या. या कलाकृती धार्मिक श्रद्धेबरोबरच कलात्मक कौशल्याचेही दर्शन घडवतात.

तत्वज्ञान आणि विचार

चालुक्य काळात विविध तत्त्वज्ञानांचा विकास झाला. वेदांत, सांख्य, योग, न्याय आणि जैन तत्त्वज्ञान यांचा अभ्यास केला जात असे. विद्वानांमध्ये धार्मिक आणि तात्त्विक चर्चांची परंपरा होती. ज्ञानप्राप्ती, आत्मा, मोक्ष, कर्म आणि धर्म यांसारख्या विषयांवर सखोल विचारमंथन होत असे.

या बौद्धिक वातावरणामुळे समाजातील वैचारिक विकासाला चालना मिळाली.

सांस्कृतिक प्रभाव

धर्मामुळे चालुक्य काळात संगीत, नृत्य, साहित्य आणि स्थापत्यकलेचा विकास झाला. धार्मिक उत्सव हे सामाजिक ऐक्याचे माध्यम बनले. विविध धर्मांच्या सहअस्तित्वामुळे सांस्कृतिक देवाणघेवाण वाढली. चालुक्यांनी निर्माण केलेली धार्मिक आणि सांस्कृतिक परंपरा पुढील राष्ट्रकूट, यादव आणि इतर राजसत्तांपर्यंत पोहोचली. त्यामुळे दख्खनच्या सांस्कृतिक इतिहासात त्यांचे योगदान अत्यंत महत्त्वाचे मानले जाते.

११.५ चालुक्यकालीन कला, स्थापत्यकला, शिल्पकला, चित्रकला, साहित्य आणि सांस्कृतिक वारसा

प्रस्तावना

चालुक्यांचा काळ हा भारतीय कला आणि संस्कृतीच्या इतिहासातील अत्यंत वैभवशाली कालखंड मानला जातो. इ.स. सहाव्या ते आठव्या शतकादरम्यान चालुक्य राजांनी दख्खनमध्ये राजकीय स्थैर्य निर्माण केले आणि कला, साहित्य, धर्म व स्थापत्यकलेला मोठ्या प्रमाणावर आश्रय दिला. या काळात मंदिरनिर्मिती, शिल्पकला, चित्रकला, साहित्यनिर्मिती आणि सांस्कृतिक जीवन यांचा अभूतपूर्व विकास झाला. चालुक्य कलाकारांनी उत्तर भारतीय नागर शैली आणि दक्षिण भारतीय द्रविड शैली यांचा सुंदर समन्वय साधून एक स्वतंत्र स्थापत्य परंपरा निर्माण केली. त्यामुळे

चालुक्य कला भारतीय सांस्कृतिक इतिहासातील एक महत्त्वाचा टप्पा मानली जाते.

चालुक्य कलेचे स्वरूप

चालुक्यकालीन कला ही धार्मिक श्रद्धा, सौंदर्यदृष्टी आणि तांत्रिक कौशल्य यांचा अद्भुत संगम होती. या काळातील कलाकारांनी दगडामध्ये जिवंतपणा निर्माण केला. मंदिरांच्या भिंती, स्तंभ, छत आणि प्रवेशद्वारांवर अत्यंत सूक्ष्म कोरीवकाम करण्यात आले. कलेचा उद्देश केवळ धार्मिक भावना व्यक्त करणे नव्हता, तर समाजजीवन, निसर्ग, संगीत, नृत्य आणि मानवी भावनांचे चित्रण करणे हाही होता. त्यामुळे चालुक्यकालीन कला ही धार्मिक आणि सामाजिक जीवनाचे प्रतिबिंब मानली जाते.

स्थापत्यकलेचा विकास

चालुक्य काळात स्थापत्यकलेचा मोठ्या प्रमाणावर विकास झाला. मंदिरनिर्मिती हे या काळातील सर्वात महत्त्वाचे सांस्कृतिक कार्य होते. चालुक्य स्थापत्याची प्रमुख वैशिष्ट्ये म्हणजे मजबूत बांधकाम, सुबक रचना, कलात्मक स्तंभ, सुंदर शिखरे आणि उत्कृष्ट शिल्पसजावट. चालुक्य

स्थापत्यामध्ये उत्तर भारतातील नागर शैली आणि दक्षिण भारतातील द्रविड शैली यांचा समन्वय दिसून येतो. यामुळे एक नवीन मिश्र स्थापत्य परंपरा निर्माण झाली. पुढील अनेक राजवंशांनी ही शैली स्वीकारली.

बदामीची लेणी

Badami Cave Temples ही चालुक्य स्थापत्यकलेची प्रारंभिक आणि महत्त्वपूर्ण उदाहरणे आहेत. लालसर दगडांच्या टेकड्यांमध्ये कोरलेल्या या लेण्यांमध्ये धार्मिक शिल्पकलेचा उत्कृष्ट नमुना पाहायला मिळतो. या लेण्यांमध्ये शिव, विष्णू, जैन तीर्थंकर आणि इतर धार्मिक प्रतिमांचे सुंदर कोरीवकाम आढळते. शिल्पांमधील हालचाल, भावभावना आणि शरीररचना अत्यंत प्रभावी आहेत.

ऐहोळे : मंदिर स्थापत्याची प्रयोगशाळा

Aihole हे चालुक्य स्थापत्यकलेचे सर्वात महत्त्वाचे केंद्र मानले जाते. येथे शंभराहून अधिक मंदिरे आहेत. त्यामुळे ऐहोळेला भारतीय मंदिर स्थापत्याची "प्रयोगशाळा" असे म्हटले जाते. येथील विविध मंदिरांमध्ये वास्तुरचनेचे अनेक प्रकार आढळतात. स्थापत्यशास्त्रातील विविध प्रयोग येथे

करण्यात आले. पुढील मंदिरनिर्मितीसाठी याच प्रयोगांचा आधार घेतला गेला.

पट्टदकल : स्थापत्यकलेचे शिखर

Pattadakal हे चालुक्य स्थापत्यकलेचे सर्वोच्च शिखर मानले जाते. येथे नागर आणि द्रविड या दोन्ही शैलींचा उत्कृष्ट संगम दिसून येतो. पट्टदकलमधील मंदिरे त्यांच्या कलात्मक सौंदर्य, शिल्पसंपदा आणि वास्तुरचनेसाठी प्रसिद्ध आहेत. येथे राजांच्या राज्याभिषेक समारंभांचे आयोजन केले जात असे. त्यामुळे या स्थळाला धार्मिक आणि राजकीय दोन्ही महत्त्व होते.

शिल्पकला

चालुक्यकालीन शिल्पकला भारतीय कलाइतिहासातील श्रेष्ठ शिल्पपरंपरांपैकी एक मानली जाते. कलाकारांनी दगडावर कोरलेल्या प्रतिमांमध्ये जिवंतपणा निर्माण केला. शिव, विष्णू, देवी, गणेश, नंदी, जैन तीर्थंकर आणि विविध पौराणिक प्रसंगांचे चित्रण मोठ्या प्रमाणावर आढळते. शिल्पांमध्ये मानवी शरीराची रचना, वस्त्रांची घडी, दागिने आणि चेहऱ्यावरील भाव यांचे सूक्ष्म चित्रण दिसते. धार्मिक

विषयांबरोबरच नर्तक, संगीतकार, सैनिक, प्राणी आणि सामान्य लोकांचे जीवनही शिल्पांमध्ये दाखवले गेले आहे.

चित्रकला

जरी चालुक्य काळातील चित्रकलेचे अवशेष मर्यादित प्रमाणात उपलब्ध असले तरी चित्रकलेची समृद्ध परंपरा अस्तित्वात होती. मंदिरांच्या भिंती आणि राजवाड्यांमध्ये चित्रे काढली जात असत. धार्मिक कथा, राजदरबार, युद्धदृश्ये, निसर्ग आणि सामाजिक जीवन यांचे चित्रण करण्यात येत असे. रंगसंगती आणि रेखाटनातील कौशल्यामुळे चित्रांना विशेष आकर्षण प्राप्त झाले.

साहित्याचा विकास

चालुक्य राजांनी विद्वान, कवी आणि साहित्यिकांना मोठ्या प्रमाणावर आश्रय दिला. संस्कृत ही विद्वत्तेची प्रमुख भाषा होती, परंतु स्थानिक भाषांचाही विकास सुरू झाला. राजदरबारात काव्य, व्याकरण, तत्त्वज्ञान, धर्मशास्त्र आणि इतिहास यांवरील ग्रंथांची निर्मिती होत असे. साहित्यामुळे धार्मिक आणि सांस्कृतिक विचारांचा प्रसार झाला.

विद्वानांना दिलेल्या आश्रयामुळे चालुक्य दरबार ज्ञान आणि संस्कृतीचे केंद्र बनला.

संगीत आणि नृत्य

चालुक्यकालीन समाजात संगीत आणि नृत्याला विशेष स्थान होते. धार्मिक उत्सव, मंदिर समारंभ आणि राजदरबारांमध्ये संगीताचे कार्यक्रम आयोजित केले जात असत. वीणा, मृदंग, बासरी आणि इतर वाद्यांचा वापर केला जात असे. नृत्यकला धार्मिक आणि सांस्कृतिक जीवनाचा महत्त्वाचा भाग होती. मंदिरांवरील शिल्पांमध्ये नर्तक आणि संगीतकार यांचे सुंदर चित्रण आढळते. त्यामुळे त्या काळातील सांस्कृतिक समृद्धीची कल्पना येते.

कला आणि धर्म

चालुक्यकालीन कलेचा धर्माशी अतिशय जवळचा संबंध होता. मंदिरे ही केवळ उपासनेची स्थळे नव्हती, तर कला आणि संस्कृतीची केंद्रे होती. शिल्पे, चित्रे, संगीत आणि नृत्य यांद्वारे धार्मिक विचार लोकांपर्यंत पोहोचवले जात. त्यामुळे धर्म आणि कला यांचा परस्पर विकास झाला.

सांस्कृतिक वारसा

चालुक्यांनी निर्माण केलेला सांस्कृतिक वारसा भारतीय इतिहासात अत्यंत महत्त्वाचा आहे. मंदिर स्थापत्य, शिल्पकला, साहित्य आणि धार्मिक परंपरा यांवर त्यांचा दीर्घकालीन प्रभाव पडला.पुढील राष्ट्रकूट, होयसळ, यादव आणि विजयनगर राजसत्तांनी चालुक्य स्थापत्य आणि कलापरंपरांचा स्वीकार केला. त्यामुळे चालुक्यांचा प्रभाव अनेक शतकांपर्यंत टिकून राहिला.आजही बदामी, ऐहोळे आणि पट्टदकल येथील स्मारके भारतीय सांस्कृतिक वैभवाची साक्ष देतात.

समाजजीवनाचे प्रतिबिंब

चालुक्यकालीन कला ही त्या काळातील समाजजीवनाचे जिवंत प्रतिबिंब आहे. शिल्पे आणि स्थापत्यांमधून लोकांची वेशभूषा, दागिने, नृत्य, संगीत, धार्मिक श्रद्धा आणि दैनंदिन जीवन यांची माहिती मिळते.इतिहासकारांसाठी या कलाकृती अमूल्य ऐतिहासिक स्रोत मानल्या जातात.

११.६ चालुक्य साम्राज्याचा ऱ्हास, पतनाची कारणे, उत्तरकालीन राजे आणि महाराष्ट्रावरील प्रभाव

प्रस्तावना

चालुक्य साम्राज्य हे दख्खनच्या इतिहासातील सर्वात प्रभावशाली आणि वैभवशाली राजसत्तांपैकी एक होते. इ.स. सहाव्या शतकापासून आठव्या शतकापर्यंत त्यांनी दख्खनच्या राजकीय, सामाजिक, धार्मिक आणि सांस्कृतिक जीवनावर मोठा प्रभाव टाकला. **Pulakeshin II** यांच्या काळात चालुक्य साम्राज्याने वैभवाचे सर्वोच्च शिखर गाठले. परंतु इतिहासातील प्रत्येक साम्राज्याप्रमाणे चालुक्य साम्राज्यालाही ऱ्हास आणि पतनाचा सामना करावा लागला. अंतर्गत संघर्ष, सततची युद्धे, आर्थिक अडचणी आणि नव्या शक्तींचा उदय यांमुळे चालुक्य सत्ता हळूहळू दुर्बल

झाली. अखेरीस आठव्या शतकाच्या मध्यात त्यांचे साम्राज्य कोसळले. तथापि, त्यांचा सांस्कृतिक आणि प्रशासकीय वारसा पुढील अनेक शतकांपर्यंत टिकून राहिला.

चालुक्य साम्राज्याचे वैभव आणि विस्तार

चालुक्यांनी दख्खनमध्ये एक विशाल आणि संघटित साम्राज्य निर्माण केले होते. महाराष्ट्र, कर्नाटक, तेलंगणा, आंध्र प्रदेश, गुजरातचा काही भाग आणि मध्य भारतातील प्रदेश त्यांच्या अधिपत्याखाली होते. मजबूत प्रशासन, सक्षम लष्कर, विकसित व्यापारव्यवस्था आणि समृद्ध सांस्कृतिक जीवन यांमुळे साम्राज्य शक्तिशाली बनले.पुलकेशी द्वितीयच्या कारकीर्दीत चालुक्यांनी उत्तर भारतातील **Harshavardhana** याच्या दक्षिणेकडील विस्ताराला अटकाव केला. या विजयामुळे त्यांची कीर्ती संपूर्ण भारतात पसरली. परंतु एवढ्या विशाल साम्राज्याचे व्यवस्थापन करणे ही मोठी जबाबदारी होती आणि पुढे याच विशालतेमुळे अनेक समस्या निर्माण झाल्या.

पल्लवांशी दीर्घकालीन संघर्ष

चालुक्य साम्राज्याच्या ऱ्हासाचे एक प्रमुख कारण म्हणजे दक्षिण भारतातील **Pallava Dynasty** यांच्याशी झालेला दीर्घकालीन संघर्ष होय. चालुक्य आणि पल्लव यांच्यात अनेक दशके युद्धे झाली.

या संघर्षामुळे दोन्ही राज्यांची मोठ्या प्रमाणावर मनुष्यहानी आणि आर्थिक हानी झाली. युद्धासाठी प्रचंड खर्च करावा लागत होता. शेती, व्यापार आणि प्रशासनावर त्याचा परिणाम झाला.पल्लव राजा **Narasimhavarman I** याने चालुक्य राजधानी बदामीवर आक्रमण करून मोठा धक्का दिला. जरी चालुक्यांनी नंतर सत्ता पुनर्स्थापित केली, तरी त्यांच्या सामर्थ्यावर त्याचा दीर्घकालीन परिणाम झाला.

उत्तराधिकाराचे प्रश्न

चालुक्य राजघराण्यात वेळोवेळी उत्तराधिकाराचे प्रश्न निर्माण झाले. एखाद्या शक्तिशाली राजाच्या मृत्यूनंतर त्याचा उत्तराधिकारी तितकाच सक्षम असेलच असे नव्हते. राजसिंहासनासाठी होणाऱ्या संघर्षांमुळे राज्यात अस्थिरता निर्माण होत असे. राजघराण्यातील अंतर्गत कलहामुळे

प्रशासन कमकुवत झाले. अनेक वेळा प्रांतिक सरदारांनी या परिस्थितीचा फायदा घेऊन स्वतःची शक्ती वाढवली.

सामंतांची वाढती शक्ती

चालुक्य साम्राज्यात अनेक प्रादेशिक सरदार आणि मांडलिक राजे होते. साम्राज्य मजबूत असताना हे सरदार राजाच्या अधीन राहात असत. परंतु केंद्रीय सत्ता दुर्बल होताच त्यांनी अधिक स्वायत्ततेची मागणी सुरू केली. अनेक सामंतांनी स्वतःची लष्करे उभारली आणि स्वतंत्र राजकीय महत्त्व प्राप्त केले. त्यामुळे केंद्रीय सत्तेचे नियंत्रण कमी होत गेले. ही प्रक्रिया साम्राज्याच्या विघटनाला कारणीभूत ठरली.

आर्थिक अडचणी

सततची युद्धे, मोठे लष्कर आणि विशाल प्रशासन यांमुळे राज्यावर आर्थिक ताण वाढत गेला. महसूल गोळा करण्यामध्ये अडचणी निर्माण झाल्या. मोठ्या प्रमाणावर दिल्या जाणाऱ्या भूमिदानांमुळे काही प्रदेशांमधून मिळणारे कर उत्पन्न कमी झाले. युद्धांमुळे शेती आणि व्यापार यांनाही फटका बसला. परिणामी राज्याच्या आर्थिक शक्तीत हळूहळू घट झाली.

राष्ट्रकूटांचा उदय

चालुक्य साम्राज्याच्या पतनाचे सर्वात महत्त्वाचे कारण म्हणजे **Rashtrakuta Dynasty** या नव्या शक्तिशाली राजवंशाचा उदय होय.राष्ट्रकूट सुरुवातीला चालुक्यांचे मांडलिक होते. परंतु कालांतराने त्यांनी स्वतःची शक्ती वाढवली. चालुक्यांची सत्ता दुर्बल झाल्यानंतर त्यांनी स्वातंत्र्य मिळवले. राष्ट्रकूट शासक **Dantidurga** याने चालुक्यांविरुद्ध यशस्वी मोहिमा केल्या. अखेरीस इ.स. ७५३ च्या आसपास राष्ट्रकूटांनी चालुक्य सत्तेचा पराभव करून दख्खनमध्ये स्वतःचे साम्राज्य स्थापन केले.

चालुक्य साम्राज्याचा अंत

राष्ट्रकूटांच्या विजयामुळे प्रारंभीच्या चालुक्य साम्राज्याचे स्वतंत्र अस्तित्व संपुष्टात आले. अनेक प्रदेश राष्ट्रकूटांच्या नियंत्रणाखाली गेले. राजकीय सत्ता नष्ट झाली असली तरी चालुक्यांनी निर्माण केलेली प्रशासनिक, धार्मिक आणि सांस्कृतिक परंपरा पुढील राज्यकर्त्यांनी स्वीकारली.

त्यामुळे चालुक्यांचा प्रभाव त्यांच्या पतनानंतरही कायम राहिला.

महाराष्ट्रावरील प्रभाव

चालुक्यांचा महाराष्ट्राच्या इतिहासावर खोल आणि दीर्घकालीन प्रभाव पडला. महाराष्ट्रातील अनेक प्रदेश चालुक्य साम्राज्याचा भाग होते. त्यांनी व्यापारमार्ग सुरक्षित केले, शेतीला प्रोत्साहन दिले आणि धार्मिक संस्थांना आश्रय दिला.त्यांच्या प्रशासनामुळे स्थानिक स्वराज्य, ग्रामव्यवस्था आणि महसूल पद्धती अधिक मजबूत झाल्या. पुढील अनेक राजसत्तांनी या परंपरा स्वीकारल्या.

धर्म आणि संस्कृतीवरील प्रभाव

चालुक्यांनी धार्मिक सहिष्णुतेचे धोरण स्वीकारले. हिंदू, जैन आणि बौद्ध धर्मांना त्यांनी संरक्षण दिले. मंदिरनिर्मिती, धार्मिक केंद्रे आणि शिक्षणसंस्था यांमुळे सांस्कृतिक विकासाला चालना मिळाली. त्यांच्या काळातील धार्मिक विचार पुढील अनेक शतकांपर्यंत समाजावर प्रभाव टाकत राहिले.

कला आणि स्थापत्याचा वारसा

चालुक्यांचा सर्वात मोठा वारसा म्हणजे त्यांची स्थापत्यकला आणि शिल्पकला होय. **Badami Cave Temples, Aihole** आणि **Pattadakal** येथील मंदिरे आजही त्यांच्या कलात्मक वैभवाची साक्ष देतात.या स्थापत्यशैलीचा प्रभाव पुढील राष्ट्रकूट, होयसळ, यादव आणि विजयनगर स्थापत्यावर स्पष्टपणे दिसून येतो.

भारतीय इतिहासातील स्थान

भारतीय इतिहासात चालुक्यांना उत्तर आणि दक्षिण भारत यांच्यातील सांस्कृतिक दुवा मानले जाते. त्यांनी दख्खनमध्ये राजकीय स्थैर्य निर्माण केले आणि कला, साहित्य, धर्म व स्थापत्यकलेचा विकास घडवून आणला.त्यांच्या कारकीर्दीत निर्माण झालेली सांस्कृतिक परंपरा भारतीय संस्कृतीचा अविभाज्य भाग बनली. त्यामुळे चालुक्यांचा इतिहास हा केवळ एका राजवंशाचा इतिहास नसून संपूर्ण दख्खनच्या सांस्कृतिक उत्क्रांतीचा इतिहास आहे.

प्रकरण १२ : राष्ट्रकूट साम्राज्य — उदय, विस्तार, प्रमुख राजे आणि महाराष्ट्रातील सत्तास्थापना

प्रस्तावना

भारतीय इतिहासातील मध्ययुगीन कालखंडात दख्खन प्रदेशावर राज्य करणाऱ्या सर्वात सामर्थ्यशाली आणि कीर्तीमान राजवंशांपैकी राष्ट्रकूट राजवंशाचे स्थान अत्यंत महत्त्वाचे आहे. इ.स. आठव्या शतकापासून दहाव्या शतकाच्या अखेरीपर्यंत राष्ट्रकूटांनी दख्खनमध्ये एक विशाल साम्राज्य निर्माण केले. महाराष्ट्राच्या राजकीय, सामाजिक, आर्थिक, धार्मिक आणि सांस्कृतिक इतिहासावर या राजवंशाचा खोलवर परिणाम झाला. चालुक्य साम्राज्याच्या ऱ्हासानंतर उदयास आलेल्या राष्ट्रकूटांनी केवळ दख्खनमध्येच नव्हे तर उत्तर भारतापर्यंत आपली सत्ता

आणि प्रभाव प्रस्थापित केला. राष्ट्रकूट राजे पराक्रमी योद्धे, कुशल प्रशासक, कला आणि साहित्याचे आश्रयदाता तसेच धार्मिकदृष्ट्या सहिष्णू होते. त्यांच्या काळात महाराष्ट्रात व्यापार, शेती, शिक्षण, स्थापत्यकला, शिल्पकला आणि साहित्य यांचा उल्लेखनीय विकास झाला. विशेषतः वेरूळ येथील कैलास मंदिर हे राष्ट्रकूटांच्या स्थापत्य आणि कलात्मक वैभवाचे जगप्रसिद्ध उदाहरण मानले जाते.

राष्ट्रकूटांचा उगम

राष्ट्रकूटांच्या उगमाबाबत इतिहासकारांमध्ये विविध मते आढळतात. काही इतिहासकारांच्या मते राष्ट्रकूट हे दख्खनमधील स्थानिक क्षत्रिय घराणे होते, तर काहींच्या मते त्यांचा संबंध प्राचीन रट्ट किंवा राष्ट्रिक समुदायाशी होता. सम्राट **Ashoka** यांच्या शिलालेखांमध्ये "राष्ट्रिक" नावाच्या समूहाचा उल्लेख आढळतो. काही विद्वान राष्ट्रकूटांचा संबंध याच समूहाशी जोडतात.प्रारंभी राष्ट्रकूट हे चालुक्यांचे मांडलिक म्हणून कार्य करत होते. त्यांनी चालुक्यांच्या अधीन राहून आपली लष्करी आणि प्रशासकीय

शक्ती वाढवली. पुढे चालुक्य साम्राज्य दुर्बल झाल्यावर त्यांनी स्वतंत्र सत्ता स्थापन करण्याचा मार्ग स्वीकारला.

दंतिदुर्ग : राष्ट्रकूट साम्राज्याचा संस्थापक

Dantidurga हा राष्ट्रकूट साम्राज्याचा वास्तविक संस्थापक मानला जातो. इ.स. आठव्या शतकाच्या मध्यात त्याने राष्ट्रकूट सत्तेची पायाभरणी केली. दंतिदुर्गाने चालुक्यांच्या दुर्बलतेचा फायदा घेत त्यांच्याविरुद्ध यशस्वी मोहिमा केल्या. इ.स. ७५३ च्या सुमारास त्याने चालुक्य सम्राटाचा पराभव करून स्वतंत्र सत्ता स्थापन केली. या विजयामुळे दख्खनमध्ये चालुक्य सत्तेचा अंत झाला आणि राष्ट्रकूटांच्या नवीन युगाची सुरुवात झाली. दंतिदुर्गाने विदर्भ, मराठवाडा, कर्नाटक आणि आसपासच्या प्रदेशांवर आपले नियंत्रण प्रस्थापित केले. त्याने राष्ट्रकूट सत्तेचा भक्कम पाया घातला.

कृष्ण प्रथम : साम्राज्यविस्तार आणि सांस्कृतिक वैभव

दंतिदुर्गानंतर त्याचा काका **Krishna I** सत्तेवर आला. तो राष्ट्रकूट इतिहासातील अत्यंत महत्त्वाचा शासक मानला जातो. कृष्ण प्रथमने राज्याचा मोठ्या प्रमाणावर विस्तार

केला. त्याने दक्षिण भारतातील अनेक प्रदेशांवर विजय मिळवला आणि राष्ट्रकूट साम्राज्य अधिक मजबूत केले.त्याच्या कारकीर्दीतील सर्वात मोठी कामगिरी म्हणजे **Kailasa Temple, Ellora** या भव्य मंदिराची निर्मिती होय. संपूर्ण डोंगर कोरून तयार केलेले हे मंदिर भारतीय स्थापत्यकलेतील एक अद्‌वितीय चमत्कार मानले जाते.

कैलास मंदिर : राष्ट्रकूट वैभवाचे प्रतीक

Kailasa Temple, Ellora हे राष्ट्रकूटांच्या कलात्मक आणि स्थापत्य कौशल्याचे सर्वोच्च उदाहरण मानले जाते. हे मंदिर एका अखंड खडकातून वरपासून खाली कोरून तयार करण्यात आले आहे. मंदिरामध्ये रामायण, महाभारत आणि पुराणांतील प्रसंगांचे अप्रतिम शिल्पांकन केलेले आहे. जगातील सर्वात मोठ्या एकाश्म स्थापत्यांपैकी याची गणना केली जाते. हे मंदिर केवळ धार्मिक स्थळ नसून राष्ट्रकूटांच्या सामर्थ्य, संपन्नता आणि कलाप्रेमाचे प्रतीक आहे.

ध्रुव धारावर्ष

Dhruva Dharavarsha हा राष्ट्रकूटांचा आणखी एक पराक्रमी शासक होता. त्याने दक्षिण भारताबरोबरच उत्तर भारतातही लष्करी मोहिमा केल्या. त्याने अनेक प्रतिस्पर्धी राजांना पराभूत करून राष्ट्रकूटांचा प्रभाव वाढवला. त्याच्या विजयांमुळे राष्ट्रकूटांची कीर्ती संपूर्ण भारतात पसरली. ध्रुवच्या काळात राष्ट्रकूट साम्राज्य अखिल भारतीय राजकारणातील महत्त्वाची शक्ती बनले.

गोविंद तृतीय : राष्ट्रकूट सामर्थ्याचा उत्कर्ष

Govinda III हा राष्ट्रकूटांचा सर्वात यशस्वी आणि पराक्रमी सम्राट मानला जातो.त्याने उत्तर भारतातील अनेक राजांवर विजय मिळवला. त्याच्या मोहिमांमुळे राष्ट्रकूटांचा प्रभाव हिमालयापासून दक्षिणेतील कन्याकुमारीपर्यंत पसरल्याचे उल्लेख आढळतात.गोविंद तृतीयच्या काळात राष्ट्रकूट साम्राज्याने राजकीय वैभवाचे सर्वोच्च शिखर गाठले. त्याच्या पराक्रमामुळे राष्ट्रकूटांना संपूर्ण भारतात मान्यता मिळाली.

अमोघवर्ष प्रथम : शांतता आणि संस्कृतीचा काळ

Amoghavarsha I हा राष्ट्रकूट इतिहासातील सर्वात विद्वान आणि संस्कृतीप्रेमी शासक मानला जातो.

त्याने युद्धांपेक्षा शांतता, प्रशासन, साहित्य आणि धर्म यांना अधिक महत्त्व दिले. त्याच्या कारकीर्दीत शिक्षण, साहित्य, कला आणि धार्मिक जीवन यांचा मोठा विकास झाला. तो स्वतः विद्वान होता. त्याच्या काळात कन्नड आणि संस्कृत साहित्याला विशेष प्रोत्साहन मिळाले. त्यामुळे राष्ट्रकूटांचा दरबार ज्ञान आणि संस्कृतीचे केंद्र बनला.

महाराष्ट्रातील राष्ट्रकूट सत्ता

राष्ट्रकूटांच्या इतिहासात महाराष्ट्राला विशेष स्थान होते. विदर्भ, मराठवाडा आणि पश्चिम महाराष्ट्रातील अनेक प्रदेश राष्ट्रकूट साम्राज्याचा भाग होते. महाराष्ट्रातील व्यापारी मार्ग, कृषी उत्पादन आणि धार्मिक केंद्रे यांमुळे हा प्रदेश आर्थिकदृष्ट्या अत्यंत महत्त्वाचा होता. राष्ट्रकूटांनी येथे प्रशासन मजबूत केले आणि आर्थिक विकासाला चालना दिली. वेरूळ, पैठण, नाशिक आणि इतर महत्त्वाची केंद्रे राष्ट्रकूट काळात समृद्ध झाली.

राष्ट्रकूट साम्राज्याचे विस्तारलेले स्वरूप -- राष्ट्रकूट साम्राज्याच्या प्रभावाखाली पुढील प्रदेश आले होते:महाराष्ट्र, कर्नाटक ,तेलंगणा ,आंध्र प्रदेश ,गुजरातचा मोठा भाग ,मध्य प्रदेशातील काही प्रदेश उत्तर भारतातील काही भागांवर प्रभाव ,या विशाल विस्तारामुळे राष्ट्रकूट हे दख्खनमधील सर्वात शक्तिशाली साम्राज्य बनले.

भारतीय इतिहासातील स्थान

राष्ट्रकूटांनी उत्तर आणि दक्षिण भारत यांच्यातील राजकीय आणि सांस्कृतिक संबंध मजबूत केले. त्यांनी व्यापार, कला, साहित्य, स्थापत्यकला आणि धर्म यांना प्रोत्साहन दिले. त्यांच्या काळात दख्खन प्रदेश भारतीय उपखंडातील प्रमुख राजकीय आणि सांस्कृतिक केंद्र बनला. त्यामुळे राष्ट्रकूटांचे स्थान भारतीय इतिहासात अत्यंत मानाचे मानले जाते.

१२.३ राष्ट्रकूटकालीन समाजजीवन, स्त्रियांचे स्थान, शिक्षण, वेशभूषा, आहारसंस्कृती, व्यापार आणि दैनंदिन जीवन

प्रस्तावना

राष्ट्रकूटांचा कालखंड हा दख्खनच्या सामाजिक, आर्थिक आणि सांस्कृतिक इतिहासातील अत्यंत समृद्ध काळ मानला जातो. इ.स. आठव्या ते दहाव्या शतकादरम्यान राष्ट्रकूट साम्राज्याने महाराष्ट्रासह विस्तृत प्रदेशावर राज्य केले. या काळात समाजजीवन संघटित, आर्थिकदृष्ट्या सक्षम आणि सांस्कृतिकदृष्ट्या विकसित होते. शेती, व्यापार, उद्योगधंदे, शिक्षण, धर्म आणि कला यांचा समाजाच्या घडणीत महत्त्वाचा वाटा होता. राष्ट्रकूट राजांनी

शांतता, सुव्यवस्था आणि व्यापाराला प्रोत्साहन दिल्यामुळे लोकांचे जीवनमान उंचावले. शिलालेख, ताम्रपट, साहित्य, शिल्पकला आणि स्थापत्यकलेच्या आधारे या काळातील समाजजीवनाचे सविस्तर चित्र आपल्यासमोर उभे राहते.

समाजरचना

राष्ट्रकूटकालीन समाज विविध सामाजिक घटकांनी बनलेला होता. समाजात वर्णव्यवस्था अस्तित्वात होती, परंतु व्यवसायाधारित जाती आणि उपजातींचे महत्त्वही वाढले होते. ब्राह्मण, क्षत्रिय, वैश्य आणि शूद्र हे प्रमुख सामाजिक घटक होते. ब्राह्मण वर्ग धार्मिक कार्ये, शिक्षण आणि ज्ञानप्रसारामध्ये कार्यरत होता. क्षत्रिय वर्ग राज्यसंरक्षण आणि प्रशासनाशी संबंधित होता. वैश्य वर्ग व्यापार, शेती आणि पशुपालनामध्ये गुंतलेला होता. शूद्र वर्ग हस्तकला, सेवा आणि उत्पादन व्यवसायांमध्ये कार्यरत होता. समाजात परस्परावलंबित्वाची भावना होती. विविध व्यवसायांमुळे आर्थिक जीवन गतिमान राहिले.

कुटुंबव्यवस्था

संयुक्त कुटुंबपद्धती ही राष्ट्रकूटकालीन समाजाची प्रमुख वैशिष्ट्य होती. एका घरात अनेक पिढ्या एकत्र राहत असत. कुटुंबातील ज्येष्ठ व्यक्तीला विशेष मान दिला जात असे. कुटुंब हे सामाजिक, आर्थिक आणि धार्मिक जीवनाचे केंद्र होते. शेती, व्यापार आणि उद्योगांमध्ये कुटुंबातील सर्व सदस्य योगदान देत असत. कुटुंबातील परस्पर सहकार्यामुळे सामाजिक स्थैर्य टिकून राहिले. कुटुंबात वृद्ध व्यक्तींचे मार्गदर्शन महत्त्वाचे मानले जात असे आणि त्यांच्या अनुभवाचा लाभ सर्व सदस्य घेत असत.

स्त्रियांचे स्थान

राष्ट्रकूटकालीन समाजात स्त्रियांना तुलनेने सन्मानाचे स्थान होते. राजघराण्यातील स्त्रिया धार्मिक, सामाजिक आणि काही वेळा प्रशासकीय कार्यांमध्ये सहभागी होत असत. अनेक राण्यांनी मंदिरनिर्मिती, दानधर्म आणि सांस्कृतिक उपक्रमांना प्रोत्साहन दिले. सामान्य स्त्रिया घरव्यवस्था सांभाळण्याबरोबरच शेती, पशुपालन आणि इतर आर्थिक कामांमध्येही मदत करत असत. स्त्रियांना धार्मिक विधींमध्ये सहभागी होण्याचा अधिकार होता. काही

उच्चवर्णीय स्त्रियांना शिक्षणाची संधी उपलब्ध होती. संगीत, नृत्य आणि साहित्य यांमध्येही स्त्रियांचा सहभाग आढळतो.

विवाहसंस्था

विवाह हा समाजातील अत्यंत महत्त्वाचा संस्कार मानला जात असे. विवाहामुळे दोन कुटुंबांमध्ये सामाजिक आणि धार्मिक संबंध प्रस्थापित होत असत. बहुतेक विवाह कुटुंबांच्या संमतीने होत असत. विवाहसोहळे धार्मिक विधी आणि उत्सवांनी संपन्न होत असत. विवाहानंतर स्त्रीला कुटुंबात महत्त्वाचे स्थान प्राप्त होत असे. विवाहसंस्थेमुळे सामाजिक शिस्त आणि कुटुंबव्यवस्था मजबूत राहिली.

शिक्षणव्यवस्था

राष्ट्रकूट काळात शिक्षणाला विशेष महत्त्व होते. मंदिरे, मठ, आश्रम आणि विद्यामंदिरे ही शिक्षणाची प्रमुख केंद्रे होती. विद्यार्थ्यांना वेद, व्याकरण, गणित, ज्योतिष, तत्त्वज्ञान, धर्मशास्त्र, राज्यशास्त्र आणि साहित्य यांचे शिक्षण दिले जात असे. गुरु-शिष्य परंपरेवर आधारित शिक्षणपद्धती प्रचलित होती.शिक्षणाचा उद्देश केवळ ज्ञानप्राप्ती नसून

नैतिक मूल्यांचा विकास, चारित्र्यनिर्मिती आणि समाजसेवेची भावना निर्माण करणे हा होता.

भाषा आणि साहित्य

राष्ट्रकूट काळात संस्कृत, प्राकृत आणि कन्नड भाषांचा मोठ्या प्रमाणावर विकास झाला. राजदरबारात विद्वान, कवी आणि साहित्यिकांना आश्रय दिला जात असे.धार्मिक ग्रंथ, काव्य, व्याकरण, तत्त्वज्ञान आणि इतिहास यांवरील साहित्यनिर्मिती झाली. साहित्यामुळे ज्ञानाचा प्रसार झाला आणि सांस्कृतिक जीवन समृद्ध झाले.या काळातील साहित्य भारतीय ज्ञानपरंपरेचा महत्त्वाचा भाग मानले जाते.

वेशभूषा

राष्ट्रकूटकालीन लोकांची वेशभूषा साधी, आकर्षक आणि प्रदेशानुसार बदलणारी होती. पुरुष सामान्यतः धोतर, उत्तरीय आणि फेटा परिधान करत असत. राजे, सरदार आणि अधिकारी रेशमी आणि भरजरी वस्त्रे वापरत असत.

स्त्रिया विविध प्रकारची साडीसदृश वस्त्रे परिधान करत असत. कापूस आणि रेशीम यांचा मोठ्या प्रमाणावर वापर

होत असे.शिल्पांमधून त्या काळातील वस्त्रांची रचना, घडी आणि अलंकरण यांची माहिती मिळते.

दागिने आणि अलंकार

राष्ट्रकूटकालीन समाजात दागिन्यांना विशेष महत्त्व होते. स्त्रिया आणि पुरुष दोघेही विविध प्रकारचे अलंकार वापरत असत. हार, बांगड्या, कडे, अंगठ्या, कर्णभूषणे, पैंजण आणि कमरपट्टे यांचा वापर मोठ्या प्रमाणावर केला जात असे. सोनं, चांदी, मोती आणि मौल्यवान रत्नांपासून दागिने तयार केले जात.दागिने हे केवळ सौंदर्यवर्धनाचे साधन नसून सामाजिक प्रतिष्ठेचे प्रतीकही मानले जात.

आहारसंस्कृती

राष्ट्रकूटकालीन लोकांचा प्रमुख व्यवसाय शेती असल्यामुळे धान्य हा आहाराचा मुख्य आधार होता. तांदूळ, ज्वारी, बाजरी, गहू आणि विविध कडधान्यांचा वापर मोठ्या प्रमाणावर होत असे.दूध, दही, तूप, लोणी, भाज्या आणि फळे यांचाही आहारात समावेश असे. विविध मसाल्यांचा वापर करून चविष्ट पदार्थ तयार केले जात. सण, उत्सव आणि धार्मिक कार्यक्रमांच्या वेळी विशेष खाद्यपदार्थ बनवले

जात. आहार साधा, पौष्टिक आणि स्थानिक उत्पादनांवर आधारित होता.

शेती आणि ग्रामीण जीवन

राष्ट्रकूटकालीन अर्थव्यवस्थेचा पाया शेती होता. बहुसंख्य जनता गावांमध्ये राहत होती आणि शेतीवर अवलंबून होती. तलाव, विहिरी आणि कालव्यांच्या सहाय्याने सिंचन केले जात असे. धान्य, कडधान्ये, कापूस, ऊस आणि विविध फळपिके घेतली जात. गावांमध्ये शेतकरी, सुतार, लोहार, कुंभार, विणकर आणि इतर कारागीर राहत असत. ग्रामीण जीवन परस्पर सहकार्यावर आधारित होते.

व्यापार आणि उद्योग

राष्ट्रकूट काळात व्यापार आणि उद्योगधंद्यांचा मोठा विकास झाला. देशांतर्गत आणि परदेशी व्यापार दोन्ही भरभराटीस आले. कापडनिर्मिती, धातुकाम, दागिनेनिर्मिती, मातीची भांडी, शिल्पकला आणि लाकडी वस्तू तयार करण्याचे उद्योग विकसित झाले होते.महाराष्ट्रातील अनेक व्यापारी केंद्रे आर्थिकदृष्ट्या समृद्ध झाली. व्यापारी संघटनांचा व्यापारामध्ये महत्त्वाचा वाटा होता.

नागरी जीवन

शहरे ही प्रशासन, व्यापार, शिक्षण आणि संस्कृतीची केंद्रे होती. बाजारपेठा, मंदिरे, व्यापारी वसाहती आणि कारागिरांची केंद्रे यांमुळे शहरी जीवन विकसित झाले. शहरांमध्ये व्यापारी, अधिकारी, विद्वान, कलाकार आणि कारागीर राहत असत. त्यामुळे आर्थिक आणि सांस्कृतिक जीवनाला गती मिळाली.

मनोरंजन आणि सांस्कृतिक जीवन

राष्ट्रकूटकालीन समाजात संगीत, नृत्य, नाटक आणि काव्य यांना विशेष स्थान होते. धार्मिक उत्सव, जत्रा आणि राजदरबारातील कार्यक्रमांमध्ये कलांचे सादरीकरण केले जात असे. वीणा, मृदंग, बासरी आणि इतर वाद्यांचा वापर केला जात असे. नृत्यकला आणि गायनकलेचा मोठ्या प्रमाणावर विकास झाला.सांस्कृतिक कार्यक्रमांमुळे समाजातील ऐक्य आणि सांस्कृतिक जाणीव वाढली.

धार्मिक जीवनाचा प्रभाव

धर्माचा समाजजीवनावर मोठा प्रभाव होता. मंदिरांमध्ये पूजा, धार्मिक प्रवचने, शिक्षण आणि सांस्कृतिक कार्यक्रम आयोजित केले जात असत. धर्मामुळे नैतिक मूल्ये, सामाजिक शिस्त आणि परस्पर सहकार्याची भावना दृढ झाली. विविध धर्मांच्या सहअस्तित्वामुळे समाजात धार्मिक सहिष्णुता निर्माण झाली.

१२.४ राष्ट्रकूटकालीन धर्म, धार्मिक जीवन, मंदिरे, धार्मिक सहिष्णुता आणि तत्वज्ञान

प्रस्तावना

राष्ट्रकूटांचा कालखंड हा भारतीय धार्मिक आणि सांस्कृतिक इतिहासातील अत्यंत महत्त्वाचा कालखंड मानला जातो. इ.स. आठव्या ते दहाव्या शतकादरम्यान राष्ट्रकूटांनी दख्खनमध्ये एक विशाल आणि शक्तिशाली साम्राज्य निर्माण केले. या काळात धर्म हा समाजजीवनाचा केंद्रबिंदू होता. धार्मिक श्रद्धा, पूजा-अर्चा, मंदिरसंस्कृती, दानधर्म, शिक्षण आणि कला यांचा समाजाच्या घडणीत महत्त्वाचा वाटा होता. राष्ट्रकूट राजे विविध धर्मांबद्दल आदर बाळगत असत. त्यांनी हिंदू, जैन आणि बौद्ध धर्मांना संरक्षण आणि प्रोत्साहन दिले. त्यामुळे धार्मिक सहिष्णुता, सामाजिक शांतता आणि सांस्कृतिक समृद्धी यांचा विकास झाला.

धार्मिक वातावरण

राष्ट्रकूटकालीन समाजात धर्माला अत्यंत महत्त्वाचे स्थान होते. प्रत्येक व्यक्तीच्या जीवनातील जन्म, उपनयन, विवाह, मृत्यू आणि इतर संस्कार धार्मिक विधींनुसार पार पाडले जात असत. धर्म हा केवळ वैयक्तिक श्रद्धेचा विषय नव्हता, तर तो सामाजिक जीवन, शिक्षण, नैतिकता आणि राज्यकारभाराशीही संबंधित होता. राजे, सरदार, व्यापारी आणि सामान्य जनता धार्मिक कार्यांमध्ये उत्साहाने सहभागी होत असत. मंदिरे, मठ आणि तीर्थक्षेत्रे ही धार्मिक जीवनाची प्रमुख केंद्रे होती.

धार्मिक श्रद्धेमुळे समाजात नैतिक मूल्ये, कर्तव्यभावना आणि सामाजिक एकात्मता टिकून राहिली.

हिंदू धर्माचा प्रभाव

राष्ट्रकूट काळात हिंदू धर्माचा मोठ्या प्रमाणावर विकास झाला. शिव, विष्णू, देवी, गणेश, सूर्य आणि इतर देवतांची पूजा केली जात होती. धार्मिक विधी, यज्ञ, व्रते आणि उत्सव यांना समाजात विशेष महत्त्व होते.राजे स्वतः धार्मिक कार्यांमध्ये सहभागी होत असत आणि मंदिरांना उदारपणे

दान देत असत. धार्मिक संस्थांना जमीनदान देण्याची प्रथा मोठ्या प्रमाणावर अस्तित्वात होती.हिंदू धर्मामुळे समाजात धर्मपालन, दानशीलता आणि नैतिक जीवनाला प्रोत्साहन मिळाले.

शैव परंपरा

राष्ट्रकूट राजांपैकी अनेक शासक शिवभक्त होते. त्यामुळे शैव परंपरेचा मोठ्या प्रमाणावर विकास झाला. शिवलिंगपूजा, अभिषेक, उत्सव आणि मंदिरनिर्मिती यांना विशेष प्रोत्साहन मिळाले.

शिवाला सृष्टीचा संहारक आणि पुनर्निर्माता मानले जात असे. अनेक भव्य शिवमंदिरे उभारण्यात आली. मंदिरांमध्ये नियमित पूजा, धार्मिक समारंभ आणि सांस्कृतिक कार्यक्रम आयोजित केले जात. शैव परंपरेमुळे धार्मिक जीवन अधिक संघटित झाले.

वैष्णव परंपरा

विष्णू उपासनेलाही राष्ट्रकूट काळात महत्त्वाचे स्थान होते. विष्णूला विश्वाचा पालनकर्ता मानले जात असे. राम आणि

कृष्ण या विष्णूच्या अवतारांविषयी लोकांमध्ये विशेष श्रद्धा होती. विष्णू मंदिरे, धार्मिक कथा आणि भक्तिपरंपरा यांचा समाजावर मोठा प्रभाव होता. धर्म, भक्ती, दया आणि सदाचार यांचा प्रसार वैष्णव परंपरेमुळे झाला.

शक्ती उपासना

देवीची उपासना राष्ट्रकूटकालीन धार्मिक जीवनाचा महत्त्वाचा भाग होती. दुर्गा, लक्ष्मी, सरस्वती आणि पार्वती या देवतांची पूजा मोठ्या श्रद्धेने केली जात असे. शक्तीला सृष्टीची मूलभूत ऊर्जा मानले जात होते. विविध धार्मिक उत्सवांमध्ये देवीपूजेला विशेष स्थान होते.स्त्रियांमध्ये देवीभक्तीचा प्रभाव विशेषतः दिसून येत होता.

जैन धर्माचा विकास

राष्ट्रकूट काळात जैन धर्माला विशेष राजाश्रय मिळाला. अनेक राष्ट्रकूट शासक जैन धर्माबद्दल आदर बाळगत असत. जैन साधू, विद्वान आणि धार्मिक संस्थांना मोठ्या प्रमाणावर मदत केली जात असे. जैन धर्मातील अहिंसा, सत्य, संयम आणि अपरिग्रह या तत्त्वांमुळे समाजातील अनेक घटक त्याकडे आकर्षित झाले. जैन मठ, मंदिरे आणि

शिक्षणकेंद्रे उभारण्यात आली. व्यापारी वर्गामध्ये जैन धर्माचा प्रभाव विशेषतः आढळतो.

बौद्ध धर्माचे अस्तित्व

राष्ट्रकूट काळात बौद्ध धर्माचा प्रभाव पूर्वीपेक्षा कमी झाला होता, तरी त्याचे अस्तित्व कायम होते. काही प्रदेशांमध्ये बौद्ध विहार आणि धार्मिक केंद्रे कार्यरत होती.बौद्ध भिक्षू शिक्षण, प्रवचन आणि धर्मप्रसाराचे कार्य करत असत. करुणा, अहिंसा आणि मध्यममार्ग या बौद्ध तत्त्वांचा समाजावर प्रभाव कायम होता.

धार्मिक सहिष्णुता राष्ट्रकूट राज्याचे सर्वात महत्त्वाचे वैशिष्ट्य म्हणजे धार्मिक सहिष्णुता होय. राजे एखाद्या विशिष्ट धर्माचे अनुयायी असले तरी त्यांनी इतर धर्मांवर कोणतेही बंधन घातले नाही.

हिंदू, जैन आणि बौद्ध धर्मीयांना त्यांच्या श्रद्धेनुसार जीवन जगण्याचे स्वातंत्र्य होते. विविध धर्मांच्या संस्था, विद्वान आणि साधूंना राजाश्रय मिळत असे. या धोरणामुळे समाजात शांतता, स्थैर्य आणि सांस्कृतिक समन्वय निर्माण झाला.

मंदिरसंस्कृती

राष्ट्रकूट काळात मंदिरसंस्कृतीचा मोठ्या प्रमाणावर विकास झाला. मंदिरे ही केवळ उपासनेची स्थळे नव्हती, तर ती शिक्षण, कला, संगीत, नृत्य आणि सामाजिक कार्यांची केंद्रे होती. **Kailasa Temple, Ellora** हे राष्ट्रकूट स्थापत्यकलेचे सर्वोत्तम उदाहरण मानले जाते. हे मंदिर धार्मिक श्रद्धा, स्थापत्यकौशल्य आणि कलात्मक उत्कृष्टतेचे अद्वितीय प्रतीक आहे. मंदिरांमध्ये धार्मिक विधींबरोबरच सांस्कृतिक कार्यक्रमांचे आयोजनही केले जात असे.

धर्म आणि शिक्षण

धार्मिक संस्था या शिक्षणाच्या प्रमुख केंद्रांपैकी एक होत्या. मंदिरे, मठ आणि आश्रमांमध्ये विद्यार्थ्यांना धर्म, व्याकरण, गणित, खगोलशास्त्र, तत्त्वज्ञान आणि साहित्य यांचे शिक्षण दिले जात असे.गुरु-शिष्य परंपरेवर आधारित शिक्षणपद्धतीमुळे ज्ञानाचा प्रसार झाला. धार्मिक शिक्षणाबरोबरच नैतिक मूल्ये आणि सामाजिक जबाबदारी यांवरही भर दिला जात असे.

तत्वज्ञान आणि विचार

राष्ट्रकूट काळात विविध तत्वज्ञानांचा विकास झाला. वेदांत, न्याय, योग, सांख्य आणि जैन तत्वज्ञान यांचा अभ्यास केला जात असे. विद्वानांमध्ये धार्मिक आणि तात्त्विक चर्चांची परंपरा होती. आत्मा, कर्म, मोक्ष, पुनर्जन्म आणि धर्म यांसारख्या विषयांवर सखोल विचारमंथन केले जात असे. या वैचारिक वातावरणामुळे समाजात ज्ञान, विवेक आणि बौद्धिक विकासाला चालना मिळाली.

धर्म आणि कला

राष्ट्रकूटकालीन कला ही धर्माशी अतिशय जवळून संबंधित होती. मंदिर स्थापत्य, शिल्पकला, चित्रकला, संगीत आणि नृत्य यांमध्ये धार्मिक विषयांचे चित्रण मोठ्या प्रमाणावर आढळते.देव-देवतांच्या प्रतिमा, धार्मिक कथा आणि पुराणातील प्रसंग यांचे शिल्पांकन करण्यात आले. धार्मिक श्रद्धेमुळे कलाकारांना सर्जनशीलतेची प्रेरणा मिळाली. यामुळे धर्म आणि कला यांचा एकमेकांच्या विकासात महत्त्वाचा वाटा राहिला.

महाराष्ट्रावरील प्रभाव

राष्ट्रकूटांच्या धार्मिक धोरणाचा महाराष्ट्रावर मोठा प्रभाव पडला. मंदिरे, धार्मिक केंद्रे आणि शिक्षणसंस्था यांमुळे सांस्कृतिक विकास झाला. धार्मिक सहिष्णुतेमुळे विविध पंथांमध्ये समन्वय निर्माण झाला. महाराष्ट्रातील अनेक धार्मिक परंपरांमध्ये राष्ट्रकूटकालीन प्रभाव आजही दिसून येतो.

१२.५ राष्ट्रकूटकालीन कला, स्थापत्यकला, शिल्पकला, साहित्य, शिक्षण आणि सांस्कृतिक वारसा

प्रस्तावना

राष्ट्रकूटांचा कालखंड हा भारतीय कला, स्थापत्य, साहित्य आणि संस्कृतीच्या इतिहासातील सुवर्णयुग मानला जातो. इ.स. आठव्या ते दहाव्या शतकादरम्यान राष्ट्रकूट राजांनी दख्खनमध्ये केवळ राजकीय सामर्थ्य निर्माण केले नाही, तर कला आणि संस्कृतीलाही अभूतपूर्व आश्रय दिला. त्यांच्या काळात मंदिरनिर्मिती, शिल्पकला, साहित्य, शिक्षण, संगीत आणि सांस्कृतिक जीवन यांचा मोठ्या प्रमाणावर विकास झाला. राष्ट्रकूट राजे स्वतः विद्वान, कलाप्रेमी आणि संस्कृतीचे संरक्षक होते. त्यामुळे त्यांच्या कारकीर्दीत निर्माण

झालेला सांस्कृतिक वारसा आजही भारतीय इतिहासातील अमूल्य ठेवा मानला जातो.

राष्ट्रकूटकालीन कलेचे स्वरूप

राष्ट्रकूटकालीन कला ही धार्मिक श्रद्धा, सौंदर्यदृष्टी आणि तांत्रिक कौशल्य यांचा उत्कृष्ट संगम होती. कलाकारांनी दगड, धातू आणि इतर साधनांचा वापर करून अद्वितीय कलाकृती निर्माण केल्या. मंदिरांच्या भिंती, स्तंभ, प्रवेशद्वारे आणि छतांवर सूक्ष्म कोरीवकाम करण्यात आले.या कलेमध्ये धार्मिक विषयांबरोबरच समाजजीवन, नृत्य, संगीत, युद्ध, निसर्ग आणि मानवी भावभावनांचे चित्रण केले गेले. त्यामुळे राष्ट्रकूटकालीन कला ही त्या काळातील समाजाचे जिवंत प्रतिबिंब मानली जाते.

स्थापत्यकलेचा विकास

राष्ट्रकूट काळात स्थापत्यकलेचा अत्यंत मोठा विकास झाला. मंदिरनिर्मिती हे त्यांच्या सांस्कृतिक धोरणाचे महत्त्वाचे वैशिष्ट्य होते. राष्ट्रकूट स्थापत्यकलेत भव्यता, सौंदर्य, तांत्रिक कौशल्य आणि धार्मिक भावना यांचा सुंदर मिलाफ दिसून येतो.मंदिरे बांधताना मजबूत रचना,

कलात्मक स्तंभ, सुबक शिखरे आणि आकर्षक शिल्पसजावट यांवर विशेष भर दिला जात असे. राष्ट्रकूट स्थापत्याचा प्रभाव पुढील अनेक राजसत्तांवर पडला.

वेरूळचे कैलास मंदिर

Kailasa Temple, Ellora हे राष्ट्रकूट स्थापत्यकलेचे सर्वोच्च उदाहरण मानले जाते. सम्राट **Krishna I** यांच्या काळात या मंदिराची निर्मिती झाली. हे मंदिर एका अखंड पर्वतखडकातून वरपासून खाली कोरून तयार करण्यात आले आहे. जगातील सर्वात मोठ्या एकाश्म मंदिरांपैकी याची गणना होते. मंदिरामध्ये रामायण, महाभारत आणि पुराणांतील अनेक प्रसंगांचे अप्रतिम शिल्पांकन करण्यात आले आहे.मंदिरातील प्रत्येक स्तंभ, मंडप आणि शिल्प राष्ट्रकूट कलाकारांच्या अद्वितीय कौशल्याची साक्ष देतात. हे मंदिर भारतीय स्थापत्य इतिहासातील एक आश्चर्य मानले जाते.

शिल्पकला

राष्ट्रकूटकालीन शिल्पकला भारतीय शिल्पपरंपरेतील सर्वोच्च कलात्मक अभिव्यक्तींपैकी एक मानली जाते.

कलाकारांनी दगडात जीवंतपणा निर्माण केला.शिव, विष्णू, देवी, गणेश, जैन तीर्थंकर आणि विविध पौराणिक कथांचे दृश्यरूप शिल्पांमध्ये कोरले गेले. शिल्पांमध्ये मानवी शरीररचना, वस्त्रांची घडी, दागिने, चेहऱ्यावरील भाव आणि हालचालींचे अत्यंत वास्तववादी चित्रण आढळते.धार्मिक विषयांबरोबरच सैनिक, नर्तक, संगीतकार, स्त्रिया, प्राणी आणि दैनंदिन जीवनातील प्रसंगही शिल्पांमध्ये दिसून येतात.

चित्रकला

राष्ट्रकूट काळातील चित्रकलेचे अवशेष मर्यादित प्रमाणात उपलब्ध असले तरी चित्रकलेची परंपरा विकसित होती. मंदिरे, राजप्रासाद आणि धार्मिक स्थळांच्या भिंतींवर चित्रे काढली जात असत.धार्मिक कथा, राजदरबार, युद्धदृश्ये, निसर्ग आणि लोकजीवन यांचे चित्रण चित्रांमध्ये केले जात असे. रंगसंगती, रेखाटन आणि कलात्मक मांडणीमुळे चित्रांना विशेष सौंदर्य प्राप्त झाले.चित्रकला ही धार्मिक शिक्षण आणि सांस्कृतिक अभिव्यक्तीचे प्रभावी माध्यम होती.

साहित्याचा विकास

राष्ट्रकूट राजांनी साहित्याला विशेष आश्रय दिला. त्यांच्या दरबारात अनेक विद्वान, कवी आणि तत्त्वज्ञ कार्यरत होते. संस्कृत, प्राकृत आणि कन्नड भाषांमध्ये साहित्यनिर्मिती झाली.सम्राट **Amoghavarsha I** हे स्वतः विद्वान होते. त्यांच्या काळात साहित्यनिर्मितीला विशेष चालना मिळाली. धर्म, तत्त्वज्ञान, व्याकरण, काव्य आणि राज्यकारभार यांवरील अनेक ग्रंथ लिहिले गेले. साहित्यामुळे ज्ञानाचा प्रसार झाला आणि सांस्कृतिक जीवन अधिक समृद्ध झाले.

शिक्षणव्यवस्था

राष्ट्रकूट काळात शिक्षणाला अत्यंत महत्त्व होते. मंदिरे, मठ, आश्रम आणि विद्याकेंद्रे ही शिक्षणाची प्रमुख केंद्रे होती. विद्यार्थ्यांना धर्म, व्याकरण, गणित, ज्योतिष, तत्त्वज्ञान, साहित्य आणि राज्यशास्त्र यांचे शिक्षण दिले जात असे.

गुरु-शिष्य परंपरेवर आधारित शिक्षणपद्धती प्रचलित होती. शिक्षणाचा उद्देश केवळ विद्वत्ता प्राप्त करणे नव्हे, तर चारित्र्यनिर्मिती, नैतिक मूल्ये आणि सामाजिक जबाबदारी

विकसित करणे हा होता. शिक्षणसंस्थांना राजाश्रय मिळत असल्यामुळे ज्ञानपरंपरेचा विकास झाला.

संगीतकला

संगीत हा राष्ट्रकूटकालीन सांस्कृतिक जीवनाचा महत्त्वाचा भाग होता. धार्मिक समारंभ, उत्सव आणि राजदरबारांमध्ये संगीताचे कार्यक्रम आयोजित केले जात असत.वीणा, बासरी, मृदंग आणि इतर वाद्यांचा वापर केला जात असे. गायनकलेला विशेष महत्त्व होते. संगीताचा उपयोग धार्मिक भावना व्यक्त करण्यासाठी आणि सांस्कृतिक कार्यक्रमांना आकर्षक बनवण्यासाठी केला जात असे.

नृत्यकला

नृत्यकलेचाही राष्ट्रकूट काळात मोठा विकास झाला. मंदिरांमधील धार्मिक समारंभ आणि उत्सवांमध्ये नृत्य सादर केले जात असे. शिल्पांमध्ये विविध नृत्यमुद्रांचे सुंदर चित्रण आढळते. यावरून त्या काळातील नृत्यकलेची प्रगती लक्षात येते. नृत्य ही केवळ मनोरंजनाची कला नव्हती, तर धार्मिक आणि सांस्कृतिक अभिव्यक्तीचे महत्त्वाचे माध्यम होती.

सांस्कृतिक जीवन

राष्ट्रकूटकालीन समाज सांस्कृतिकदृष्ट्या अत्यंत समृद्ध होता. सण, उत्सव, जत्रा, धार्मिक समारंभ आणि सांस्कृतिक कार्यक्रम यांमुळे सामाजिक जीवन उत्साही बनले होते. लोककला, संगीत, नृत्य, साहित्य आणि स्थापत्य यांचा समाजाच्या दैनंदिन जीवनाशी घनिष्ठ संबंध होता. राजाश्रयामुळे कलाकार आणि विद्वानांना कार्य करण्यासाठी अनुकूल वातावरण मिळाले.

महाराष्ट्रावरील प्रभाव

राष्ट्रकूटांच्या कला आणि संस्कृतीचा महाराष्ट्रावर मोठा प्रभाव पडला. वेरूळ, पैठण, नाशिक आणि इतर प्रदेशांमध्ये सांस्कृतिक विकासाला चालना मिळाली. मंदिरे, शिल्पे, साहित्य आणि धार्मिक परंपरा यांद्वारे राष्ट्रकूटांचा सांस्कृतिक वारसा महाराष्ट्रात आजही जिवंत आहे. महाराष्ट्रातील पुढील अनेक राजसत्तांनी राष्ट्रकूटांच्या सांस्कृतिक परंपरा स्वीकारल्या. सांस्कृतिक वारसाराष्ट्रकूटांनी निर्माण केलेला सांस्कृतिक वारसा भारतीय इतिहासातील अमूल्य ठेवा आहे. स्थापत्यकला,

शिल्पकला, साहित्य, संगीत आणि शिक्षण क्षेत्रांतील त्यांचे योगदान आजही अभ्यासाचा महत्त्वाचा विषय आहे.

कैलास मंदिर हे त्यांच्या कलात्मक प्रतिभेचे सर्वोच्च प्रतीक मानले जाते. त्यांच्या सांस्कृतिक कार्यामुळे भारतीय संस्कृती अधिक समृद्ध झाली.

१२.६ राष्ट्रकूट साम्राज्याचा ऱ्हास, पतनाची कारणे, उत्तरकालीन शासक आणि महाराष्ट्रावरील प्रभाव

प्रस्तावना

राष्ट्रकूट साम्राज्य हे मध्ययुगीन भारतातील सर्वात बलाढ्य आणि वैभवशाली साम्राज्यांपैकी एक होते. इ.स. आठव्या शतकाच्या मध्यापासून दहाव्या शतकाच्या अखेरीपर्यंत राष्ट्रकूटांनी दख्खनच्या राजकारणावर प्रभुत्व गाजवले. दंतिदुर्ग, कृष्ण प्रथम, गोविंद तृतीय आणि अमोघवर्ष प्रथम यांसारख्या महान शासकांनी साम्राज्याचा विस्तार करून त्याला वैभवाच्या शिखरावर नेले. परंतु इतिहासातील इतर साम्राज्यांप्रमाणे राष्ट्रकूट साम्राज्यालाही कालांतराने ऱ्हासाचा सामना करावा लागला. अंतर्गत संघर्ष, सततची युद्धे, आर्थिक दुर्बलता आणि नव्या राजसत्तांचा उदय यांमुळे

राष्ट्रकूट सत्ता कमकुवत होत गेली. अखेरीस दहाव्या शतकाच्या शेवटी राष्ट्रकूट साम्राज्याचा अंत झाला. तथापि, त्यांचा सांस्कृतिक, धार्मिक आणि प्रशासकीय वारसा पुढील अनेक शतकांपर्यंत टिकून राहिला.

राष्ट्रकूट साम्राज्याचे वैभव

राष्ट्रकूट साम्राज्याचा विस्तार महाराष्ट्र, कर्नाटक, गुजरात, तेलंगणा, आंध्र प्रदेश आणि मध्य भारतातील अनेक प्रदेशांपर्यंत झाला होता. त्यांचे साम्राज्य उत्तर भारतातील राजकारणातही प्रभावी ठरले होते. सक्षम प्रशासन, शक्तिशाली लष्कर, विकसित व्यापारव्यवस्था आणि समृद्ध सांस्कृतिक जीवन यांमुळे राष्ट्रकूट साम्राज्य भारतातील प्रमुख राजकीय शक्ती बनले. वेरूळ येथील कैलास मंदिरासारख्या कलाकृती त्यांच्या वैभवाची साक्ष देतात. परंतु विशाल साम्राज्य टिकवून ठेवण्यासाठी सतत संघर्ष करावा लागत होता आणि पुढे याच गोष्टी ऱ्हासाचे कारण बनल्या.

उत्तराधिकाराचे संघर्ष

राष्ट्रकूट साम्राज्याच्या ऱ्हासाचे एक महत्त्वाचे कारण म्हणजे उत्तराधिकाराचे प्रश्न होय. एखाद्या सामर्थ्यवान राजाच्या मृत्यूनंतर गादीवर कोण बसणार यासाठी संघर्ष निर्माण होत असे. राजघराण्यातील अंतर्गत स्पर्धेमुळे राजकीय स्थैर्य बिघडत गेले. अनेक वेळा सरदार आणि प्रादेशिक अधिकारीही या संघर्षांमध्ये सहभागी होत असत. यामुळे राज्यातील प्रशासन कमकुवत झाले आणि केंद्रीय सत्तेवरील विश्वास कमी झाला.

सततची युद्धे

राष्ट्रकूटांना त्यांच्या कारकीर्दीत अनेक शत्रूंना सामोरे जावे लागले. उत्तर भारतातील राजवंश, दक्षिणेतील चोल, पांड्य, चेर आणि इतर सत्तांशी त्यांचे वारंवार संघर्ष होत असत.

या युद्धांमुळे प्रचंड मनुष्यहानी आणि आर्थिक हानी झाली. लष्करावर होणारा खर्च वाढत गेला. युद्धांमुळे शेती, व्यापार आणि उद्योगधंद्यांनाही फटका बसला. दीर्घकालीन युद्धांमुळे राज्याची आर्थिक आणि लष्करी क्षमता कमी होत गेली.

सामंतांची वाढती शक्ती

राष्ट्रकूट साम्राज्यात अनेक मांडलिक राजे आणि सामंत होते. प्रारंभी हे सामंत राष्ट्रकूट राजांच्या नियंत्रणाखाली होते. परंतु केंद्रीय सत्ता दुर्बल होताच त्यांनी अधिक स्वायत्तता मिळवण्याचा प्रयत्न सुरू केला. काही सामंतांनी स्वतःची लष्करे उभी केली आणि स्वतंत्रपणे सत्ता चालवण्यास सुरुवात केली. त्यामुळे साम्राज्याचे एकसंध स्वरूप कमकुवत झाले. ही प्रक्रिया राष्ट्रकूट साम्राज्याच्या विघटनाला कारणीभूत ठरली.

आर्थिक अडचणी

राष्ट्रकूटांच्या ऱ्हासामागे आर्थिक कारणेही महत्त्वाची होती. युद्धखर्च, मोठे प्रशासन आणि लष्कर यामुळे राज्यावर आर्थिक ताण वाढला. अनेक धार्मिक संस्था आणि मंदिरांना दिलेल्या भूमिदानांमुळे करातून मिळणारे उत्पन्न कमी झाले. काही भागांतील अस्थिरतेमुळे व्यापारावर परिणाम झाला. महसूल कमी होत गेल्यामुळे प्रशासन आणि संरक्षणव्यवस्था टिकवणे कठीण झाले.

उत्तरकालीन राष्ट्रकूट शासक

अमोघवर्ष प्रथम आणि कृष्ण तृतीय यांसारख्या बलाढ्य शासकांनंतर राज्यावर तुलनेने दुर्बल राजे आले. त्यांनी पूर्वीप्रमाणे साम्राज्य एकसंध ठेवण्यात यश मिळवले नाही. प्रादेशिक बंडखोरी, बाह्य आक्रमणे आणि अंतर्गत मतभेद यांमुळे त्यांची सत्ता कमी होत गेली. अनेक प्रदेशांवर केंद्रीय नियंत्रण सैल झाले. यामुळे राष्ट्रकूट साम्राज्याची एकूण शक्ती घटली.

कृष्ण तृतीयचे योगदान

Krishna III हा राष्ट्रकूटांचा शेवटचा महान सम्राट मानला जातो. त्याने दक्षिण भारतात अनेक विजय मिळवले आणि राष्ट्रकूट साम्राज्याचे वैभव काही काळ टिकवून ठेवले. त्याच्या कारकीर्दीत राष्ट्रकूट सत्ता पुन्हा मजबूत झाली होती. परंतु त्याच्या मृत्यूनंतर परिस्थिती वेगाने बदलू लागली. त्याच्यानंतर आलेल्या राजांना साम्राज्य टिकवून ठेवता आले नाही.

चालुक्यांचा पुनरुत्थान

राष्ट्रकूट साम्राज्याच्या पतनाचे सर्वात महत्त्वाचे कारण म्हणजे चालुक्य सत्तेचे पुनरुत्थान होय. **Tailapa II** या

चालुक्य शासकाने राष्ट्रकूटांच्या दुर्बलतेचा फायदा घेतला. त्याने राष्ट्रकूटांविरुद्ध यशस्वी मोहिमा केल्या. इ.स. ९७३ च्या सुमारास त्याने राष्ट्रकूट सत्तेचा पराभव करून नवीन चालुक्य साम्राज्याची स्थापना केली. यामुळे राष्ट्रकूटांच्या स्वतंत्र साम्राज्याचा अंत झाला.

राष्ट्रकूट साम्राज्याचा अंत

इ.स. दहाव्या शतकाच्या अखेरीस राष्ट्रकूट साम्राज्याचे राजकीय अस्तित्व समाप्त झाले. त्यांच्या ताब्यातील प्रदेशांवर इतर राजसत्तांनी नियंत्रण मिळवले. जरी राजकीय सत्ता नष्ट झाली तरी राष्ट्रकूटांनी निर्माण केलेल्या सांस्कृतिक, धार्मिक आणि प्रशासकीय परंपरा कायम राहिल्या.

त्यांच्या स्थापत्यकला, साहित्य आणि प्रशासनाचा प्रभाव पुढील राजसत्तांवर पडला.

महाराष्ट्रावरील प्रभाव

राष्ट्रकूटांचा महाराष्ट्राच्या इतिहासावर अत्यंत मोठा प्रभाव पडला. महाराष्ट्रातील अनेक भाग राष्ट्रकूट साम्राज्याचा

केंद्रस्थानी भाग होते. त्यांनी शेती, व्यापार, सिंचन, शिक्षण आणि धार्मिक संस्थांच्या विकासाला प्रोत्साहन दिले. त्यामुळे महाराष्ट्रातील आर्थिक आणि सामाजिक जीवन समृद्ध झाले.

वेरूळ, पैठण, नाशिक आणि इतर केंद्रांचा विकास राष्ट्रकूट काळात झाला.

कला आणि स्थापत्यावरील प्रभाव

Kailasa Temple, Ellora हे राष्ट्रकूटांच्या सांस्कृतिक योगदानाचे सर्वात मोठे उदाहरण आहे.

या मंदिराने भारतीय स्थापत्यकलेला नवे शिखर प्राप्त करून दिले. पुढील चालुक्य, यादव आणि इतर राजसत्तांनी राष्ट्रकूट स्थापत्यपरंपरेचा प्रभाव स्वीकारला.

धर्म आणि संस्कृतीवरील प्रभाव

राष्ट्रकूटांनी धार्मिक सहिष्णुतेचे धोरण स्वीकारले. हिंदू, जैन आणि बौद्ध धर्मांना त्यांनी संरक्षण दिले. धर्म, शिक्षण, साहित्य, संगीत आणि कला यांच्या विकासामुळे

महाराष्ट्रातील सांस्कृतिक जीवन अधिक समृद्ध झाले. त्यांचा प्रभाव पुढील अनेक शतकांपर्यंत कायम राहिला.

भारतीय इतिहासातील स्थान

भारतीय इतिहासात राष्ट्रकूटांचे स्थान अत्यंत महत्त्वाचे आहे. त्यांनी दख्खनला अखिल भारतीय राजकारणात प्रमुख स्थान मिळवून दिले.त्यांनी उत्तर आणि दक्षिण भारतातील सांस्कृतिक संबंध अधिक मजबूत केले. त्यांच्या काळातील स्थापत्य, साहित्य आणि प्रशासन भारतीय इतिहासातील मौल्यवान वारसा मानला जातो.

प्रकरण १३ : यादव (सेऊण) साम्राज्य — उदय, विस्तार, प्रमुख राजे आणि महाराष्ट्रातील सत्तास्थापना

प्रस्तावना

महाराष्ट्राच्या मध्ययुगीन इतिहासात यादव किंवा सेऊण राजवंशाला अत्यंत महत्त्वाचे स्थान आहे. राष्ट्रकूट आणि चालुक्य सत्तांच्या ऱ्हासानंतर महाराष्ट्रात उदयास आलेल्या या राजवंशाने जवळपास तीन शतके राज्य केले. इ.स. नवव्या शतकापासून चौदाव्या शतकाच्या प्रारंभीपर्यंत यादवांनी महाराष्ट्राच्या राजकीय, सामाजिक, आर्थिक, धार्मिक आणि सांस्कृतिक जीवनावर मोठा प्रभाव टाकला. या काळात महाराष्ट्राला स्वतंत्र राजकीय ओळख मिळाली आणि मराठी भाषा, साहित्य, धर्म व संस्कृतीच्या विकासाला मोठी चालना मिळाली.यादव राजे पराक्रमी, प्रजावत्सल

आणि कलाप्रेमी होते. त्यांनी मजबूत प्रशासन उभारले, व्यापार आणि शेतीला प्रोत्साहन दिले तसेच कला आणि साहित्याचा विकास घडवून आणला. त्यांच्या कारकीर्दीत महाराष्ट्रात अनेक मंदिरे, जलसंधारण प्रकल्प आणि सांस्कृतिक केंद्रे निर्माण झाली. त्यामुळे यादवांचा काळ महाराष्ट्राच्या इतिहासातील एक सुवर्णकाल मानला जातो.

यादवांचा उगम

यादव राजवंशाच्या उत्पत्तीबाबत विविध मते आहेत. यादव स्वतःला भगवान श्रीकृष्णाच्या यदुवंशाचे वंशज मानत असत. त्यामुळे त्यांना यादव हे नाव प्राप्त झाले. प्रारंभी हे राजे राष्ट्रकूट आणि नंतर चालुक्यांचे मांडलिक म्हणून कार्य करीत होते. कालांतराने त्यांनी स्वतःची शक्ती वाढवली. महाराष्ट्रातील गोदावरी खोरे आणि आसपासच्या प्रदेशांमध्ये त्यांनी आपले प्रभावक्षेत्र निर्माण केले. चालुक्य सत्ता दुर्बल झाल्यानंतर यादवांनी स्वतंत्र राज्य स्थापनेचा मार्ग स्वीकारला.

सेऊणचंद्र आणि प्रारंभिक यादव

यादवांच्या प्रारंभीच्या इतिहासात **Seunachandra** या शासकाचे नाव महत्त्वाचे मानले जाते. त्याच्या नावावरूनच या घराण्याला सेऊण वंश असे संबोधले जाऊ लागले.सेऊणचंद्राने उत्तर महाराष्ट्रातील काही भागांवर आपले नियंत्रण प्रस्थापित केले. त्याने प्रशासन मजबूत करण्याचा प्रयत्न केला आणि स्थानिक पातळीवर यादवांची सत्ता दृढ केली.याच काळात यादव राजवंशाच्या भविष्यातील विस्ताराचा पाया घातला गेला.

यादव सत्तेचा विस्तार

प्रारंभी यादवांची सत्ता मर्यादित प्रदेशापुरती होती. परंतु कालांतराने त्यांनी महाराष्ट्रातील अनेक प्रदेश आपल्या अधिपत्याखाली आणले.त्यांच्या प्रभावाखाली गोदावरी, भीमा, कृष्णा आणि तापी खोऱ्यातील विस्तृत प्रदेश आले. व्यापारमार्ग, सुपीक जमीन आणि महत्त्वाची शहरे त्यांच्या नियंत्रणाखाली आली. यामुळे यादव राज्य आर्थिकदृष्ट्या आणि राजकीयदृष्ट्या अधिक शक्तिशाली बनले.

भिल्लम पंचम : स्वतंत्र यादव साम्राज्याचा संस्थापक

Bhillama V हा यादव इतिहासातील अत्यंत महत्त्वाचा शासक मानला जातो. त्याने चालुक्य सत्तेच्या दुर्बलतेचा फायदा घेऊन स्वतंत्र यादव साम्राज्याची स्थापना केली. इ.स. बाराव्या शतकाच्या उत्तरार्धात त्याने स्वतःला स्वतंत्र शासक घोषित केले. त्याने अनेक युद्धे जिंकून राज्याचा विस्तार केला आणि यादव सत्तेला दृढ पाया दिला. भिल्लम पंचमामुळे यादव साम्राज्य दख्खनमधील एक महत्त्वाची शक्ती बनले.

देवगिरी राजधानीची स्थापना

भिल्लम पंचमाने **Daulatabad Fort** (प्राचीन देवगिरी) येथे राजधानी स्थापन केली. देवगिरीचा डोंगरी किल्ला नैसर्गिकदृष्ट्या अत्यंत सुरक्षित होता. व्यापारमार्गांवर नियंत्रण ठेवण्यासाठीही हे स्थान उपयुक्त होते. राजधानी म्हणून देवगिरीच्या विकासामुळे महाराष्ट्राच्या राजकीय इतिहासात या शहराला विशेष महत्त्व प्राप्त झाले.

जैतुगी

भिल्लम पंचमानंतर **Jaitugi** सत्तेवर आला. त्याने राज्याच्या सीमांचे संरक्षण केले आणि प्रशासन अधिक

मजबूत केले. त्याच्या काळात यादवांची राजकीय स्थिती अधिक स्थिर झाली. विविध प्रादेशिक संघर्षांमध्ये त्याने यश मिळवले. त्यामुळे यादव सत्तेचा विस्तार पुढे सुरू राहिला.

सिंघण द्वितीय : यादव साम्राज्याचा महान सम्राट

Singhana II हा यादव वंशातील सर्वात पराक्रमी आणि यशस्वी शासक मानला जातो. त्याच्या कारकीर्दीत यादव साम्राज्याने वैभवाचे सर्वोच्च शिखर गाठले. त्याने कर्नाटक, गुजरात, मध्य भारत आणि दख्खनमधील अनेक प्रदेशांवर विजय मिळवला. सिंघण द्वितीयने लष्कर मजबूत केले, प्रशासन सुधारले आणि राज्यातील शांतता टिकवून ठेवली. त्यामुळे यादव साम्राज्य दख्खनमधील सर्वात प्रभावशाली सत्तांपैकी एक बनले.

कृष्ण, महादेव आणि रामचंद्र

सिंघण द्वितीयनंतर कृष्ण, महादेव आणि रामचंद्र या शासकांनी यादव राज्याची परंपरा पुढे चालू ठेवली.

Ramachandra याच्या काळात राज्य आर्थिक आणि सांस्कृतिकदृष्ट्या समृद्ध होते. व्यापार, शेती आणि

साहित्याचा विकास झाला.मात्र याच काळात उत्तर भारतातील मुस्लिम सत्तांचा प्रभाव वाढू लागला आणि यादवांना नवीन आव्हानांचा सामना करावा लागला.

महाराष्ट्रातील यादव सत्ता

यादव साम्राज्य हे मूलतः महाराष्ट्रकेंद्रित राज्य होते. त्यामुळे महाराष्ट्राच्या इतिहासात त्यांचे विशेष महत्त्व आहे.गोदावरी, भीमा, कृष्णा आणि तापी खोऱ्यातील विस्तृत प्रदेश त्यांच्या अधिपत्याखाली होते. त्यांनी महाराष्ट्रात प्रशासकीय स्थैर्य निर्माण केले आणि आर्थिक विकासाला चालना दिली. त्यांच्या काळात महाराष्ट्रातील अनेक शहरे, बाजारपेठा आणि धार्मिक केंद्रे विकसित झाली.

अर्थव्यवस्था आणि व्यापार

यादवांच्या राज्यातील अर्थव्यवस्था मुख्यतः शेतीवर आधारित होती. सुपीक जमिनीमुळे मोठ्या प्रमाणावर कृषी उत्पादन होत असे. व्यापारालाही विशेष प्रोत्साहन दिले गेले. महाराष्ट्रातील व्यापारी मार्ग दक्षिण भारत, गुजरात आणि उत्तर भारताशी जोडलेले होते. व्यापारामुळे राज्याला मोठ्या

प्रमाणावर महसूल मिळत असे आणि शहरांचा विकास होत गेला.

मराठी भाषेचा विकास

यादव काळातील सर्वात महत्त्वाचे योगदान म्हणजे मराठी भाषेचा विकास होय. प्रशासन, साहित्य आणि धार्मिक जीवनात मराठीचा वापर वाढला. याच काळात संत साहित्याची परंपरा विकसित झाली. मराठीला लोकभाषेपासून साहित्यभाषेकडे नेण्यामध्ये यादव काळाचा मोठा वाटा होता.

धर्म आणि संस्कृती

यादव राजे हिंदू धर्माचे अनुयायी होते. त्यांनी मंदिरे, मठ आणि धार्मिक संस्थांना संरक्षण दिले.

त्याचबरोबर विविध धार्मिक पंथांना कार्य करण्याचे स्वातंत्र्य होते. धार्मिक सहिष्णुतेमुळे समाजात शांतता आणि सांस्कृतिक समन्वय निर्माण झाला.

भारतीय इतिहासातील स्थान

यादव साम्राज्याने महाराष्ट्राला स्वतंत्र राजकीय आणि सांस्कृतिक ओळख दिली. त्यांनी मराठी भाषा, साहित्य, धर्म आणि संस्कृतीच्या विकासाला चालना दिली.दख्खनच्या राजकारणात त्यांनी महत्त्वाची भूमिका बजावली आणि महाराष्ट्राच्या ऐतिहासिक घडणीत मोठे योगदान दिले.

१३.२ यादवकालीन प्रशासन, राज्यव्यवस्था, महसूल पद्धती, लष्कर आणि न्यायव्यवस्था

प्रस्तावना

यादव किंवा सेऊण राजवंशाने महाराष्ट्रात स्थिर, संघटित आणि प्रभावी प्रशासन निर्माण केले. इ.स. बाराव्या आणि तेराव्या शतकात यादव साम्राज्याने दख्खनमध्ये महत्त्वपूर्ण स्थान प्राप्त केले. त्यांच्या राज्याचा विस्तार महाराष्ट्राच्या मोठ्या भागासह कर्नाटक, तेलंगणा आणि मध्य भारतातील काही प्रदेशांपर्यंत झाला होता. एवढ्या विशाल प्रदेशाचे प्रशासन चालवण्यासाठी त्यांनी सुबक राज्यव्यवस्था विकसित केली. त्यांच्या प्रशासनात राजसत्ता, मंत्रिमंडळ, प्रांतिक व्यवस्था, महसूल प्रणाली, लष्कर आणि न्यायव्यवस्था यांचा समन्वय दिसून येतो. यादवांच्या प्रशासनामुळे महाराष्ट्रात राजकीय स्थैर्य, आर्थिक समृद्धी आणि सामाजिक सुव्यवस्था निर्माण झाली.

राज्यव्यवस्थेचे स्वरूप

यादवांची राज्यव्यवस्था राजेशाही स्वरूपाची होती. राजा हा राज्याचा सर्वोच्च अधिकारी आणि सर्व अधिकारांचा स्रोत मानला जात असे. शासन, लष्कर, महसूल, न्याय आणि परराष्ट्र धोरण यांवरील अंतिम अधिकार राजाकडे असत.राजा स्वतःला प्रजेचा संरक्षक मानत असे. राज्याचे संरक्षण, न्यायदान, करव्यवस्था, सार्वजनिक कामे आणि धर्मसंरक्षण ही त्याची प्रमुख कर्तव्ये होती. राजाची सत्ता व्यापक असली तरी तो मंत्र्यांच्या सल्ल्याने महत्त्वाचे निर्णय घेत असे. यादव राजे प्रजेच्या कल्याणासाठी कटिबद्ध असल्याचे शिलालेख आणि ताम्रपटांमधून दिसून येते.

राजाचे स्थान आणि अधिकार

राजा हा राज्याचा प्रमुख, सेनापती आणि सर्वोच्च न्यायाधीश होता. युद्ध घोषित करणे, तह करणे, जमीनदान देणे, कर निश्चित करणे आणि अधिकाऱ्यांची नियुक्ती करणे हे सर्व अधिकार त्याच्याकडे होते. राजदरबारात नियमित सभा भरत असत. विविध विभागांचे अधिकारी राज्यातील परिस्थितीचा अहवाल सादर करत असत.

राजाच्या आदेशांची अंमलबजावणी संपूर्ण साम्राज्यात केली जात असे. राजाला धार्मिक आणि सांस्कृतिक कार्यांचेही संरक्षण करावे लागत असे. त्यामुळे मंदिरे, शिक्षणसंस्था आणि धर्मसंस्थांना राजाश्रय मिळत असे.

मंत्रिमंडळ

राज्यकारभार सुरळीत चालवण्यासाठी यादवांनी सक्षम मंत्रिमंडळाची व्यवस्था निर्माण केली होती. मंत्रिमंडळामध्ये विविध विभागांचे अधिकारी कार्यरत असत.

प्रधानमंत्री हा राजाचा प्रमुख सल्लागार असे. सेनापती लष्कराचे नेतृत्व करत असे. कोषाध्यक्ष आर्थिक व्यवहारांची देखरेख करत असे. सचिव आणि इतर अधिकारी प्रशासकीय कामकाज सांभाळत असत. मंत्रिमंडळामुळे प्रशासन अधिक कार्यक्षम बनले आणि राजाला राज्यकारभारात मदत मिळाली.

प्रांतिक प्रशासन

यादव साम्राज्य विशाल असल्यामुळे त्याचे अनेक प्रशासकीय विभाग करण्यात आले होते. राज्याचे मोठे प्रांत, जिल्हे

आणि गावे अशा स्तरांमध्ये विभाजन करण्यात आले होते. प्रत्येक प्रांतावर स्वतंत्र अधिकारी नेमले जात असत. हे अधिकारी करसंकलन, कायदा आणि सुव्यवस्था, सार्वजनिक कामे आणि राजाज्ञांची अंमलबजावणी यासाठी जबाबदार असत. प्रांतिक प्रशासनामुळे दूरच्या भागांवरही प्रभावी नियंत्रण ठेवणे शक्य झाले.

ग्राम प्रशासन

गाव हे प्रशासनाचे सर्वात महत्त्वाचे केंद्र होते. बहुसंख्य जनता गावांमध्ये राहत असल्यामुळे ग्रामव्यवस्थेला विशेष महत्त्व होते. गावाचा प्रमुख स्थानिक कारभार सांभाळत असे. ग्रामसभा आणि स्थानिक अधिकारी गावातील प्रश्न सोडवत असत. सिंचन, शेती, करसंकलन, रस्ते आणि सार्वजनिक कामांची जबाबदारी गावपातळीवर पार पाडली जात असे. ग्रामव्यवस्थेमुळे स्थानिक स्वराज्याची भावना विकसित झाली.

महसूल पद्धती

यादव राज्याच्या उत्पन्नाचा मुख्य स्रोत जमीनकर होता. शेती हा अर्थव्यवस्थेचा कणा असल्यामुळे महसूल

व्यवस्थेला विशेष महत्त्व होते. शेतकऱ्यांकडून जमिनीच्या उत्पादनानुसार कर आकारला जात असे. जमिनीची सुपीकता, सिंचनाची उपलब्धता आणि उत्पादनक्षमता यांचा विचार करून कर निश्चित केला जात असे.कर धान्य किंवा रोख स्वरूपात वसूल केला जाई. महसूल गोळा करण्यासाठी स्वतंत्र अधिकारी नेमलेले असत.

इतर कर

जमीनकराव्यतिरिक्त व्यापारकर, बाजारकर, पशुधन कर आणि विविध प्रकारचे स्थानिक कर आकारले जात असत. व्यापारी मार्गांवरून जाणाऱ्या मालावर शुल्क आकारले जाई. बाजारपेठांमधील व्यवहारांवरही कर घेतला जात असे. या करांमुळे राज्याला मोठ्या प्रमाणावर उत्पन्न मिळत असे आणि सार्वजनिक कामे तसेच प्रशासन चालविण्यास मदत होत असे.

भूमिदान व्यवस्था

यादव राजे धार्मिक संस्था, मंदिरे, विद्वान आणि शिक्षणकेंद्रांना जमीनदान देत असत. अशा जमिनींना अनेक वेळा करसवलती दिल्या जात. भूमिदानामुळे धार्मिक आणि

शैक्षणिक कार्यांना प्रोत्साहन मिळाले. नवीन गावे वसली गेली आणि शेतीखालील क्षेत्र वाढले. यामुळे सामाजिक आणि सांस्कृतिक विकासालाही चालना मिळाली.

लष्कराची रचना

यादव साम्राज्याचे लष्कर अत्यंत शक्तिशाली आणि संघटित होते. साम्राज्याचे संरक्षण आणि विस्तार यासाठी लष्कराची महत्त्वपूर्ण भूमिका होती. पायदळ, घोडदळ, हत्तीदल आणि काही प्रमाणात रथदल यांचा सैन्यात समावेश होता. घोडदळ हे सैन्याचे सर्वात वेगवान आणि प्रभावी अंग मानले जात असे. युद्धांमध्ये प्रशिक्षित सैनिक आणि अनुभवी सेनापती महत्त्वाची भूमिका बजावत असत.

किल्ले आणि संरक्षणव्यवस्था

यादवांनी अनेक किल्ले बांधले आणि जुने किल्ले मजबूत केले. विशेषतः **Daulatabad Fort** हा किल्ला त्यांच्या सामर्थ्याचे प्रतीक मानला जातो. डोंगरावरील किल्ले, मजबूत तटबंदी, खंदक आणि सुरक्षा यंत्रणा यांमुळे राज्याचे संरक्षण अधिक प्रभावी झाले.

न्यायव्यवस्था

यादव काळातील न्यायव्यवस्था धर्मशास्त्र, प्रथा आणि राजाज्ञांवर आधारित होती. राजा हा सर्वोच्च न्यायाधीश मानला जात असे. गावपातळीवरील वाद ग्रामसभा किंवा स्थानिक अधिकारी सोडवत असत. जमीन, व्यापार, कर्ज, वारसा आणि कौटुंबिक प्रश्न स्थानिक पातळीवर निकाली काढले जात. गंभीर गुन्ह्यांमध्ये राजदरबारात न्याय दिला जाई. गुन्ह्याच्या स्वरूपानुसार दंड, मालमत्ता जप्ती किंवा इतर शिक्षा दिल्या जात.

सार्वजनिक कामे

यादव राजांनी लोककल्याणासाठी अनेक सार्वजनिक कामे केली. तलाव, विहिरी, कालवे, रस्ते, धर्मशाळा आणि मंदिरांची उभारणी करण्यात आली. सिंचन व्यवस्थेमुळे कृषी उत्पादन वाढले. व्यापारासाठी रस्त्यांचे जाळे विकसित करण्यात आले. सार्वजनिक कामांमुळे लोकांचे जीवन अधिक सुसह्य झाले आणि अर्थव्यवस्थेलाही चालना मिळाली.

प्रशासनाची वैशिष्ट्ये

यादव प्रशासनाची प्रमुख वैशिष्ट्ये पुढीलप्रमाणे होती :

मजबूत राजेशाही व्यवस्था,कार्यक्षम मंत्रिमंडळ ,सुव्यवस्थित महसूल पद्धती,प्रभावी प्रांतिक प्रशासन, सक्षम ग्रामव्यवस्था ,शक्तिशाली लष्कर ,न्यायनिष्ठ शासन ,लोककल्याणकारी धोरणे ,शेती आणि व्यापाराला प्रोत्साहन

महाराष्ट्रावरील प्रभाव

यादव प्रशासनामुळे महाराष्ट्रात राजकीय स्थैर्य निर्माण झाले. शेती, व्यापार, उद्योग आणि शिक्षण यांना प्रोत्साहन मिळाले.ग्रामव्यवस्था आणि महसूल प्रणालीमुळे ग्रामीण अर्थव्यवस्था मजबूत झाली. अनेक शहरे आणि बाजारपेठा विकसित झाल्या.मराठी भाषेचा प्रशासनात वापर वाढल्यामुळे महाराष्ट्राच्या सांस्कृतिक ओळखीला बळकटी मिळाली.

१३.३ यादवकालीन समाजजीवन, स्त्रियांचे स्थान, शिक्षण, वेशभूषा, आहारसंस्कृती, व्यापार आणि दैनंदिन जीवन

प्रस्तावना

यादवकाल हा महाराष्ट्राच्या सामाजिक आणि सांस्कृतिक इतिहासातील अत्यंत महत्त्वाचा कालखंड मानला जातो. इ.स. बाराव्या आणि तेराव्या शतकात यादव राजांनी महाराष्ट्रात स्थिर आणि समृद्ध राज्य निर्माण केले. या काळात समाजजीवन संघटित, आर्थिकदृष्ट्या सक्षम आणि सांस्कृतिकदृष्ट्या विकसित होते. शेती, व्यापार, उद्योगधंदे, धर्म, शिक्षण आणि कला यांचा समाजाच्या प्रगतीमध्ये मोठा वाटा होता. यादव राजांच्या सुयोग्य प्रशासनामुळे सामान्य

जनतेच्या जीवनात स्थैर्य निर्माण झाले. मराठी भाषा, संतपरंपरा, धार्मिक चळवळी आणि सांस्कृतिक जीवन यांच्या विकासामुळे हा काळ महाराष्ट्राच्या इतिहासातील एक महत्त्वाचा टप्पा ठरला.

समाजरचना

यादवकालीन समाज विविध सामाजिक घटकांनी बनलेला होता. समाजात वर्णव्यवस्था अस्तित्वात होती, परंतु व्यवसायाधारित जाती आणि उपजातींचे महत्त्वही वाढले होते. ब्राह्मण, क्षत्रिय, वैश्य आणि शूद्र हे समाजाचे प्रमुख घटक होते.ब्राह्मण वर्ग धार्मिक कार्ये, शिक्षण आणि ज्ञानप्रसाराशी संबंधित होता. क्षत्रिय वर्ग प्रशासन आणि युद्धकार्यात कार्यरत होता. वैश्य वर्ग व्यापार, शेती आणि पशुपालनामध्ये गुंतलेला होता. शूद्र वर्ग हस्तकला, सेवा आणि उत्पादनाशी संबंधित विविध व्यवसाय करत असे. समाजातील विविध घटक परस्परावलंबी होते. त्यामुळे आर्थिक आणि सामाजिक जीवन सुरळीत चालत असे.

कुटुंबव्यवस्था

संयुक्त कुटुंबपद्धती ही यादवकालीन समाजाची प्रमुख वैशिष्ट्य होती. एका कुटुंबात अनेक पिढ्या एकत्र राहत असत. कुटुंबातील ज्येष्ठ व्यक्तीचा निर्णय सर्वांनी मान्य करणे अपेक्षित असे. कुटुंब हे सामाजिक, आर्थिक आणि धार्मिक जीवनाचे केंद्र मानले जात असे. शेती, व्यापार आणि घरगुती व्यवसायांमध्ये सर्व सदस्य सहभागी होत असत. कुटुंबातील एकोपा, परस्पर सहकार्य आणि वडीलधाऱ्यांचा सन्मान ही त्या काळातील महत्त्वाची सामाजिक मूल्ये होती.

स्त्रियांचे स्थान

यादवकालीन समाजात स्त्रियांना सन्मानाचे स्थान होते. राजघराण्यातील स्त्रिया धार्मिक, सामाजिक आणि दानधर्माच्या कार्यांमध्ये सक्रियपणे सहभागी होत असत.

सामान्य स्त्रिया घरव्यवस्थेबरोबरच शेती, पशुपालन आणि कुटुंबाच्या आर्थिक कार्यांमध्ये योगदान देत असत. स्त्रियांना धार्मिक विधींमध्ये सहभागी होण्याची संधी होती. काही उच्चवर्णीय स्त्रियांना शिक्षण मिळत असे. संगीत, काव्य, धर्म आणि संस्कृती यांविषयी त्यांना ज्ञान असत. संतपरंपरेतही स्त्रियांचे योगदान महत्त्वाचे होते.

विवाहसंस्था

विवाह हा समाजातील अत्यंत महत्त्वाचा संस्कार मानला जात असे. विवाहामुळे दोन कुटुंबांमध्ये सामाजिक आणि धार्मिक संबंध प्रस्थापित होत असत. विवाह धार्मिक विधी आणि परंपरांनुसार संपन्न होत असत. विवाहसोहळ्यांमध्ये कुटुंब, नातेवाईक आणि समाजाचा मोठ्या प्रमाणावर सहभाग असे. विवाहसंस्थेमुळे कुटुंबव्यवस्था आणि सामाजिक शिस्त टिकून राहिली.

शिक्षणव्यवस्था

यादव काळात शिक्षणाला विशेष महत्त्व होते. मंदिरे, मठ, आश्रम आणि विद्याकेंद्रे ही शिक्षणाची प्रमुख केंद्रे होती. विद्यार्थ्यांना वेद, व्याकरण, गणित, ज्योतिष, तत्त्वज्ञान, धर्मशास्त्र, साहित्य आणि राज्यशास्त्र यांचे शिक्षण दिले जात असे. गुरु-शिष्य परंपरेवर आधारित शिक्षणपद्धती प्रचलित होती. शिक्षणाचा उद्देश केवळ ज्ञानप्राप्ती नसून नैतिक मूल्यांचा विकास, चारित्र्यनिर्मिती आणि समाजसेवा हा देखील होता.

मराठी भाषेचा विकास

यादव काळ हा मराठी भाषेच्या विकासासाठी अत्यंत महत्त्वाचा ठरला. प्रशासन, धर्म आणि साहित्यामध्ये मराठीचा वापर वाढू लागला. या काळात संत साहित्याचा उदय झाला. लोकभाषेमध्ये धार्मिक आणि सामाजिक विचार मांडण्यास सुरुवात झाली. त्यामुळे मराठी भाषा अधिक समृद्‌ध आणि प्रभावी बनली. मराठी भाषेमुळे समाजातील सामान्य लोकांपर्यंत ज्ञान आणि धर्मोपदेश पोहोचू लागला.

वेशभूषा

यादवकालीन लोकांची वेशभूषा साधी, आकर्षक आणि प्रदेशानुसार बदलणारी होती. पुरुष सामान्यतः धोतर, अंगरखा आणि फेटा वापरत असत. राजे, सरदार आणि श्रीमंत व्यापारी रेशमी आणि भरजरी वस्त्रे परिधान करत असत.स्त्रिया विविध प्रकारची साडी परिधान करत असत. साड्यांवर नक्षीकाम आणि सुबक किनारी असत. कापूस आणि रेशीम या वस्त्रनिर्मितीच्या प्रमुख सामग्री होत्या.

वेशभूषेमधून सामाजिक स्थान, आर्थिक स्थिती आणि सांस्कृतिक परंपरा दिसून येत असत.

दागिने आणि अलंकार

यादवकालीन स्त्रियांना दागिन्यांची विशेष आवड होती. हार, मंगळसूत्र, बांगड्या, कर्णफुले, पैंजण, नथ आणि अंगठ्या यांचा वापर मोठ्या प्रमाणावर केला जात असे. सोनं, चांदी, मोती आणि मौल्यवान रत्नांपासून दागिने तयार केले जात. पुरुष देखील काही प्रकारचे अलंकार वापरत असत. दागिने हे सौंदर्याबरोबरच सामाजिक प्रतिष्ठेचे प्रतीक मानले जात.

आहारसंस्कृती

यादवकालीन लोकांचा मुख्य व्यवसाय शेती असल्यामुळे धान्य हा त्यांच्या आहाराचा प्रमुख भाग होता. ज्वारी, बाजरी, गहू, तांदूळ आणि विविध कडधान्यांचा वापर मोठ्या प्रमाणावर होत असे. दूध, दही, तूप, लोणी, भाज्या आणि फळे यांचाही आहारात समावेश असे. विविध प्रकारच्या भाकऱ्या, शिजवलेले धान्य आणि कडधान्यांचे पदार्थ लोकप्रिय होते.सण आणि उत्सवांच्या वेळी विशेष खाद्यपदार्थ तयार केले जात असत. आहार साधा, पौष्टिक आणि स्थानिक कृषी उत्पादनांवर आधारित होता.

शेती आणि ग्रामीण जीवन

शेती हा यादवकालीन अर्थव्यवस्थेचा पाया होता. बहुसंख्य जनता गावांमध्ये राहत होती आणि शेतीवर अवलंबून होती. तलाव, विहिरी आणि कालव्यांच्या साहाय्याने सिंचन केले जात असे. ज्वारी, बाजरी, गहू, तांदूळ, कापूस, ऊस आणि विविध फळपिके घेतली जात.ग्रामीण भागात सुतार, लोहार, कुंभार, विणकर आणि इतर कारागीर राहत असत. गाव हे आर्थिक आणि सामाजिक जीवनाचे केंद्र होते.

व्यापार आणि उद्योग

यादव काळात व्यापाराचा मोठा विकास झाला. महाराष्ट्रातील व्यापारी मार्ग गुजरात, दक्षिण भारत आणि उत्तर भारताशी जोडलेले होते.कापडनिर्मिती, धातुकाम, दागिनेनिर्मिती, मातीची भांडी, तेलघाणे आणि इतर उद्योग विकसित झाले होते. व्यापारी संघटनांचा व्यापारामध्ये महत्त्वाचा वाटा होता. व्यापारामुळे राज्याची अर्थव्यवस्था मजबूत झाली आणि शहरांचा विकास झाला.

नागरी जीवन

देवगिरीसारखी शहरे प्रशासन, व्यापार आणि संस्कृतीची प्रमुख केंद्रे होती. शहरांमध्ये बाजारपेठा, मंदिरे, व्यापारी वसाहती आणि कारागिरांची केंद्रे होती.

शहरांमध्ये व्यापारी, अधिकारी, विद्वान आणि कलाकार राहत असत. त्यामुळे आर्थिक आणि सांस्कृतिक जीवनाला चालना मिळाली. शहरी जीवन ग्रामीण भागाच्या तुलनेत अधिक समृद्ध आणि विविधतेने भरलेले होते.

मनोरंजन आणि सांस्कृतिक जीवन

यादवकालीन समाजात संगीत, नृत्य, कथा, प्रवचन आणि धार्मिक उत्सव यांना विशेष महत्त्व होते. जत्रा, यात्रा आणि सणांमध्ये लोक मोठ्या उत्साहाने सहभागी होत असत. लोककला, भजन, कीर्तन आणि धार्मिक गायन यांचा मोठ्या प्रमाणावर प्रसार झाला. यामुळे समाजात सांस्कृतिक एकात्मता निर्माण झाली. मनोरंजन हे केवळ विरंगुळ्याचे साधन नसून सामाजिक आणि धार्मिक जीवनाचाही महत्त्वाचा भाग होते.

धार्मिक जीवनाचा प्रभाव

धर्माचा यादवकालीन समाजावर मोठा प्रभाव होता. मंदिरांमध्ये पूजा, धार्मिक प्रवचने, शिक्षण आणि सांस्कृतिक कार्यक्रम आयोजित केले जात असत. धर्मामुळे नैतिक मूल्ये, सामाजिक शिस्त आणि परस्पर सहकार्याची भावना दृढ झाली. विविध धार्मिक चळवळींमुळे समाजात आध्यात्मिक जागृती निर्माण झाली.

१३.४ यादवकालीन धर्म, संतपरंपरा, धार्मिक चळवळी, मंदिरे आणि धार्मिक सहिष्णुता

प्रस्तावना

यादवकाल हा महाराष्ट्राच्या धार्मिक आणि सांस्कृतिक इतिहासातील अत्यंत महत्त्वाचा कालखंड मानला जातो. इ.स. बाराव्या आणि तेराव्या शतकात यादव राजांच्या कारकीर्दीत महाराष्ट्रात धार्मिक जीवनाला नवी दिशा मिळाली. या काळात धर्म हा समाजजीवनाचा केंद्रबिंदू होता. मंदिरे, मठ, तीर्थक्षेत्रे, धार्मिक शिक्षणकेंद्रे आणि संतपरंपरा यांच्या माध्यमातून समाजात आध्यात्मिक, नैतिक आणि सांस्कृतिक मूल्यांचा प्रसार झाला. यादव राजे हिंदू धर्माचे अनुयायी असले तरी त्यांनी विविध धार्मिक पंथांना संरक्षण दिले. याच काळात महाराष्ट्रात संत चळवळीचा उदय झाला आणि मराठी भाषेत धार्मिक विचार मांडण्यास सुरुवात

झाली. त्यामुळे धर्म सामान्य जनतेपर्यंत पोहोचला आणि महाराष्ट्राच्या सांस्कृतिक ओळखीची पायाभरणी झाली.

धार्मिक वातावरण

यादवकालीन समाजात धर्माला अत्यंत महत्त्वाचे स्थान होते. व्यक्तीच्या जन्मापासून मृत्यूपर्यंतचे सर्व संस्कार धार्मिक परंपरांनुसार पार पाडले जात असत. धर्म हा केवळ श्रद्धेचा विषय नव्हता, तर तो सामाजिक जीवन, शिक्षण, नैतिकता आणि राज्यकारभाराशीही जोडलेला होता.गावागावांत मंदिरे, देवस्थाने आणि धार्मिक केंद्रे होती. लोक नियमितपणे पूजा, व्रत, उपवास, तीर्थयात्रा आणि धार्मिक उत्सवांमध्ये सहभागी होत असत. धार्मिक जीवनामुळे समाजात शिस्त, नैतिकता आणि परस्पर सहकार्याची भावना दृढ झाली.

हिंदू धर्माचा प्रभाव

यादव राजे हिंदू धर्माचे निष्ठावंत अनुयायी होते. शिव, विष्णू, गणपती, देवी, सूर्य आणि इतर देवतांची पूजा मोठ्या प्रमाणावर केली जात असे.राजे मंदिरांना जमीनदान, आर्थिक मदत आणि विविध सुविधा पुरवत असत. धार्मिक उत्सवांना राजाश्रय मिळत असल्यामुळे समाजात धार्मिक

परंपरा अधिक बळकट झाल्या.हिंदू धर्माच्या प्रभावामुळे दानधर्म, परोपकार, सत्य, अहिंसा आणि कर्तव्यनिष्ठा यांसारख्या मूल्यांचा प्रसार झाला.

शैव परंपरा

यादवकालात शैव परंपरेला विशेष महत्त्व होते. शिवाला सर्वोच्च देवता मानून त्याची भक्ती केली जात असे. महाराष्ट्रातील अनेक प्राचीन शिवमंदिरांना या काळात राजाश्रय मिळाला.

शिवरात्री, अभिषेक, यात्रा आणि विविध धार्मिक विधी मोठ्या प्रमाणावर आयोजित केले जात असत. शैव मठ आणि धार्मिक केंद्रे शिक्षण व धर्मप्रसाराचे कार्य करीत असत. शिवभक्तीमुळे धार्मिक आणि सांस्कृतिक जीवन समृद्ध झाले.

वैष्णव परंपरा

विष्णू आणि त्यांचे अवतार राम व कृष्ण यांच्या उपासनेलाही मोठे महत्त्व होते. वैष्णव भक्तीमध्ये श्रद्धा, भक्ती, दया आणि मानवसेवा यांना विशेष स्थान होते.

विष्णू मंदिरे, धार्मिक कथा आणि कीर्तन परंपरेद्वारे वैष्णव विचारांचा प्रसार झाला. या परंपरेमुळे भक्तीमार्ग सामान्य जनतेमध्ये लोकप्रिय झाला.

महानुभाव पंथाचा उदय

यादवकालात महाराष्ट्रात महानुभाव पंथाचा उदय झाला. या पंथाचे प्रमुख प्रवर्तक **Chakradhar Swami** होते. महानुभाव पंथाने जातीभेद, कर्मकांड आणि अंधश्रद्धांना विरोध केला. साधेपणा, नैतिक जीवन, ईश्वरभक्ती आणि समानता यांवर भर दिला. या पंथाने सामान्य लोकांमध्ये धार्मिक जागृती निर्माण केली आणि मराठी भाषेत धार्मिक साहित्य निर्मितीस चालना दिली.

वारकरी संप्रदाय

यादवकालात महाराष्ट्रातील सर्वात प्रभावशाली धार्मिक चळवळींपैकी वारकरी संप्रदायाचा विकास झाला. या संप्रदायाचे केंद्र **Pandharpur** येथील विठ्ठलभक्ती होते. वारकरी परंपरेत भक्ती, समानता, प्रेम, सदाचार आणि समाजसेवा यांना महत्त्व दिले गेले. या चळवळीने धर्माला

लोकाभिमुख स्वरूप दिले. सामान्य जनतेपर्यंत धर्म पोहोचवण्यात वारकरी परंपरेची मोठी भूमिका होती.

संत ज्ञानेश्वरांचे योगदान

Sant Dnyaneshwar हे यादवकालीन महाराष्ट्रातील महान संत, तत्त्वज्ञ आणि कवी होते. त्यांनी मराठी भाषेत ज्ञान आणि अध्यात्म सामान्य लोकांपर्यंत पोहोचवण्याचे कार्य केले. त्यांच्या विचारांमुळे भक्ती, समता आणि मानवतेचा संदेश समाजात पोहोचला. त्यांच्या कार्यामुळे मराठी भाषा आणि साहित्याला नवे वैभव प्राप्त झाले.

संत नामदेवांचे योगदान

Sant Namdev यांनी भक्तीमार्गाचा प्रसार करण्यासाठी महत्त्वाचे कार्य केले. त्यांनी ईश्वरभक्ती, प्रेम आणि समानतेचा संदेश दिला.

त्यांच्या अभंगांमधून सामान्य लोकांच्या भावना आणि आध्यात्मिक अनुभव व्यक्त झाले. त्यामुळे भक्तीचळवळ अधिक व्यापक झाली.

धार्मिक सहिष्णुता

यादव राजांनी धार्मिक सहिष्णुतेचे धोरण स्वीकारले होते. ते हिंदू धर्माचे अनुयायी असले तरी इतर पंथ आणि श्रद्धांचा आदर करीत असत. जैन, शैव, वैष्णव, महानुभाव आणि इतर धार्मिक परंपरांना कार्य करण्याचे स्वातंत्र्य होते. त्यामुळे समाजात धार्मिक संघर्ष कमी होते.धार्मिक सहिष्णुतेमुळे महाराष्ट्रात सामाजिक सलोखा आणि सांस्कृतिक समन्वय निर्माण झाला.

मंदिरसंस्कृती

यादवकालात मंदिरसंस्कृतीचा मोठ्या प्रमाणावर विकास झाला. मंदिरे ही केवळ उपासनेची स्थळे नव्हती, तर ती शिक्षण, कला, संगीत आणि सामाजिक जीवनाची केंद्रे होती. **Aundha Nagnath Temple, Trimbakeshwar Temple** आणि इतर अनेक मंदिरांना यादव काळात संरक्षण आणि विकास मिळाला. मंदिरांमध्ये धार्मिक विधींबरोबरच संगीत, नृत्य, शिक्षण आणि सामाजिक कार्यक्रम आयोजित केले जात असत.

धर्म आणि शिक्षण

मंदिरे, मठ आणि आश्रम हे शिक्षणाचे महत्त्वाचे केंद्र होते. धर्मशास्त्र, व्याकरण, गणित, तत्वज्ञान आणि साहित्य यांचे शिक्षण येथे दिले जात असे. धार्मिक शिक्षणाबरोबरच नैतिक मूल्ये, समाजसेवा आणि चारित्र्यनिर्मिती यांवर भर दिला जात असे. त्यामुळे धर्म आणि शिक्षण यांचा घनिष्ठ संबंध निर्माण झाला.

धर्म आणि साहित्य

यादवकालात धर्मामुळे मराठी साहित्याचा विकास झाला. संतांनी लोकभाषेत धार्मिक विचार मांडले. त्यामुळे धर्म सामान्य लोकांपर्यंत सहजपणे पोहोचला. अभंग, ओव्या, प्रवचने आणि धार्मिक ग्रंथ यांच्या माध्यमातून समाजात नैतिक आणि आध्यात्मिक जागृती निर्माण झाली.

यादवकालीन धार्मिक चळवळींनी महाराष्ट्राच्या सांस्कृतिक इतिहासाला नवी दिशा दिली. संतपरंपरा, वारकरी चळवळ आणि महानुभाव पंथ यांच्या प्रभावामुळे समाजात समता, भक्ती आणि नैतिक मूल्यांचा प्रसार झाला. मराठी भाषेचा विकास आणि लोकाभिमुख धर्मपरंपरा यांमुळे महाराष्ट्राची स्वतंत्र सांस्कृतिक ओळख निर्माण झाली.

१३.५ यादवकालीन कला, स्थापत्यकला, हेमाडपंती शैली, साहित्य, शिक्षण आणि सांस्कृतिक वारसा

प्रस्तावना

यादवकाल हा महाराष्ट्राच्या सांस्कृतिक इतिहासातील अत्यंत वैभवशाली आणि महत्त्वपूर्ण कालखंड मानला जातो. इ.स. बाराव्या आणि तेराव्या शतकात यादव राजांच्या कारकीर्दीत कला, स्थापत्यकला, साहित्य, शिक्षण आणि सांस्कृतिक जीवनाचा मोठ्या प्रमाणावर विकास झाला. यादव राजे कलाप्रेमी, धर्मनिष्ठ आणि विद्वानांचे आश्रयदाते होते. त्यांनी मंदिरे, मठ, शिक्षणकेंद्रे आणि सांस्कृतिक संस्थांना संरक्षण दिले. या काळात मराठी भाषा आणि साहित्याला अभूतपूर्व चालना मिळाली. स्थापत्यकलेत हेमाडपंती शैलीचा विकास झाला आणि महाराष्ट्राच्या सांस्कृतिक ओळखीला नवे स्वरूप प्राप्त झाले. यादवकालीन सांस्कृतिक वारसा आजही महाराष्ट्राच्या इतिहासाचा अभिमान मानला जातो.

यादवकालीन कलेचे स्वरूप

यादवकालीन कला ही धार्मिक श्रद्धा, सौंदर्यदृष्टी आणि स्थानिक परंपरांचा सुंदर संगम होती. कलाकारांनी दगड, धातू, लाकूड आणि इतर सामग्रींचा वापर करून उत्कृष्ट कलाकृती निर्माण केल्या.मंदिरांवरील कोरीवकाम, शिल्पे, अलंकार, चित्रांकन आणि सजावटीची कामे अत्यंत आकर्षक होती. कलाकारांनी देवदेवतांबरोबरच समाजजीवन, प्राणी, वनस्पती, नर्तक, संगीतकार आणि विविध सांस्कृतिक प्रसंगांचेही चित्रण केले.यादवकालीन कला ही त्या काळातील समाजाच्या धार्मिक आणि सांस्कृतिक जीवनाचे जिवंत प्रतिबिंब होती.

स्थापत्यकलेचा विकास

यादव काळात स्थापत्यकलेला विशेष प्रोत्साहन मिळाले. राज्यभर अनेक मंदिरे, तलाव, विहिरी, बारवा, धर्मशाळा आणि किल्ल्यांची निर्मिती करण्यात आली.मंदिरनिर्मिती ही स्थापत्यकलेची सर्वात महत्त्वाची शाखा होती. मंदिरांच्या रचनांमध्ये मजबुती, साधेपणा आणि कलात्मक सौंदर्य यांचा समन्वय आढळतो.

यादव स्थापत्यकलेचा प्रभाव पुढील अनेक शतकांपर्यंत महाराष्ट्रातील मंदिररचनेवर दिसून येतो.

हेमाडपंती स्थापत्यशैली

यादवकालीन स्थापत्यकलेतील सर्वात महत्त्वाचे योगदान म्हणजे हेमाडपंती शैली होय. या शैलीचा विकास यादव दरबारातील प्रसिद्ध मंत्री **Hemadri** यांच्या काळात झाला.

हेमाडपंती शैलीमध्ये मोठमोठे दगड चुन्याविना एकमेकांवर अचूक बसवून बांधकाम केले जात असे. या पद्धतीमुळे इमारती अधिक मजबूत आणि टिकाऊ बनत.या शैलीतील मंदिरे साधी पण भव्य स्वरूपाची असतात. मजबूत दगडी भिंती, सुंदर स्तंभ, सुबक मंडप आणि आकर्षक शिखरे ही या स्थापत्याची वैशिष्ट्ये मानली जातात.

हेमाडपंती मंदिरांची वैशिष्ट्ये

हेमाडपंती मंदिरांमध्ये स्थानिक काळ्या दगडाचा मोठ्या प्रमाणावर वापर करण्यात आला. मंदिरांचे गर्भगृह, सभामंडप आणि प्रवेशद्वार अत्यंत मजबूत रचनेचे असत.

मंदिरांच्या भिंतींवर देवदेवतांची शिल्पे, फुलांची नक्षी, विविध आकृत्या आणि धार्मिक प्रसंग कोरलेले असत. या मंदिरांची रचना साधेपणा आणि मजबुती यांसाठी प्रसिद्ध आहे.अनेक हेमाडपंती मंदिरे आजही महाराष्ट्रात सुस्थितीत उभी आहेत, हे त्या स्थापत्यकलेच्या गुणवत्तेचे प्रतीक आहे.

प्रमुख मंदिरे

यादव काळात महाराष्ट्रात अनेक भव्य मंदिरांची उभारणी झाली. **Aundha Nagnath Temple, Gondeshwar Temple, Trimbakeshwar Temple** आणि इतर अनेक मंदिरांमध्ये यादवकालीन स्थापत्यशैलीची वैशिष्ट्ये दिसून येतात.ही मंदिरे धार्मिक श्रद्धेबरोबरच स्थापत्यकलेच्या उत्कृष्ट नमुन्यांपैकी मानली जातात.

शिल्पकला

यादवकालीन शिल्पकला अत्यंत विकसित होती. मंदिरांच्या भिंती, स्तंभ, कमानी आणि शिखरांवर सुंदर शिल्पे कोरण्यात आली. देवदेवता, अप्सरा, नर्तक, संगीतकार, योद्धे, प्राणी आणि पौराणिक प्रसंगांचे वास्तववादी चित्रण

करण्यात आले. शिल्पांमधील सूक्ष्मता आणि जिवंतपणा पाहून त्या काळातील कलाकारांच्या कौशल्याची कल्पना येते.शिल्पकला ही धार्मिक आणि सांस्कृतिक अभिव्यक्तीचे महत्त्वाचे माध्यम होती.

साहित्याचा विकास

यादवकाल हा मराठी साहित्याच्या इतिहासातील सुवर्णकाल मानला जातो. या काळात मराठी भाषेला राजाश्रय मिळाला आणि तिचा व्यापक विकास झाला.धार्मिक, तात्त्विक आणि सामाजिक विषयांवर विपुल साहित्यनिर्मिती झाली. लोकभाषेत साहित्य निर्माण झाल्यामुळे सामान्य जनतेपर्यंत ज्ञान पोहोचले. मराठी साहित्यामुळे महाराष्ट्राच्या सांस्कृतिक एकात्मतेला बळकटी मिळाली.

संत ज्ञानेश्वरांचे साहित्य

Sant Dnyaneshwar यांनी मराठी साहित्याला नवे वैभव प्राप्त करून दिले. त्यांच्या लेखनामुळे धार्मिक ज्ञान सामान्य लोकांपर्यंत पोहोचले.त्यांच्या साहित्यामध्ये अध्यात्म, भक्ती, नैतिकता आणि मानवतेचा संदेश आढळतो. त्यांनी मराठी भाषेची अभिव्यक्ती क्षमता मोठ्या

प्रमाणावर वाढवली.त्यांचे कार्य मराठी साहित्याच्या इतिहासातील मैलाचा दगड मानले जाते.

संत नामदेवांचे साहित्य

Sant Namdev यांनी भक्तीपर साहित्याला मोठे योगदान दिले. त्यांच्या अभंगांमधून भक्ती, प्रेम, समानता आणि ईश्वरनिष्ठा यांचे दर्शन घडते. त्यांच्या रचनांमुळे मराठी साहित्य अधिक लोकाभिमुख बनले. सामान्य जनतेच्या भावना आणि अनुभवांना साहित्यिक अभिव्यक्ती मिळाली.

महानुभाव साहित्य

Chakradhar Swami यांच्या प्रभावामुळे महानुभाव परंपरेत मराठी गद्य साहित्याची निर्मिती झाली. या साहित्यामध्ये धार्मिक विचार, नैतिक मूल्ये आणि समाजजीवनाचे चित्रण आढळते. मराठी गद्याच्या विकासामध्ये महानुभाव परंपरेचे योगदान अत्यंत महत्त्वाचे मानले जाते.

शिक्षणव्यवस्था

यादवकालात शिक्षणाला विशेष महत्त्व होते. मंदिरे, मठ आणि आश्रम हे शिक्षणाचे प्रमुख केंद्र होते. विद्यार्थ्यांना व्याकरण, गणित, ज्योतिष, धर्मशास्त्र, तत्त्वज्ञान, साहित्य आणि राज्यशास्त्र यांचे शिक्षण दिले जात असे. शिक्षणाचा उद्देश केवळ विद्वत्ता नव्हे तर नैतिकता आणि चारित्र्यनिर्मिती हाही होता. शिक्षणसंस्थांना राजाश्रय मिळत असल्यामुळे ज्ञानपरंपरेचा विकास झाला.

संगीत आणि नृत्य

यादवकालीन समाजात संगीत आणि नृत्याला विशेष स्थान होते. धार्मिक उत्सव, मंदिरसमारंभ आणि राजदरबारांमध्ये संगीताचे कार्यक्रम आयोजित केले जात.गायन, वादन आणि नृत्यकला विकसित अवस्थेत होत्या. वीणा, मृदंग, बासरी आणि इतर वाद्यांचा वापर केला जात असे.संगीत आणि नृत्य हे धार्मिक तसेच सांस्कृतिक जीवनाचे महत्त्वाचे घटक होते.

सांस्कृतिक जीवन

यादवकालीन समाज सांस्कृतिकदृष्ट्या अत्यंत समृद्ध होता. सण, यात्रा, जत्रा, कीर्तन, भजन आणि धार्मिक उत्सव यांमुळे सामाजिक जीवन उत्साही बनले होते.

लोककला, साहित्य, संगीत आणि धर्म यांचा समाजाच्या दैनंदिन जीवनाशी घनिष्ठ संबंध होता. सांस्कृतिक परंपरांमुळे समाजात एकात्मता आणि नैतिक मूल्यांचा प्रसार झाला.

महाराष्ट्रावरील प्रभाव

यादवकालीन कला, साहित्य आणि संस्कृतीचा महाराष्ट्रावर अत्यंत मोठा प्रभाव पडला. मराठी भाषा आणि साहित्याच्या विकासामुळे महाराष्ट्राला स्वतंत्र सांस्कृतिक ओळख प्राप्त झाली.हेमाडपंती मंदिरे, संत साहित्य, धार्मिक चळवळी आणि सांस्कृतिक परंपरा आजही महाराष्ट्राच्या वारशाचा अविभाज्य भाग आहेत.

१३.६ यादव साम्राज्याचा ऱ्हास, अलाउद्दीन खिलजीचे आक्रमण, देवगिरीचा पतन आणि यादवांचा ऐतिहासिक वारसा

प्रस्तावना

यादव साम्राज्य हे मध्ययुगीन महाराष्ट्रातील सर्वात प्रभावशाली आणि वैभवशाली राजसत्तांपैकी एक होते. भिल्लम पंचम, सिंघण द्वितीय, कृष्ण, महादेव आणि रामचंद्र यांसारख्या शासकांच्या पराक्रमामुळे यादव साम्राज्याने दख्खनमध्ये महत्त्वपूर्ण स्थान प्राप्त केले. देवगिरी ही राजधानी राजकीय, आर्थिक आणि सांस्कृतिक दृष्ट्या अत्यंत समृद्ध बनली होती. मराठी भाषा, साहित्य, धर्म, शिक्षण, कला आणि स्थापत्यकला यांच्या विकासाला यादव काळात मोठी चालना मिळाली. परंतु कोणतेही साम्राज्य कायम टिकत नाही. अंतर्गत दुर्बलता, सततचे

संघर्ष, आर्थिक अडचणी आणि उत्तर भारतातून वाढणाऱ्या मुस्लिम सत्तांचा दबाव यांमुळे यादव साम्राज्य हळूहळू कमकुवत होत गेले. अखेरीस दिल्लीतील खिलजी सत्तेच्या आक्रमणांमुळे यादव साम्राज्याचा अंत झाला आणि महाराष्ट्राच्या इतिहासात एका नव्या युगाची सुरुवात झाली.

यादव साम्राज्याची शक्ती आणि वैभव

यादव साम्राज्याने तेराव्या शतकात आपल्या सामर्थ्याचे शिखर गाठले होते. देवगिरी हे भारतातील समृद्ध शहरांपैकी एक मानले जात होते. शेती, व्यापार, उद्योग, शिक्षण आणि धार्मिक केंद्रांमुळे राज्य आर्थिकदृष्ट्या मजबूत बनले होते. राज्याच्या सीमा विस्तृत होत्या आणि अनेक मांडलिक राजे यादवांच्या अधिपत्याखाली कार्य करीत होते. मजबूत किल्ले, प्रशिक्षित सैन्य आणि सक्षम प्रशासन यांमुळे यादव सत्ता दख्खनमधील प्रमुख शक्ती बनली होती.परंतु या वैभवामागे काही अंतर्गत समस्या निर्माण होऊ लागल्या होत्या ज्या पुढे ऱ्हासाचे कारण ठरल्या.

अंतर्गत दुर्बलता

साम्राज्याचा विस्तार वाढल्यानंतर प्रशासन अधिक गुंतागुंतीचे झाले. विविध प्रांतांवर नियंत्रण ठेवणे कठीण बनू लागले. काही स्थानिक सरदार आणि मांडलिक अधिक स्वायत्त बनत होते.राजकीय एकात्मता कमी होत गेली आणि केंद्र सरकारवरील अवलंबित्व घटू लागले. काही भागांमध्ये बंडखोरीची प्रवृत्ती वाढली. या परिस्थितीमुळे यादव राज्याची अंतर्गत शक्ती कमकुवत झाली आणि बाह्य आक्रमणांना तोंड देणे कठीण झाले.

आर्थिक अडचणी

मोठे सैन्य, विस्तृत प्रशासन आणि सततचे लष्करी खर्च यांमुळे राज्यावर आर्थिक ताण वाढू लागला. काही भागांतील संघर्षांमुळे महसूल संकलनावर परिणाम झाला. मंदिरे, मठ आणि धार्मिक संस्थांना मोठ्या प्रमाणावर भूमिदान दिल्यामुळे राज्याच्या थेट उत्पन्नामध्ये काही प्रमाणात घट झाली. आर्थिक संसाधनांवरील वाढत्या ताणामुळे संरक्षणव्यवस्था आणि प्रशासन यांची कार्यक्षमता कमी होऊ लागली.

उत्तर भारतातील बदलते राजकारण

तेराव्या शतकात उत्तर भारतात मुस्लिम सत्तेचा प्रभाव वेगाने वाढत होता. दिल्ली सल्तनत उत्तर भारतातील एक शक्तिशाली सत्ता बनली होती. सल्तनती शासक दक्षिण भारतातील संपन्न राज्यांकडे आकर्षित झाले. देवगिरीची संपत्ती, व्यापारमार्ग आणि रणनीतिक महत्त्व यांमुळे यादव साम्राज्य त्यांच्या दृष्टीने महत्त्वाचे लक्ष्य बनले. यामुळे महाराष्ट्रावर बाह्य आक्रमणाचे संकट निर्माण झाले.

अलाउद्दीन खिलजीचे पहिले आक्रमण

Alauddin Khalji याने दिल्लीच्या सत्तेवर पूर्ण अधिकार मिळवण्यापूर्वीच देवगिरीवर धाडसी आक्रमण केले. त्या वेळी यादव राजा **Ramachandra** राज्य करत होता. खिलजीच्या सैन्याने अचानक हल्ला केल्यामुळे यादव सैन्याला प्रभावी प्रतिकार करता आला नाही.देवगिरीच्या संपत्तीची कीर्ती दूरवर पसरलेली असल्यामुळे या मोहिमेचा प्रमुख उद्देश आर्थिक लाभ मिळवणे हा होता.

देवगिरीवरील परिणाम

आक्रमणानंतर यादव राजाला मोठी खंडणी देण्यास भाग पाडण्यात आले. सोनं, चांदी, मौल्यवान वस्तू आणि इतर

संपत्ती दिल्लीच्या सैन्याकडे देण्यात आली.या घटनेमुळे यादव साम्राज्याची आर्थिक आणि राजकीय प्रतिष्ठा मोठ्या प्रमाणावर कमी झाली. राज्याला सल्तनती सत्तेच्या प्रभावाखाली राहावे लागले. ही घटना यादव साम्राज्याच्या ऱ्हासाची सुरुवात मानली जाते.

मांडलिकत्वाची स्वीकृती

पहिल्या आक्रमणानंतर यादव राजांनी काही काळ दिल्लीच्या सत्तेचे मांडलिकत्व स्वीकारले. खंडणी आणि कर देण्याची व्यवस्था सुरू झाली. यामुळे राज्याचे स्वातंत्र्य काही प्रमाणात मर्यादित झाले. जरी यादव राजे स्थानिक पातळीवर राज्य करीत राहिले तरी त्यांची स्वतंत्र राजकीय शक्ती कमी झाली.

पुढील संघर्ष काळानुसार दिल्ली आणि देवगिरी यांच्यातील संबंध तणावपूर्ण बनले. खंडणी, निष्ठा आणि राजकीय नियंत्रण यांसंबंधी प्रश्न निर्माण झाले.

यादवांनी स्वातंत्र्य टिकवण्याचा प्रयत्न केला, परंतु दिल्ली सल्तनतीची वाढती शक्ती त्यांच्यासाठी मोठे आव्हान ठरत होती.यामुळे पुन्हा संघर्ष निर्माण झाले.

मलिक काफूरची मोहीम

Malik Kafur याला दक्षिण भारतातील मोहिमांसाठी पाठवण्यात आले. त्याने देवगिरीसह अनेक राज्यांवर यशस्वी मोहिमा केल्या. त्याच्या सैन्याने यादव सत्तेवर पुन्हा दबाव निर्माण केला. या मोहिमांमुळे यादवांची लष्करी आणि आर्थिक शक्ती आणखी कमकुवत झाली. दिल्लीच्या सत्तेचे वर्चस्व दख्खनमध्ये वाढू लागले.

देवगिरीचे अंतिम पतन

यादव साम्राज्याचा शेवटचा शासक **Harapaladeva** मानला जातो. त्याने स्वातंत्र्य टिकवण्याचा प्रयत्न केला. परंतु दिल्ली सल्तनतीच्या शक्तिशाली सैन्यापुढे त्याचा प्रतिकार अपुरा ठरला. अखेरीस देवगिरीवरील यादव सत्ता समाप्त झाली. यामुळे महाराष्ट्रातील यादव राजवटीचा अंत झाला आणि दिल्ली सल्तनतीचा प्रभाव वाढला.

देवगिरीचे ऐतिहासिक महत्त्व

Daulatabad Fort हा किल्ला यादवांच्या वैभवाचा साक्षीदार आहे. डोंगरावरील त्याची अभेद्य रचना, मजबूत

संरक्षणव्यवस्था आणि रणनीतिक स्थान यांमुळे तो मध्ययुगीन भारतातील सर्वात महत्त्वाच्या किल्ल्यांपैकी एक मानला जातो. आजही तो यादवांच्या सामर्थ्याची आठवण करून देतो.

यादवांचा सांस्कृतिक वारसा

राजकीय सत्ता संपुष्टात आली तरी यादवांचा सांस्कृतिक वारसा कायम राहिला. मराठी भाषा, संत साहित्य, धार्मिक चळवळी आणि हेमाडपंती स्थापत्य यांवर त्यांचा प्रभाव दीर्घकाळ टिकून राहिला. संत ज्ञानेश्वर, संत नामदेव आणि महानुभाव परंपरेच्या कार्यामुळे महाराष्ट्राच्या सांस्कृतिक जीवनाला नवी दिशा मिळाली.त्यांच्या काळात निर्माण झालेली सांस्कृतिक परंपरा पुढील अनेक शतकांपर्यंत टिकून राहिली.

मराठी भाषेला योगदान

यादव काळात मराठी भाषेला राजकीय आणि सांस्कृतिक महत्त्व प्राप्त झाले. प्रशासन, धर्म आणि साहित्य यांमध्ये मराठीचा वापर वाढला. यामुळे मराठी भाषेच्या विकासाला

मजबूत पाया मिळाला. पुढील संतकाळ आणि मराठा साम्राज्याच्या काळात याच परंपरेचा अधिक विस्तार झाला.

स्थापत्य आणि कला वारसा

हेमाडपंती मंदिरे, तलाव, बारवा आणि इतर वास्तू आजही यादवकालीन स्थापत्यकलेची साक्ष देतात. **Gondeshwar Temple, Aundha Nagnath Temple** आणि इतर अनेक वास्तू महाराष्ट्राच्या सांस्कृतिक वारशाचा महत्त्वाचा भाग आहेत. या वास्तूंमधून त्या काळातील तांत्रिक कौशल्य आणि कलात्मक दृष्टिकोन स्पष्टपणे दिसून येतो.

भारतीय इतिहासातील स्थान

यादव साम्राज्याने महाराष्ट्राला स्वतंत्र राजकीय आणि सांस्कृतिक ओळख दिली. त्यांनी मराठी भाषा, साहित्य, धर्म, शिक्षण आणि स्थापत्यकलेच्या विकासाला चालना दिली. दख्खनच्या इतिहासात यादवांचे स्थान अत्यंत महत्त्वाचे आहे. त्यांचा वारसा पुढील अनेक राजसत्तांवर प्रभाव टाकणारा ठरला.

प्रकरण १४ : दिल्ली सल्तनत आणि महाराष्ट्र — उदय, विस्तार आणि महाराष्ट्रावरील प्रारंभिक प्रभाव

प्रस्तावना

भारतीय इतिहासातील मध्ययुगीन कालखंडात दिल्ली सल्तनतीचा उदय ही एक अत्यंत महत्त्वाची घटना मानली जाते. बाराव्या शतकाच्या अखेरीस आणि तेराव्या शतकाच्या प्रारंभी उत्तर भारतातील राजकीय परिस्थितीत मोठे बदल घडून आले. तुर्की आणि अफगाण शासकांनी उत्तर भारतात सत्ता प्रस्थापित केली आणि दिल्ली हे त्यांच्या राज्याचे प्रमुख केंद्र बनले. या सत्तेला इतिहासात दिल्ली सल्तनत म्हणून ओळखले जाते. जवळपास तीनशे वर्षे दिल्ली सल्तनतीने भारतातील राजकारणावर प्रभाव टाकला. या काळात महाराष्ट्रासह दख्खन प्रदेशातही मोठे राजकीय,

सामाजिक, आर्थिक आणि सांस्कृतिक बदल घडून आले.यादव साम्राज्याच्या पतनानंतर महाराष्ट्र प्रथमच उत्तर भारतातील मुस्लिम सत्तेच्या थेट प्रभावाखाली आला. दिल्ली सल्तनतीच्या मोहिमा, प्रशासन, करव्यवस्था आणि सांस्कृतिक संपर्क यांमुळे महाराष्ट्राच्या इतिहासाला नवीन दिशा मिळाली. पुढे बहामनी, निजामशाही, आदिलशाही आणि मराठा सत्तांच्या उदयामागेही या काळातील घटनांचा मोठा प्रभाव होता.

दिल्ली सल्तनतीचा उदय

बाराव्या शतकाच्या उत्तरार्धात उत्तर भारतात अनेक लहान-मोठी हिंदू राज्ये अस्तित्वात होती. या राज्यांमध्ये परस्पर संघर्ष होत असल्यामुळे एकसंध राजकीय शक्ती निर्माण होऊ शकली नाही. याच परिस्थितीचा फायदा परकीय आक्रमकांनी घेतला. **Muhammad Ghori** याने उत्तर भारतावर अनेक आक्रमणे केली. त्याच्या विजयांमुळे उत्तर भारतात तुर्की सत्तेचा पाया घातला गेला. त्याच्या मृत्यूनंतर त्याचा सेनापती **Qutb ud-Din Aibak** याने स्वतंत्र सत्ता स्थापन केली. इ.स. १२०६ मध्ये दिल्ली सल्तनतीची

स्थापना झाली. यापासून भारतीय इतिहासातील नवीन राजकीय युगाची सुरुवात झाली.

गुलाम घराणे

दिल्ली सल्तनतीचे पहिले राजघराणे गुलाम घराणे म्हणून ओळखले जाते. या घराण्याने सल्तनतीचा पाया मजबूत केला.कुतुबुद्दीन ऐबक, इल्तुतमिश आणि रझिया सुलतान यांसारख्या शासकांनी राज्याचा विस्तार केला आणि प्रशासन विकसित केले. त्यांनी उत्तर भारतातील अनेक प्रदेशांवर नियंत्रण मिळवले.

याच काळात दिल्ली सल्तनत एक स्थिर राजकीय शक्ती म्हणून उदयास आली.

महाराष्ट्राशी प्रारंभिक संबंध गुलाम घराण्याच्या काळात महाराष्ट्रावर थेट नियंत्रण नव्हते. त्या वेळी यादव साम्राज्य दख्खनमध्ये शक्तिशाली होते.

तथापि, उत्तर भारतातील बदलत्या राजकारणामुळे महाराष्ट्रातील शासक सतर्क झाले होते. दिल्लीतील वाढती सत्ता भविष्यातील आव्हान ठरू शकते याची जाणीव त्यांना

होती.यामुळे उत्तर आणि दक्षिण भारतातील राजकीय संबंध अधिक महत्त्वाचे बनले.

खिलजी घराण्याचा उदय

गुलाम घराण्यानंतर दिल्लीमध्ये खिलजी घराण्याची सत्ता स्थापन झाली. या घराण्याचा सर्वात प्रसिद्ध शासक **Alauddin Khalji** होता.त्याने राज्याचा मोठ्या प्रमाणावर विस्तार केला. त्याच्या कारकीर्दीत सल्तनतीची आर्थिक आणि लष्करी शक्ती प्रचंड वाढली.दक्षिण भारतातील संपन्न राज्यांकडे त्याचे विशेष लक्ष होते. यामध्ये देवगिरीतील यादव राज्य प्रमुख होते.

देवगिरीवरील आक्रमण

इ.स. १२९६ मध्ये अलाउद्दीन खिलजीने देवगिरीवर धाडसी आक्रमण केले. त्या वेळी यादव राजा **Ramachandra** राज्य करत होता.या मोहिमेमुळे यादवांना मोठी आर्थिक हानी झाली. त्यांना प्रचंड खंडणी द्यावी लागली. पुढे दिल्ली सल्तनतीचे दखखनमधील हस्तक्षेप वाढत गेले.

या घटनेने महाराष्ट्राच्या इतिहासात मोठा राजकीय बदल घडवून आणला.

यादव सत्तेचा अंत

खिलजी सत्तेच्या पुढील मोहिमांमुळे यादव साम्राज्य अधिक दुर्बल झाले. मलिक काफूरच्या नेतृत्वाखालील सैन्याने दख्खनमध्ये अनेक मोहिमा केल्या.यादवांची राजकीय शक्ती हळूहळू नष्ट झाली. अखेरीस देवगिरीवरील यादव सत्ता समाप्त झाली आणि महाराष्ट्र दिल्ली सल्तनतीच्या प्रभावाखाली आला.ही घटना महाराष्ट्राच्या मध्ययुगीन इतिहासातील एक महत्त्वाचा टप्पा मानली जाते.

तुघलक घराण्याचा उदय

खिलजी घराण्यानंतर दिल्लीमध्ये तुघलक घराण्याची सत्ता स्थापन झाली. या घराण्यातील सर्वात प्रसिद्ध शासक **Muhammad bin Tughlaq** होता.तो महत्त्वाकांक्षी आणि दूरदर्शी शासक मानला जातो. त्याने संपूर्ण भारतावर प्रभावी नियंत्रण प्रस्थापित करण्याचा प्रयत्न केला.त्याच्या काही धोरणांचा महाराष्ट्रावर मोठा प्रभाव पडला.

राजधानी स्थलांतराचा प्रयोग

मुहम्मद बिन तुघलकाने दिल्लीची राजधानी देवगिरी येथे हलवण्याचा निर्णय घेतला. त्याने देवगिरीचे नाव बदलून दौलताबाद ठेवले.**Daulatabad Fort** हे त्या काळातील अत्यंत सुरक्षित आणि मध्यवर्ती स्थान मानले जात होते.या निर्णयामुळे मोठ्या प्रमाणावर लोकांचे स्थलांतर झाले. तथापि, हा प्रयोग यशस्वी ठरला नाही आणि राजधानी पुन्हा दिल्लीला नेण्यात आली.

महाराष्ट्रातील प्रशासनिक बदल

दिल्ली सल्तनतीच्या प्रभावामुळे महाराष्ट्रात प्रशासनिक पद्धतींमध्ये काही बदल झाले. महसूल संकलन अधिक संघटित करण्यात आले.लष्करी तळ, अधिकारी आणि करव्यवस्था यांद्वारे सल्तनतीचे नियंत्रण वाढवण्यात आले. काही ठिकाणी नवीन प्रशासकीय केंद्रे निर्माण झाली.यामुळे स्थानिक प्रशासनावर उत्तर भारतीय प्रभाव पडू लागला.

आर्थिक परिणाम

महाराष्ट्रातील सुपीक जमीन, व्यापारमार्ग आणि शहरांमुळे हा प्रदेश आर्थिकदृष्ट्या महत्त्वाचा होता.सल्तनतीच्या करव्यवस्थेमुळे राज्याला महसूल मिळत होता. परंतु काही वेळा जास्त करांमुळे सामान्य जनतेवर आर्थिक भार पडत असे.तरीही उत्तर आणि दक्षिण भारतातील व्यापारसंबंध अधिक मजबूत झाले.

सांस्कृतिक संपर्क

दिल्ली सल्तनतीमुळे उत्तर भारत आणि महाराष्ट्र यांच्यात सांस्कृतिक संपर्क वाढला. विविध भाषा, कला, स्थापत्यशैली आणि परंपरांचा परस्पर प्रभाव दिसून येऊ लागला.मुस्लिम स्थापत्यकला, नवीन प्रशासकीय संज्ञा आणि काही सामाजिक प्रथा महाराष्ट्रात परिचित होऊ लागल्या.या प्रक्रियेमुळे महाराष्ट्राच्या सांस्कृतिक जीवनात विविधतेची भर पडली.

धार्मिक परिस्थिती

सल्तनतीच्या काळात धार्मिक परिस्थितीत बदल झाले. इस्लाम धर्माचा प्रसार वाढला आणि अनेक नवीन धार्मिक केंद्रे निर्माण झाली.तथापि, महाराष्ट्रात हिंदू धर्म, वारकरी

परंपरा आणि इतर धार्मिक चळवळींचा प्रभाव कायम राहिला.विविध धार्मिक समुदायांमधील संपर्कामुळे सांस्कृतिक देवाणघेवाण वाढली.

महाराष्ट्रावरील दीर्घकालीन प्रभाव

दिल्ली सल्तनतीच्या आगमनामुळे महाराष्ट्राच्या राजकीय इतिहासात मोठा बदल झाला. यादव सत्तेचा अंत झाला आणि दख्खनमध्ये नवीन राजकीय शक्ती उदयास येण्याचा मार्ग मोकळा झाला.पुढे बहामनी सुलतानत आणि त्यानंतरच्या दख्खनी सत्तांचा उदय या घटनांशी जवळून संबंधित होता.महाराष्ट्राच्या सामाजिक, आर्थिक आणि सांस्कृतिक विकासावरही या काळाचा दीर्घकालीन प्रभाव पडला.

१४.२ दिल्ली सल्तनतीची प्रशासन व्यवस्था, महसूल प्रणाली, लष्कर, न्यायव्यवस्था आणि महाराष्ट्रातील अंमलबजावणी

प्रस्तावना

दिल्ली सल्तनतीच्या स्थापनेनंतर भारतात एका नव्या प्रशासकीय व्यवस्थेचा उदय झाला. तुर्की आणि अफगाण शासकांनी भारतातील विद्यमान परंपरांबरोबर मध्य आशियातील प्रशासकीय पद्धतींचा समन्वय साधून एक संघटित राज्यव्यवस्था निर्माण केली. दिल्ली सल्तनतीचे मुख्य उद्दिष्ट विशाल साम्राज्यावर प्रभावी नियंत्रण ठेवणे, महसूल संकलन वाढवणे, कायदा आणि सुव्यवस्था राखणे तसेच लष्करी सामर्थ्य मजबूत करणे हे होते. यादव सत्तेच्या

पतनानंतर महाराष्ट्रातील काही भागांवर सल्तनतीचा प्रभाव निर्माण झाला. त्यामुळे महाराष्ट्रालाही या प्रशासनिक बदलांचा अनुभव आला. या काळात प्रशासन, करव्यवस्था, लष्करी संघटना आणि न्यायव्यवस्था यांमध्ये महत्त्वपूर्ण बदल घडून आले.

सल्तानाचे स्थान

दिल्ली सल्तनतीमध्ये सल्तान हा राज्याचा सर्वोच्च अधिकारी मानला जात असे. त्याच्याकडे कार्यकारी, लष्करी, न्यायिक आणि आर्थिक अधिकार केंद्रित असत. राज्यातील सर्व अधिकारी सल्तानाच्या आदेशानुसार काम करीत असत.सल्तान हा सैन्याचा प्रमुख, सर्वोच्च न्यायाधीश आणि राज्याचा संरक्षक मानला जात असे. युद्ध, तह, अधिकाऱ्यांच्या नियुक्त्या, करव्यवस्था आणि परराष्ट्र धोरण यांसंबंधी अंतिम निर्णय त्याच्याकडे असे.संपूर्ण प्रशासनाचे केंद्र दिल्लीतील राजदरबार होता. त्यामुळे राज्यव्यवस्थेत केंद्रीकरणाला विशेष महत्त्व प्राप्त झाले.

केंद्रीय प्रशासन

दिल्ली सल्तनतीचे प्रशासन विविध विभागांमध्ये विभागलेले होते. प्रत्येक विभागासाठी स्वतंत्र अधिकारी नियुक्त केले जात असत.वजीर हा प्रशासनातील सर्वात महत्त्वाचा अधिकारी मानला जाई. तो अर्थव्यवस्था, महसूल आणि सामान्य प्रशासनाची जबाबदारी सांभाळत असे. सैन्यविषयक कामकाजासाठी स्वतंत्र अधिकारी असत. धार्मिक, न्यायिक आणि राजदरबारी व्यवहारांसाठी देखील स्वतंत्र विभाग कार्यरत होते.या संघटित प्रशासकीय व्यवस्थेमुळे विशाल साम्राज्याचे नियंत्रण राखणे शक्य झाले.

प्रांतिक प्रशासन

साम्राज्याचा विस्तार मोठा असल्यामुळे विविध प्रांतांमध्ये विभागणी करण्यात आली होती. प्रत्येक प्रांतावर सल्तानाचा प्रतिनिधी म्हणून राज्यपाल नियुक्त केला जात असे.राज्यपालाची जबाबदारी महसूल संकलन, कायदा आणि सुव्यवस्था, लष्करी व्यवस्था आणि राजाज्ञांची अंमलबजावणी करणे ही होती. प्रांतिक अधिकाऱ्यांवर केंद्र सरकारचे नियंत्रण ठेवले जात असे.महाराष्ट्रातील

सल्तनतीच्या ताब्यातील प्रदेशांमध्येही अशाच प्रकारची व्यवस्था लागू करण्यात आली.

जिल्हा आणि स्थानिक प्रशासन

प्रांतांच्या पुढे लहान प्रशासकीय विभाग करण्यात आले होते. प्रत्येक विभागात अधिकारी नियुक्त केले जात असत. हे अधिकारी महसूल संकलन, न्यायदान आणि प्रशासनिक कामकाज सांभाळत असत.गावपातळीवर स्थानिक प्रमुख आणि महसूल अधिकारी कार्यरत असत. ग्रामीण भागातील माहिती आणि कर संकलन यामध्ये त्यांची महत्त्वाची भूमिका होती.यामुळे प्रशासनाचा प्रभाव खेड्यापाड्यांपर्यंत पोहोचला.

महसूल व्यवस्थेचे महत्त्व

दिल्ली सल्तनतीच्या अर्थव्यवस्थेचा मुख्य आधार महसूल होता. विशाल लष्कर, प्रशासन आणि राजदरबार चालवण्यासाठी मोठ्या प्रमाणात उत्पन्नाची आवश्यकता होती.महसूल संकलनासाठी जमिनीचे मोजमाप, उत्पादनाचा अंदाज आणि करांचे नियमन करण्यात आले. यामुळे

राज्याच्या उत्पन्नामध्ये वाढ झाली.महसूल व्यवस्था ही सल्तनतीच्या स्थैर्याचा प्रमुख आधार होती.

जमीनकर

शेती हा अर्थव्यवस्थेचा मुख्य आधार असल्यामुळे जमीनकराला सर्वाधिक महत्त्व होते. शेतकऱ्यांच्या उत्पादनावर आधारित कर आकारला जात असे.काही भागांमध्ये उत्पादनाचा ठराविक हिस्सा कर म्हणून घेतला जाई. जमीन सुपीक असल्यास कराचे प्रमाण जास्त असे.कर वसुलीसाठी स्वतंत्र अधिकारी नियुक्त केले जात आणि महसूल थेट राज्याच्या खजिन्यात जमा केला जात असे.

इतर कर

जमीनकराव्यतिरिक्त व्यापारकर, बाजारकर, आयात-निर्यात शुल्क आणि इतर कर आकारले जात असत. व्यापारी मार्गांवरून जाणाऱ्या मालावर कर घेतला जात असे.शहरांमधील बाजारपेठांवर नियंत्रण ठेवून महसूल वाढवण्याचा प्रयत्न केला जात होता. या करांमुळे राज्याला अतिरिक्त उत्पन्न मिळत असे.

व्यापारामुळे महसूल वाढत असला तरी काही वेळा करांचा भार सामान्य लोकांवर पडत असे.

महाराष्ट्रातील महसूल व्यवस्था

महाराष्ट्रातील प्रदेश सल्तनतीच्या प्रभावाखाली आल्यानंतर महसूल व्यवस्थेत काही बदल करण्यात आले. यादवकालीन पद्धतींचा काही प्रमाणात वापर सुरू ठेवण्यात आला, परंतु त्यात सल्तनतीच्या धोरणांनुसार सुधारणा करण्यात आल्या. जमिनीचे उत्पन्न, व्यापारमार्ग आणि बाजारपेठांमधून कर गोळा केला जाऊ लागला. यामुळे दिल्लीला मोठ्या प्रमाणावर महसूल मिळत असे.

लष्कराची रचना

दिल्ली सल्तनतीचे सर्वात मोठे सामर्थ्य म्हणजे तिचे शक्तिशाली लष्कर होय. विशाल साम्राज्य टिकवून ठेवण्यासाठी सक्षम सैन्याची आवश्यकता होती.पायदळ, घोडदळ, हत्तीदल आणि काही विशेष तुकड्या सैन्यामध्ये समाविष्ट होत्या. घोडदळाला विशेष महत्त्व होते कारण ते वेगवान आणि युद्धात प्रभावी होते.लष्कराच्या साहाय्याने सल्तनतीने अनेक प्रदेशांवर नियंत्रण मिळवले.

लष्करी सुधारणा

काही सल्तानांनी लष्करामध्ये महत्त्वपूर्ण सुधारणा केल्या. सैनिकांची नोंदणी, घोड्यांची तपासणी आणि नियमित वेतनव्यवस्था यांमुळे सैन्य अधिक शिस्तबद्ध बनले. लष्करी तळ, शस्त्रसाठे आणि संरक्षणव्यवस्था मजबूत करण्यात आली. यामुळे बंडखोरी दडपणे आणि नवीन प्रदेश जिंकणे सोपे झाले.

महाराष्ट्रातील लष्करी उपस्थिती

महाराष्ट्रातील महत्त्वाच्या किल्ल्यांवर आणि प्रशासकीय केंद्रांवर सल्तनतीच्या सैन्याची नियुक्ती करण्यात आली होती. **Daulatabad Fort** हा किल्ला विशेष लष्करी महत्त्वाचा मानला जात असे.या किल्ल्याच्या माध्यमातून दख्खनवरील नियंत्रण राखण्याचा प्रयत्न करण्यात आला.

न्यायव्यवस्था

दिल्ली सल्तनतीची न्यायव्यवस्था धार्मिक कायदे, राजाज्ञा आणि प्रशासकीय नियमांवर आधारित होती. न्यायदानासाठी स्वतंत्र अधिकारी नेमलेले असत. स्थानिक वाद स्थानिक

पातळीवर सोडवले जात, तर गंभीर प्रकरणे उच्च अधिकाऱ्यांकडे पाठवली जात. काही प्रकरणांमध्ये अंतिम निर्णय सल्तान देत असे.न्यायव्यवस्थेचे उद्दिष्ट कायदा आणि सुव्यवस्था टिकवून ठेवणे हे होते.

कायदा आणि सुव्यवस्था

राज्यातील शांतता राखण्यासाठी लष्करी आणि पोलीस स्वरूपाच्या यंत्रणांचा वापर केला जात असे. शहरांमध्ये आणि व्यापारमार्गांवर सुरक्षा व्यवस्था ठेवण्यात येत असे. दरोडे, बंडखोरी आणि गुन्हेगारी रोखण्यासाठी कठोर उपाययोजना केल्या जात. त्यामुळे प्रशासनावरील नियंत्रण टिकून राहिले.

प्रशासनाचे परिणाम

दिल्ली सल्तनतीच्या प्रशासनामुळे महसूल संकलन अधिक संघटित झाले. प्रांत आणि जिल्हास्तरावरील नियंत्रण वाढले. व्यापारमार्गांचे संरक्षण करण्यात आले. तथापि, काही वेळा जास्त कर, कठोर धोरणे आणि लष्करी दडपशाही यांमुळे लोकांमध्ये असंतोषही निर्माण झाला. या प्रशासनिक पद्धतींचा पुढील दख्खनी सत्तांवरही प्रभाव पडला.

महाराष्ट्रावरील प्रभाव

सल्तनतीच्या प्रशासनामुळे महाराष्ट्रात नवीन महसूल पद्धती, प्रशासकीय संज्ञा आणि लष्करी व्यवस्था परिचित झाली. उत्तर भारताशी संपर्क वाढल्यामुळे सांस्कृतिक आणि आर्थिक देवाणघेवाण वाढली.पुढे बहामनी, निजामशाही, आदिलशाही आणि मराठा प्रशासनामध्येही काही प्रमाणात या व्यवस्थेचे प्रतिबिंब दिसून येते

१४.४ दिल्ली सल्तनतीच्या काळातील कला, स्थापत्यकला, मशिदी, किल्ले, सांस्कृतिक वारसा आणि महाराष्ट्रावरील प्रभाव

प्रस्तावना

दिल्ली सल्तनतीचा काळ हा केवळ राजकीय परिवर्तनाचा काळ नव्हता, तर तो कला, स्थापत्यकला आणि सांस्कृतिक देवाणघेवाणीचाही महत्त्वपूर्ण कालखंड होता. तुर्की, अफगाणी, पर्शियन आणि भारतीय परंपरांच्या संयोगातून एक नवीन स्थापत्य आणि सांस्कृतिक शैली विकसित झाली. उत्तर भारतात निर्माण झालेल्या या शैलीचा प्रभाव हळूहळू महाराष्ट्रासह दख्खन प्रदेशातही पोहोचला. यादव सत्तेच्या पतनानंतर महाराष्ट्रात दिल्ली सल्तनतीचा प्रभाव

वाढल्याने येथे नवीन वास्तुशैली, धार्मिक वास्तू, किल्ल्यांची बांधणी आणि कलात्मक परंपरांचा परिचय झाला. स्थानिक आणि परकीय परंपरांच्या संगमातून निर्माण झालेली ही सांस्कृतिक प्रक्रिया महाराष्ट्राच्या इतिहासातील एक महत्त्वपूर्ण टप्पा ठरली.

कला आणि स्थापत्यकलेचे स्वरूप

दिल्ली सल्तनतीच्या काळात स्थापत्यकलेला विशेष महत्त्व प्राप्त झाले. शासकांनी आपल्या सत्ता, धार्मिक श्रद्धा आणि वैभवाचे प्रदर्शन करण्यासाठी विविध वास्तू उभारल्या.या वास्तूंमध्ये मजबुती, भव्यता आणि कलात्मक सौंदर्य यांचा समन्वय दिसून येतो. कमानी, घुमट, उंच मनोरे, दगडी नक्षीकाम आणि सुलेखन ही या स्थापत्यशैलीची प्रमुख वैशिष्ट्ये होती.भारतीय कारागिरांच्या कौशल्यामुळे या वास्तूंना स्थानिक कलात्मकतेची जोड मिळाली.

इस्लामी स्थापत्यशैलीची वैशिष्ट्ये

इस्लामी स्थापत्यकलेत सममिती, भव्यता आणि साधेपणा यांना विशेष महत्त्व दिले जात असे. वास्तूंमध्ये कमानीदार प्रवेशद्वार, विशाल प्रार्थनागृहे, घुमट आणि मिनार यांचा

वापर केला जाई.भिंतींवर धार्मिक वचने, भूमितीय आकृत्या आणि सुंदर नक्षीकाम केले जात असे. मानवी आकृत्यांचे चित्रण टाळले जात असल्यामुळे अलंकरणासाठी भूमितीय आणि वनस्पतीआधारित रचना वापरल्या जात.

या स्थापत्यशैलीने भारतीय वास्तुकलेत अनेक नवीन घटक आणले.

मशिदींची उभारणी -- दिल्ली सल्तनतीच्या काळात अनेक मशिदी बांधण्यात आल्या. मशिदी या केवळ प्रार्थनेसाठी नसून सामाजिक आणि धार्मिक केंद्रे म्हणूनही कार्य करीत असत.

महाराष्ट्रातील सल्तनतीच्या प्रभावाखालील भागांमध्येही काही मशिदींची स्थापना झाली. या वास्तूंमध्ये दगडी बांधकाम, कमानी आणि घुमट यांचा प्रभाव दिसून येतो.मशिदींनी धार्मिक तसेच सांस्कृतिक जीवनात महत्त्वपूर्ण भूमिका बजावली.

किल्ल्यांचे महत्त्व

दिल्ली सल्तनतीच्या राज्यकारभारात किल्ल्यांना अत्यंत महत्त्वाचे स्थान होते. किल्ले हे संरक्षण, प्रशासन आणि लष्करी नियंत्रणाची केंद्रे होती.महाराष्ट्रातील अनेक किल्ले रणनीतिक दृष्ट्या महत्त्वाचे होते. विशेषतः यादवकालीन किल्ल्यांचा उपयोग सल्तनतीच्या प्रशासनानेही केला.किल्ल्यांमुळे राज्याला विविध प्रदेशांवर प्रभावी नियंत्रण ठेवणे शक्य झाले.

दौलताबाद किल्ला

Daulatabad Fort हा मध्ययुगीन भारतातील सर्वात भव्य आणि अभेद्य किल्ल्यांपैकी एक मानला जातो.यादव काळात देवगिरी म्हणून प्रसिद्ध असलेला हा किल्ला नंतर दिल्ली सल्तनतीच्या नियंत्रणाखाली आला. मुहम्मद बिन तुघलकाने राजधानी येथे स्थलांतरित करण्याचा प्रयत्न केल्यामुळे या किल्ल्याचे महत्त्व आणखी वाढले.डोंगरावरील स्थान, मजबूत तटबंदी, खोल खंदक आणि जटिल संरक्षणव्यवस्था यांमुळे हा किल्ला जवळजवळ अभेद्य मानला जात असे.

राजवाडे आणि प्रशासकीय इमारती

सल्तनतीच्या काळात विविध प्रशासकीय इमारती आणि राजवाड्यांची उभारणी करण्यात आली. या इमारतींमध्ये भव्य सभागृहे, प्रशासकीय कक्ष आणि निवासस्थाने असत.या वास्तू राज्यसत्तेचे प्रतीक मानल्या जात. त्यांच्यामध्ये भारतीय आणि इस्लामी स्थापत्यशैलींचा संगम आढळतो.अनेक इमारती काळाच्या ओघात नष्ट झाल्या असल्या तरी त्यांच्या अवशेषांमधून त्या काळातील वैभवाची कल्पना येते.

सुलेखनकला

इस्लामी संस्कृतीमध्ये सुलेखनकलेला विशेष महत्त्व होते. कुराणातील वचने आणि धार्मिक संदेश सुंदर अक्षरांमध्ये कोरण्याची परंपरा होती.मशिदी, प्रवेशद्वारे आणि इतर वास्तूंवर उत्कृष्ट सुलेखन आढळते. ही कला स्थापत्यकलेचा एक महत्त्वपूर्ण भाग बनली.सुलेखनामुळे वास्तूंना धार्मिक आणि कलात्मक सौंदर्य प्राप्त झाले.

नक्षीकाम आणि अलंकरण

सल्तनतीच्या स्थापत्यकलेमध्ये भूमितीय आकृत्या, फुलांच्या नक्षी आणि सजावटीचे विविध प्रकार मोठ्या

प्रमाणावर वापरले जात.दगडावर केलेले सूक्ष्म कोरीवकाम आणि सजावट त्या काळातील कारागिरांच्या कौशल्याचे प्रतीक आहे.भारतीय कारागिरांनी स्थानिक कलाशैलींचा वापर करून या वास्तूंना वैशिष्ट्यपूर्ण स्वरूप दिले.

भाषा आणि साहित्यावर प्रभाव

दिल्ली सल्तनतीच्या काळात फारसी भाषेला प्रशासनात महत्त्वाचे स्थान प्राप्त झाले. सरकारी कागदपत्रे, राजाज्ञा आणि प्रशासनिक व्यवहारांमध्ये फारसीचा वापर केला जात असे.महाराष्ट्रात मराठी भाषा लोकभाषा म्हणून टिकून राहिली. मराठी आणि फारसी यांच्यातील संपर्कामुळे अनेक नवीन शब्द मराठीत आले.या भाषिक देवाणघेवाणीमुळे मराठी भाषेचा शब्दसंग्रह अधिक समृद्ध झाला.

संगीत आणि सांस्कृतिक देवाणघेवाण

सल्तनतीच्या काळात विविध सांस्कृतिक परंपरांचा परस्पर संपर्क वाढला. संगीत, वाद्ये आणि कलात्मक शैलींमध्ये काही नवीन प्रभाव दिसू लागले.उत्तर भारतातील संगीतपरंपरा आणि स्थानिक लोकसंगीत यांच्यातील

देवाणघेवाण वाढली. धार्मिक कार्यक्रम, उत्सव आणि सामाजिक समारंभांमध्ये संगीताला महत्त्वाचे स्थान होते.

महाराष्ट्रातील सांस्कृतिक समन्वय

महाराष्ट्रात हिंदू आणि इस्लामी सांस्कृतिक परंपरांचा संपर्क वाढल्यामुळे सांस्कृतिक समन्वयाची प्रक्रिया सुरू झाली. स्थापत्यकला, भाषा, वेशभूषा आणि सामाजिक जीवनामध्ये या प्रभावांचे प्रतिबिंब दिसून येते.या प्रक्रियेमुळे पुढील काळातील दख्खनी संस्कृतीच्या निर्मितीसाठी महत्त्वाचा पाया तयार झाला.

कलाविकासातील स्थानिक योगदान

जरी सल्तनतीच्या स्थापत्यशैलीचा प्रभाव होता, तरी स्थानिक कलाकार आणि कारागिरांचे योगदान अत्यंत महत्त्वाचे होते. त्यांनी भारतीय परंपरा आणि स्थानिक तंत्रज्ञान यांचा वापर करून नवीन शैली विकसित केल्या.त्यांच्या कौशल्यामुळे वास्तूंमध्ये स्थानिक वैशिष्ट्ये टिकून राहिली. त्यामुळे स्थापत्यकला अधिक समृद्ध आणि वैविध्यपूर्ण बनली.

सांस्कृतिक वारसा

दिल्ली सल्तनतीच्या काळातील वास्तू, किल्ले, मशिदी, कलाशैली आणि भाषिक प्रभाव हे आजही ऐतिहासिक वारशाचा महत्त्वाचा भाग आहेत.दौलताबादसारखे किल्ले आणि विविध स्थापत्य अवशेष त्या काळातील राजकीय आणि सांस्कृतिक इतिहासाची साक्ष देतात.हा वारसा भारतीय आणि महाराष्ट्राच्या इतिहासाच्या अभ्यासासाठी अत्यंत मौल्यवान मानला जातो.

महाराष्ट्रावरील दीर्घकालीन प्रभाव

सल्तनतीच्या काळात विकसित झालेल्या स्थापत्यशैली, प्रशासनिक परंपरा, भाषिक प्रभाव आणि सांस्कृतिक संपर्क यांचा परिणाम पुढील अनेक शतकांपर्यंत दिसून आला.बहामनी, निजामशाही, आदिलशाही आणि इतर दख्खनी सत्तांच्या स्थापत्यकलेतही या प्रभावांचे प्रतिबिंब आढळते.महाराष्ट्राच्या सांस्कृतिक विविधतेच्या निर्मितीत या काळाचे महत्त्वपूर्ण योगदान आहे.

१४.५ दिल्ली सल्तनतीचा ऱ्हास, दख्खनमधील बंडे, बहामनी सुलतानतचा उदय आणि महाराष्ट्रातील राजकीय परिवर्तन

प्रस्तावना

दिल्ली सल्तनतीने जवळपास तीनशे वर्षे उत्तर भारतातील राजकारणावर वर्चस्व गाजवले. खिलजी आणि तुघलक शासकांच्या काळात सल्तनतीचा विस्तार उत्तर भारतापासून दख्खनपर्यंत झाला होता. महाराष्ट्रासह दक्षिण भारतातील अनेक प्रदेश सल्तनतीच्या प्रभावाखाली आले. परंतु एवढ्या विशाल साम्राज्यावर दीर्घकाळ प्रभावी नियंत्रण ठेवणे कठीण ठरले. प्रशासनातील दोष, आर्थिक अडचणी, प्रांतिक बंडे, वारंवार होणारे सत्तासंघर्ष आणि स्थानिक शासकांचा विरोध यांमुळे सल्तनतीची शक्ती हळूहळू कमी होऊ लागली. याच काळात दख्खनमध्ये स्वतंत्र राजकीय शक्ती उदयास येऊ

लागल्या. या प्रक्रियेचा परिणाम म्हणून बहामनी सुलतानतची स्थापना झाली. या घटनेमुळे महाराष्ट्राच्या इतिहासात एका नव्या राजकीय युगाची सुरुवात झाली.

दिल्ली सल्तनतीच्या विस्ताराची मर्यादा

दिल्ली सल्तनतीचा विस्तार अत्यंत मोठा झाला होता. उत्तर भारत, मध्य भारत आणि दख्खनमधील अनेक प्रदेशांवर सल्तनतीचे नियंत्रण होते. परंतु दूरवरच्या प्रदेशांवर नियंत्रण ठेवण्यासाठी सक्षम प्रशासन, नियमित महसूल आणि मजबूत लष्कर आवश्यक होते.दख्खन प्रदेश दिल्लीपासून खूप दूर असल्यामुळे प्रशासन चालविणे कठीण जात होते. आदेश पोहोचण्यास विलंब होत असे आणि स्थानिक अधिकाऱ्यांवर पूर्ण नियंत्रण ठेवणे शक्य होत नव्हते.यामुळे दख्खनमधील प्रदेशांमध्ये असंतोष वाढू लागला.

मुहम्मद बिन तुघलकाची धोरणे

Muhammad bin Tughlaq हा महत्त्वाकांक्षी शासक होता. त्याने अनेक नवीन योजना राबविण्याचा प्रयत्न केला.राजधानी दिल्लीहून दौलताबाद येथे हलविण्याचा निर्णय, चलनविषयक प्रयोग आणि व्यापक लष्करी मोहिमा

यांमुळे प्रशासनावर मोठा ताण निर्माण झाला.काही योजना दूरदर्शी असल्या तरी त्यांची अंमलबजावणी प्रभावीपणे झाली नाही. परिणामी लोकांमध्ये असंतोष निर्माण झाला आणि सल्तनतीची प्रतिष्ठा कमी झाली.

दौलताबाद राजधानी प्रयोग

Daulatabad Fort येथे राजधानी हलविण्याचा निर्णय हा मध्ययुगीन भारतातील सर्वात चर्चित घटनांपैकी एक मानला जातो.दिल्लीतील अनेक अधिकारी, व्यापारी आणि सामान्य नागरिकांना दौलताबाद येथे स्थलांतरित करण्यात आले. परंतु अंतर, हवामान, पाण्याची समस्या आणि इतर अडचणींमुळे हा प्रयोग अयशस्वी ठरला.अखेरीस राजधानी पुन्हा दिल्लीला नेण्यात आली. या घटनेमुळे प्रशासनावरील विश्वास कमी झाला.

आर्थिक संकट

सततच्या युद्धांमुळे आणि महत्त्वाकांक्षी योजनांमुळे राज्याच्या खजिन्यावर मोठा ताण पडला. महसूल संकलनात अडचणी निर्माण झाल्या.काही भागांमध्ये करांचे प्रमाण वाढविण्यात आले. त्यामुळे शेतकरी आणि सामान्य

लोकांमध्ये नाराजी वाढली.आर्थिक दुर्बलता ही सल्तनतीच्या ऱ्हासाची एक महत्त्वाची कारणे ठरली.

प्रांतिक बंडे

सल्तनतीच्या कमकुवत होत चाललेल्या नियंत्रणाचा फायदा घेऊन अनेक प्रांतांमध्ये बंडे सुरू झाली. स्थानिक अधिकारी आणि सरदार स्वतंत्र सत्ता स्थापन करण्याचा प्रयत्न करू लागले.दख्खनमधील प्रदेशांमध्येही दिल्लीविरुद्ध असंतोष वाढत होता. स्थानिक लोकांना दूरच्या दिल्लीच्या नियंत्रणापेक्षा स्वतंत्र प्रशासन अधिक योग्य वाटत होते.यामुळे प्रांतिक स्वातंत्र्य चळवळींना चालना मिळाली.

दख्खनमधील राजकीय परिस्थिती

दख्खन हा आर्थिक आणि लष्करी दृष्ट्या अत्यंत महत्त्वाचा प्रदेश होता. सुपीक जमीन, व्यापारी मार्ग आणि मजबूत किल्ले यांमुळे या प्रदेशाला विशेष महत्त्व प्राप्त झाले होते.दिल्ली सल्तनतीच्या कमकुवत होत चाललेल्या नियंत्रणामुळे स्थानिक शक्तींना उदयाची संधी मिळाली.याच परिस्थितीत बहामनी सत्तेचा उदय झाला.

बहामनी सुलतानतची स्थापना

इ.स. १३४७ मध्ये **Ala-ud-Din Bahman Shah** याने स्वतंत्र बहामनी सुलतानतची स्थापना केली.ही दख्खनमधील पहिली स्वतंत्र मुस्लिम सत्ता मानली जाते. बहामनी राज्याची स्थापना ही दिल्ली सल्तनतीच्या ऱ्हासाचे स्पष्ट प्रतीक होती.य**a** घटनेमुळे दख्खनच्या इतिहासात नवीन पर्व सुरू झाले.

बहामनी राज्याचा विस्तार

बहामनी शासकांनी दख्खनमधील विस्तृत प्रदेशांवर नियंत्रण प्रस्थापित केले. महाराष्ट्रातील अनेक भाग त्यांच्या सत्तेखाली आले.प्रशासन, लष्कर आणि महसूल व्यवस्था मजबूत करून त्यांनी स्वतंत्र राज्यव्यवस्था विकसित केली.बहामनी सत्ता पुढील दोन शतकांपर्यंत दख्खनच्या राजकारणात प्रभावी राहिली.

महाराष्ट्रावरील परिणाम

बहामनी सत्तेच्या उदयानंतर महाराष्ट्रातील राजकीय परिस्थितीत मोठा बदल झाला. दिल्लीच्या थेट नियंत्रणाचा

अंत झाला आणि स्थानिक परिस्थितीशी अधिक जवळचा संबंध असलेली सत्ता उदयास आली.प्रशासन, व्यापार, लष्करी व्यवस्था आणि सांस्कृतिक जीवनात नवीन बदल घडू लागले.यामुळे महाराष्ट्राच्या पुढील राजकीय विकासाला दिशा मिळाली.

सांस्कृतिक परिणाम

बहामनी सत्तेच्या स्थापनेनंतर दख्खनी संस्कृतीचा विकास सुरू झाला. स्थानिक मराठी परंपरा आणि इस्लामी सांस्कृतिक प्रभाव यांचा संगम अधिक दृढ झाला.भाषा, संगीत, स्थापत्यकला आणि साहित्य यांमध्ये नवीन स्वरूप निर्माण झाले.हा सांस्कृतिक समन्वय पुढील अनेक शतकांपर्यंत टिकून राहिला.

प्रशासनातील बदल

बहामनी राज्याने दिल्ली सल्तनतीच्या काही प्रशासकीय पद्धती स्वीकारल्या, परंतु त्यांना स्थानिक गरजांनुसार बदलले.महसूल व्यवस्था, प्रांतिक प्रशासन आणि लष्करी संघटना अधिक प्रभावी करण्यात आली.या बदलांमुळे राज्यव्यवस्थेला स्थैर्य प्राप्त झाले.

दिल्ली सल्तनतीचा अंतिम ऱ्हास

तुघलक घराण्यानंतर सल्तनतीची शक्ती सतत कमी होत गेली. पुढील सय्यद आणि लोदी शासकांना विशाल साम्राज्य टिकवून ठेवणे कठीण झाले.प्रांतिक राज्ये अधिक स्वतंत्र झाली. अनेक भागांमध्ये नवीन सत्तांचा उदय झाला.अखेरीस दिल्ली सल्तनत पूर्वीप्रमाणे प्रभावी राहिली नाही.

ऐतिहासिक महत्त्व

दिल्ली सल्तनतीचा ऱ्हास आणि बहामनी सुलतानतचा उदय हा भारतीय इतिहासातील महत्त्वपूर्ण संक्रमणबिंदू मानला जातो.या प्रक्रियेमुळे दख्खनला स्वतंत्र राजकीय ओळख प्राप्त झाली. महाराष्ट्राच्या इतिहासातही हा बदल अत्यंत महत्त्वाचा ठरला.

याच पार्श्वभूमीवर पुढे निजामशाही, आदिलशाही, कुतुबशाही आणि मराठा सत्तांचा उदय झाला.

१४.३ दिल्ली सल्तनतीच्या काळातील महाराष्ट्रातील समाजजीवन, धर्म, अर्थव्यवस्था, व्यापार, संस्कृती आणि लोकजीवन

प्रस्तावना

दिल्ली सल्तनतीच्या काळात महाराष्ट्राच्या सामाजिक, आर्थिक, धार्मिक आणि सांस्कृतिक जीवनात अनेक महत्त्वपूर्ण बदल घडून आले. यादव साम्राज्याच्या पतनानंतर महाराष्ट्रातील काही प्रदेश दिल्लीच्या सत्तेच्या प्रभावाखाली आले. या राजकीय बदलांचा परिणाम समाजाच्या सर्व स्तरांवर झाला. जरी दिल्ली सल्तनतीचे थेट नियंत्रण महाराष्ट्राच्या सर्व भागांवर दीर्घकाळ टिकले नाही, तरी या काळात उत्तर भारत आणि दखखन यांच्यातील संपर्क वाढला.

त्यामुळे नवीन प्रशासकीय पद्धती, व्यापारसंबंध, सांस्कृतिक प्रभाव आणि धार्मिक प्रवाह महाराष्ट्रात पोहोचले. त्याच वेळी स्थानिक परंपरा, भाषा, धर्म आणि सामाजिक संस्था याही टिकून राहिल्या. या सर्व प्रक्रियांमुळे महाराष्ट्राच्या इतिहासात परिवर्तनाचा एक महत्त्वपूर्ण कालखंड निर्माण झाला.

समाजजीवनाचे स्वरूप

दिल्ली सल्तनतीच्या काळातील महाराष्ट्रातील समाज विविध जाती, व्यवसाय आणि धार्मिक समूहांनी बनलेला होता. ग्रामीण भागात शेतीप्रधान जीवनपद्धती प्रचलित होती, तर शहरांमध्ये व्यापार, हस्तकला आणि प्रशासकीय कार्ये करणारे लोक राहत होते. समाजात वर्णव्यवस्था आणि जातिव्यवस्था अस्तित्वात होती. विविध व्यवसायांवर आधारित अनेक जाती कार्यरत होत्या. शेतकरी, कारागीर, व्यापारी, सैनिक, पुरोहित आणि प्रशासकीय अधिकारी हे समाजातील महत्त्वाचे घटक होते.राजकीय बदल झाले तरी समाजाची मूलभूत रचना मोठ्या प्रमाणात कायम राहिली.

ग्रामीण जीवन

महाराष्ट्रातील बहुसंख्य जनता गावांमध्ये राहत होती. शेती हा त्यांच्या उपजीविकेचा मुख्य आधार होता. गावांमध्ये शेतकरी, लोहार, सुतार, कुंभार, चांभार, विणकर आणि इतर कारागीर राहत असत.ग्रामव्यवस्था ही ग्रामीण जीवनाचा केंद्रबिंदू होती. गावातील अनेक कामे सामूहिक स्वरूपात केली जात असत. विहिरी, तलाव, देवळे आणि बाजारपेठा ही गावांच्या सामाजिक जीवनाची केंद्रे होती.ग्रामीण समाजात परस्पर सहकार्याची भावना महत्त्वाची मानली जात होती.

नागरी जीवन

दौलताबाद, पैठण, जुन्नर आणि इतर शहरांमध्ये व्यापारी, कारागीर आणि अधिकारी मोठ्या प्रमाणावर राहत असत.

शहरांमध्ये बाजारपेठा, व्यापारी वसाहती, धार्मिक स्थळे आणि प्रशासकीय केंद्रे विकसित झाली होती. विविध प्रदेशांतील व्यापारी येथे येत असल्यामुळे शहरी जीवन अधिक बहुविध आणि गतिशील बनले होते.शहरांमुळे आर्थिक आणि सांस्कृतिक देवाणघेवाण वाढली.

स्त्रियांचे स्थान

या काळात स्त्रिया कुटुंब आणि समाजाच्या महत्त्वाच्या घटक होत्या. ग्रामीण भागातील स्त्रिया शेती, पशुपालन आणि घरगुती उद्योगांमध्ये सक्रियपणे सहभागी होत असत.शहरी भागातील स्त्रिया कुटुंबव्यवस्थेची जबाबदारी सांभाळत असत. काही उच्चवर्गीय स्त्रियांना शिक्षण आणि धार्मिक कार्यांमध्ये सहभागी होण्याची संधी मिळत असे.सामाजिक परंपरांमुळे स्त्रियांच्या स्वातंत्र्यावर काही मर्यादा असल्या तरी त्यांचे आर्थिक आणि सामाजिक योगदान महत्त्वपूर्ण होते.

धर्माचे स्थान

धर्म हा समाजजीवनाचा अविभाज्य भाग होता. हिंदू धर्माचा प्रभाव महाराष्ट्रात मोठ्या प्रमाणावर कायम होता. मंदिरे, तीर्थक्षेत्रे आणि धार्मिक उत्सव यांना विशेष महत्त्व होते.त्याचबरोबर इस्लाम धर्माचाही प्रसार वाढू लागला. मुस्लिम व्यापारी, सैनिक, अधिकारी आणि धर्मप्रचारक यांच्या माध्यमातून नवीन धार्मिक परंपरा महाराष्ट्रात पोहोचल्या.या प्रक्रियेमुळे धार्मिक विविधता वाढली.

हिंदू धार्मिक परंपरा

शिव, विष्णू, गणपती, देवी आणि इतर देवतांची पूजा मोठ्या प्रमाणावर सुरूच होती. सण, यात्रा, जत्रा आणि धार्मिक विधी समाजजीवनाचा महत्त्वाचा भाग होते.**Trimbakeshwar Temple, Pandharpur** आणि इतर तीर्थक्षेत्रांना मोठ्या प्रमाणावर भाविक भेट देत असत.धार्मिक श्रद्धेमुळे समाजातील सांस्कृतिक सातत्य टिकून राहिले.

वारकरी परंपरेचा विकास

या काळात वारकरी परंपरेचा प्रभाव वाढत गेला. विठ्ठलभक्ती, समानता, प्रेम आणि भक्तीचा संदेश सामान्य लोकांपर्यंत पोहोचत होता.**Sant Dnyaneshwar** आणि **Sant Namdev** यांसारख्या संतांच्या विचारांचा समाजावर मोठा प्रभाव पडला.भक्तीमार्गामुळे धर्म अधिक लोकाभिमुख बनला.

इस्लाम धर्माचा प्रसार

दिल्ली सल्तनतीच्या संपर्कामुळे इस्लाम धर्म महाराष्ट्रात अधिक परिचित झाला. मशिदी, खानकाह आणि धार्मिक केंद्रांची स्थापना झाली. मुस्लिम समाजातील धार्मिक,

सामाजिक आणि सांस्कृतिक परंपरांचा स्थानिक समाजाशी संपर्क वाढला. काही ठिकाणी सांस्कृतिक समन्वयाची प्रक्रिया सुरू झाली.यामुळे महाराष्ट्राच्या सामाजिक जीवनात नवीन घटकांची भर पडली.

अर्थव्यवस्थेचे स्वरूप

महाराष्ट्राची अर्थव्यवस्था मुख्यतः शेतीवर आधारित होती. सुपीक जमिनीमुळे ज्वारी, बाजरी, गहू, तांदूळ, कापूस आणि ऊस यांसारखी पिके घेतली जात होती.सिंचनासाठी तलाव, विहिरी आणि कालव्यांचा वापर केला जात असे. कृषी उत्पादनामुळे राज्याच्या महसूलाचा मोठा भाग प्राप्त होत असे.शेतीमुळे ग्रामीण अर्थव्यवस्थेला स्थैर्य मिळाले.

व्यापाराचा विकास

दिल्ली सल्तनतीच्या काळात उत्तर आणि दक्षिण भारतातील व्यापारसंबंध अधिक मजबूत झाले. महाराष्ट्रातील व्यापारी मार्ग विविध प्रदेशांना जोडत होते.कापड, धान्य, मसाले, धातू, घोडे आणि इतर वस्तूंचा व्यापार मोठ्या प्रमाणावर केला जात असे. व्यापाऱ्यांना काही प्रमाणात राजकीय संरक्षण मिळत असल्यामुळे व्यापाराला चालना

मिळाली.व्यापारामुळे शहरांचा आणि बाजारपेठांचा विकास झाला.

हस्तकला आणि उद्योग

कापडनिर्मिती, धातुकाम, दागिनेनिर्मिती, मातीची भांडी, तेलघाणे आणि इतर उद्योग विकसित झाले होते.कारागीर समाजाच्या आर्थिक जीवनाचा महत्त्वाचा भाग होते. त्यांच्या उत्पादनांना स्थानिक तसेच दूरच्या बाजारपेठांमध्ये मागणी होती. हस्तकला आणि उद्योगांमुळे अर्थव्यवस्थेत विविधता निर्माण झाली.

वेशभूषा

या काळात विविध सांस्कृतिक प्रभावांमुळे वेशभूषेमध्ये काही बदल दिसून आले. पुरुष धोतर, अंगरखा, पागोटे आणि विविध प्रकारची वस्त्रे वापरत असत.स्त्रिया साडी, दागिने आणि पारंपरिक अलंकार परिधान करीत असत. श्रीमंत वर्गामध्ये रेशमी आणि सुबक नक्षीकाम केलेल्या वस्त्रांचा वापर वाढला.वेशभूषेत स्थानिक आणि बाह्य प्रभावांचा संगम दिसून येतो.

आहारसंस्कृती -- लोकांचा मुख्य आहार धान्य, कडधान्ये, दूध, दही, तूप, भाज्या आणि फळांवर आधारित होता. ज्वारी आणि बाजरीच्या भाकऱ्या ग्रामीण भागात लोकप्रिय होत्या.

शहरी भागात विविध प्रकारचे खाद्‌यपदार्थ उपलब्ध होते. व्यापारामुळे काही नवीन खाद्‌यपदार्थ आणि पाककृतींचा परिचय झाला. आहार हा स्थानिक कृषी उत्पादनांवर आधारित असल्यामुळे तो साधा आणि पौष्टिक होता.

सांस्कृतिक जीवन

सण, उत्सव, जत्रा, कीर्तन, भजन आणि धार्मिक कार्यक्रम हे सांस्कृतिक जीवनाचे प्रमुख घटक होते. लोककला, संगीत, नृत्य आणि कथाकथन यांना विशेष महत्त्व होते.विविध धार्मिक आणि सांस्कृतिक समूहांमधील संपर्कामुळे सांस्कृतिक देवाणघेवाण वाढली. त्यामुळे समाज अधिक विविधतापूर्ण बनला.

भाषा आणि साहित्य

मराठी भाषा लोकजीवनात आणि धार्मिक चळवळींमध्ये अधिक प्रभावी बनत होती. संत साहित्यामुळे मराठी भाषेचा

प्रसार वाढला.त्याचबरोबर प्रशासकीय स्तरावर फारसी भाषेचा प्रभाव वाढू लागला. त्यामुळे भाषिक संपर्क आणि देवाणघेवाण वाढली.या प्रक्रियेमुळे महाराष्ट्राचे साहित्यिक जीवन अधिक समृद्ध झाले.

महाराष्ट्रावरील प्रभाव

दिल्ली सल्तनतीच्या काळात महाराष्ट्राने राजकीय बदलांबरोबर सामाजिक आणि सांस्कृतिक परिवर्तनाचा अनुभव घेतला. धार्मिक विविधता, व्यापाराचा विस्तार, नवीन प्रशासकीय पद्धती आणि सांस्कृतिक संपर्क यांमुळे समाजात नवीन प्रवाह निर्माण झाले. त्याच वेळी मराठी भाषा, वारकरी परंपरा आणि स्थानिक संस्कृती याही अधिक मजबूत होत गेल्या.

www.ingramcontent.com/pod-product-compliance
Lightning Source LLC
LaVergne TN
LVHW100248210926
848480LV00003B/859
* 9 7 9 8 9 0 5 8 4 0 5 9 3 *